விவாதங்கள் விமர்சனங்கள்

விவாதங்கள் விமர்சனங்கள்

சுஜாதா

கிழக்கு

விவாதங்கள் விமர்சனங்கள்
Vivadangal Vimarsanagal
by *Sujatha*
Sujatha Rangarajan ©

First Edition: April 2017
256 Pages
Printed in India.

ISBN 978-81-8493-729-9
Kizhakku - 986

Kizhakku Pathippagam
177/103, First Floor,
Ambal's Building, Lloyds Road,
Royapettah, Chennai - 600 014.
Ph: +91-44-4200-9603

Email : support@nhm.in
Website : www.nhm.in

◼ kizhakkupathippagam
◻ kizhakku_nhm

Kizhakku Pathippagam is an imprint of New Horizon Media Private Limited.

This book is sold subject to the condition that it shall not, by way of trade or otherwise, be lent, resold, hired out, or otherwise circulated without the publisher's prior written consent in any form of binding or cover other than that in which it is published and without a similar condition including this the rights under copyright reserved above, no part of this publication may be reproduced, stored in or introduced into a retrieval system, or transmitted in any form or by any means (electronic, mechanical, photocopying, recording or otherwise), without the prior written permission of both the copyright owner and the above-mentioned publisher of this book.

‘

நம்மில் புதுமைப்பித்தனைக் குமுதம் படிக்கிறவனில் எத்தனை பேருக்குத் தெரியும்? எழுத ஆரம்பிக்கிறவன் எல்லாம் படிக்க வேண்டிய writers... புதுமைப்பித்தன், கு.ப.ரா.எல்லாம். ஆனா எவனுக்குத் தெரிகிறது? அப்பொழுதுதான் ஒரு எரிச்சல் வருது. இந்த சாதாரண கும்பலுக்குப் போய் இலக்கியம் படைக்கிறதாவதுன்னு. Philistines.

’

உள்ளே

விவாதங்கள்

1. சந்தை இலக்கியம் பற்றி - படிகள் - 1978 / 13
2. சுஜாதாவைச் சந்தியுங்கள் - சிட்டிடேப் - 1983 / 40
3. சுஜாதாவுடன் - ஃபெமினா - 1984 / 57
4. சுஜாதா கூறுகிறார் - துக்ளக் - 1979 / 64
5. நேருக்கு நேர் - சவுத் மெட்ராஸ் நியூஸ் - 1982 / 73
6. சுஜாதா – சுஜாதா - குங்குமம் - 1977 / 77
7. சிவகுமார் – சுஜாதா - சினிமா எக்ஸ்பிரஸ் - 1984 / 83
8. கமல்ஹாசன் – சுஜாதா - திரைக்கதிர் - 1980 / 99
9. சுஜாதா – கார்த்திகேயன் - குங்குமம் - 1982 / 110
10. சுஜாதா – வாசகர்கள் - மாலை முரசு - 1979 / 115

விமர்சனங்கள்

சுய விமர்சனம்

1. லைட்ரீடிங் - கணையாழி / 119
2. ஒரு நாள் டைரி - குங்குமம் / 123
3. எழுதுவதையே நிறுத்திவிடலாம் போல் இருக்கிறது - சாவி / 125

புத்தக விமர்சனம்

1. சுந்தர ராமசாமியின் 'ஜே.ஜே.சில குறிப்பு' - கணையாழி / 127
2. அ.மு.ப.வின் பத்தொன்பதாம் நூற்றாண்டில் தமிழ் உரைநடை வளர்ச்சி - கணையாழி / 132

3. கொங்கு நாட்டுப்புறப் பாடல்கள் - கணையாழி / *134*

4. ஐந்நூறு தாலாட்டுப் பாடல்கள் - கணையாழி / *135*

5. வனாந்திரப் பூக்கள் - கணையாழி / *136*

6. நா.வானமாமலையின் -'உரைநடை வளர்ச்சி'
- கணையாழி / *138*

7. பாவாணரின் - 'வேர்ச்சொற் கட்டுரைகள்'
- கணையாழி / *139*

8. பாரதியின் பெயர்க்கோவை - கணையாழி / *140*

பத்திரிகை விமர்சனங்கள் / *141*

சமூக விமர்சனங்கள்

1. பெங்களூரில் - கணையாழி / *144*

2. கேரளத்தில் - கணையாழி / *146*

3. நியூயார்க்கில் - கணையாழி / *148*

4. டில்லி - கணையாழி / *151*

5. விமானத்தில் - கணையாழி / *153*

6. கே.ஜே. ஆஸ்பத்திரியில் - கணையாழி / *156*

7. கல்கி வீட்டுக் கல்யாணம் - கணையாழி / *159*

8. 400 குதுகலங்கள் (கல்லூரியில்) / *161*

சினிமா விமர்சனங்கள்

1. தமிழ்ப் படங்கள்

நிழல்கள் - சாவி / *163*

எங்க ஊர் கண்ணகி - சாவி / *166*

மீண்டும் கோகிலா - சாவி / *169*

2. இந்திப் படங்கள்

    36 சௌரிங்கீ லேன் - தினமணிகதிர் / 171

    ஸ்பர்ஷ்ஷும் சஷ்மேபத்தூர் - தினமணிகதிர் / 173

    அர்த் - குமுதம் / 173

    பரிவர்த்தன் - தினமணிகதிர் / 174

    காய் ஒளர் கோரி - தினமணிகதிர் / 176

    அர்த் சத்யா - குமுதம் / 177

3. ஃபிலிமோத்ஸவ் - பெங்களூர் - குமுதம் / 181

எழுத்து விமர்சனம்

1. ஆரம்ப எழுத்தாளர்கள் - குங்குமம் / 191

2. தி.ஜானகிராமன் - சாவி / 194

3. துணுக்கு எழுத்தாளர் - கணையாழி / 197

4. தமிழ் எழுத்துகள் - கணையாழி / 201

5. விருந்தாளிகள் - கணையாழி / 205

நகைச்சுவை விமர்சனம்

1. மழைக்கால ஜோக்ஸ் - சாவி / 210

2. சிரிக்காமல் படியுங்கள் பார்க்கலாம் - சாவி / 212

கவிதை விமர்சனம்

1. மரபுக் கவிதைகள் - கணையாழி / 217

2. புதிய கவிதைகள் / 218

விளையாட்டு விமர்சனம்

கிட்டத்தில் கிரிக்கெட்டர்கள் - குமுதம் / 220
ஸ்ரீகாந்த் - குமுதம் / 223

விமர்சன முன்னுரைகள்

சுஜாதாவின் 'பாதி ராஜ்யம்' - சிறுகதைகள் / 226
சுஜாதாவின் 'சில வித்தியாசங்கள்' - சிறுகதைகள் / 228
சுஜாதாவின் 'ரயில் புன்னகை' - சிறுகதைகள் / 230
சுஜாதாவின் 'சொர்க்கத் தீவு!' - தொடர்கதை / 233
சுஜாதாவின் 'ரத்தம் ஒரே நிறம்' - தொடர்கதை / 238
சுஜாதாவின் 'நீர்க்குமிழிகள்' கட்டுரைகள் / 241
அமுதவனின் கங்கையெல்லாம் கோலமிட்டு / 244

நினைவில் நிற்கும் முன்னுரை

கீதா பென்னட்டின் 'அவனும் அவளும்' / 247
ராமியின் 'புள்ளிகள் கோடுக் கோணங்கள்' / 249
இளசை அருணாவின் 'ஓர் அப்நார்மலின் முனகல்'/ 251
ரோகிணியின் 'தேன் முள்ளுகள்' / 253
இரவிச்சந்திரனின் 'இந்திய பாஸ்போர்ட்' / 255

முன்னுரை

பேட்டி காண்பது போல, பேட்டி காணப்படுவதும் ஒரு கலையென்றால் அதில் நான் எப்பேர்ப்பட்ட பூஜ்யம் என்பதற்கு உதாரணங்கள் இந்தப் புத்தகத்தில் உள்ளன. என்னை ஒரு மூலையில் உட்காரவைத்து எழுதச் சொல்லி விட்டு விலகி விட்டால் நான் உபத்திரவமில்லாத பிராணி. மாறாக, பொதுச் சபைகளிலும் குளிர் அலைகளிலும் என்னை மடக்கி, 'ஏன் எழுதுகிறாய், உன்னால் சமூகத்துக்கு என்ன லாபம், இன்றைய தேதிவரை உன்னைப் படித்து எத்தனை பேர் திருந்தியிருக் கிறார்கள்' என்றெல்லாம் கணக்குக் கேட்டால் உளறுவேன்.

பின் ஏன் என்னைப் பேட்டி காண்கிறார்கள்?

என் எழுத்து அனுபவத்தைப் பகிர்ந்து கொள்ளவா? முடியாது என்று தோன்றுகிறது. எழுதும் முறை, கதை, விதிகள் எல்லாம் மிகவும் சொந்த விஷயம். மற்ற பேருக்கு நான் எப்போது எழுது கிறேன், எப்படி எழுதுகிறேன், எத்தனை முறை அடித்து எழுது வேன் போன்ற பௌதிக விவரங்கள் எல்லாம் அவசியமற்றவை என்று கருதுகிறேன். எழுதிக்கொண்டிருக்கும்போது என் மனைவியே பின்னால் வந்து என்ன எழுதுகிறேன் என்று எட்டிப் பார்த்தாலும் போட்டது போட்டபடி தோட்டத்துக்கு ஓட்டம் எடுக்கும் ஆசாமி நான். சமூகம், அரசியல், இலக்கியம், கலை, பொருளாதாரம் போன்ற விஷயங்களில் என்னிடம் கைவசம் திட்டவட்டமான கருத்துக்கள் இல்லை.

(இதிலெல்லாம் பிடிவாதமாக இருந்தால் என்னால் எழுத முடியாது என்று நினைக்கிறேன்) இருந்தும் இதையெல்லாம் பற்றி என்னிடம் கேள்வி கேட்டிருக்கிறார்கள். பதிலும் சொல்லி யிருக்கிறேன். எழுத்துக்கு அப்பாற்பட்ட சொந்த விஷயங்களில் ஒரு எழுத்தாளன் வேறு விதமாக இருக்கலாம். மோசமான குடி மகனாகக்கூட இருக்கலாம். நான் சந்தித்த எழுத்தாளர்கள் பலர்

அடிக்கடி கண்ணாடி பார்த்துக் கொண்டு தன்னைப் பற்றியே பேசிக்கொண்டு இருக்கிறார்கள். ஒருவர் ராத்திரி பன்னிரண்டு மணிக்குத் தன் கதையை இரைந்து என்னைப் படிக்கச் சொல்லி, கண்களில் நீர்வரக் கேட்டுக்கொண்டிருந்தார்.

சில எழுத்தாளர்கள் வேளா வேளைக்குக் குளிக்காதவர்களாக, கோபக்காரர்களாக, ஏமாற்று வித்தைக்காரர்களாக இருக்கிறார் கள். மற்றவர் எழுத்தை மதிக்காதவர்கள், குழந்தைகளைச் செவிட்டில் அறைபவர்கள், சோரம் போகிறவர்கள் இப்படி பல பேர், இவர்களையெல்லாம் பேட்டி கண்டு அவர்களிடமிருந்து தேங்காய் விலையிலிருந்து திருக்குறள் வரை அபிப்பிராயம் கேட்பதன் மனோதத்துவம் என்ன?

திருக்குறள் மலிவுப்பதிப்புக்கு அப்புறம் அதிகமாகப் 'பிரபல மானவர் விலாசங்கள்' விலைபோவதற்கும் எனக்கு வரும் ஆறு கடிதங்களில் நான்கு என் புகைப்படத்தையும் கையெழுத்தையும் கேட்பதற்கும் காரணம் என்ன? காரணத்தில் லேசான சோகம் இருக்கிறது. பிரபலம் என்பதே எல்லாரும் விரும்புவது. இதில் ஏதும் தப்பில்லைதான். இது ஒரு விதமான உந்துசக்தி. ஆழமாக யோசித்தால் ஏதாவது ஒரு விதத்தில் நான் தனிப்பட்டவன். மற்றவர்களிடமிருந்து வேறுபட்டவன் என்று நிரூபிக்க மரணத்தை வெல்லும் ஆசைதான் பிரபலம். நான் ஒரு மனித எறும்பல்ல, கொஞ்சம் வித்தியாசப்பட்டவன் என்று ஏதாவது ஒரு விதத்தில் காட்ட விரும்புகிறோம். அதற்காகத்தான் ஒருவன் பின்பக்கமாக முந்நூறு மைல் நடக்கிறான்; கவிதை எழுதுகிறான்; கென்னடியைக் கொல்கிறான். ஒருத்தி இருபத்து நான்கு மணி நேரம் குச்சுப்புடி ஆடுகிறாள் அல்லது பாம்புடன் வாழ்கிறாள்.

கொஞ்சம் நிதானமாக யோசித்தால் மனித வாழ்வின் அத்தனை உன்னத இயக்கங்களிலும் 'நான் சற்று நேரமாவது தனிப்பட்ட வன்' என்று காட்ட விருப்பம் இருப்பதை உணரலாம். இந்த ஆசையில் கிளைப்பதுதான் பிரபலமானவர்களைப் பற்றி அறிந்து கொள்ள விருப்பமும். இவனும் என்னைப்போல் ஒருவன்தான், ஏதோ ஒரு அதிருஷ்டத்தால், தற்செயலால் இவன் மேல் வெளிச்சம் பட்டிருக்கிறது. எனக்கும் இம்மாதிரி அமைந்தால் நானும் .. இத்யாதி நிறைவேறாத ஆசைகளுக்கு ஒரு விதமான தார்மீகம் ஏற்படுத்தும் முயற்சிகள் இப்படி இல்லையெனில் என் போன்ற எழுத்தாளர்களைப் பேட்டி காண வருவதற்கு வேறு நியாய மில்லை.

பேட்டி காண வந்தவர்களை என்னால் ரகம் பிரிக்க முடிந்தது. பிடிவாதமாக எத்தனை சொன்னாலும் நீ சாதித்தது ஒன்றுமில்லை, நீ எழுதுவதெல்லாம் குப்பை; துப்பறியும் செக்ஸ் கதைகள்தாம் என்று என்னைச் சீண்டிவிட்டு நான் ஏதாவது கெட்டவார்த்தை உபயோகிக்கிறேனா என்று காத்திருக்கும் ரகம் ஒன்று, இரண்டாவது ரகம், தகவல் ரகம். நான் பிறந்த தேதி, வயது, என்ன நிறம் பிடிக்கும், என்ன தைலம், இந்த ரகம்! மூன்றாவது, அறிவுஜீவிகள். மார்க்ஸிஸம், எக்ஸிஸ்டென்ஷியலிஸம், சமுதாயப் பார்வை போன்ற வார்த்தைகள் அடிக்கடி புழங்கும் (இங்கிலீஷ் வார்த்தை அடைப்புக்குள் நிறையவே வரும்) மூன்று ரகங்களுக்கும் உதாரணங்கள் இந்தப் புத்தகத்தில் உள்ளன)

சினிமா நடிகர்களைச் சந்தித்த பேட்டிகள் நாடாவில் பதிவு செய்யப்பட்டு கூட வந்தவர்களால் எழுதப்பட்டவை. சினிமா நடிகர்கள் தனிப்பிறவிகள். நடித்து நடித்து நிஜமாக இருக்க மறந்து போனவர்கள். முகத்துக்காக வேடிக்கை பார்க்கும் கூட்டத்திலிருந்து வேறுபட்ட யாராவது கிடைத்துவிட்டால் அவர்களுக்கு உற்சாகம் ஏற்பட்டு, தமக்குத் தெரிந்த அத்தனையும் பத்து நிமிஷத்தில் முத்திரை பதிக்க அவசரப்படுவார்கள். நடிகை சுஜாதாவைச் சந்தித்த பேட்டி ஒரு பாசாங்கு. அந்தப் பெண்மணி என் கதைகள் எதையும் படித்திராத மலையாளப் பெண். கொண்டுவந்திருந்த கேள்விகளை அவள் படிக்கும்போது அவள் கண்களைக் கவனித்துக் கொண்டிருப்பது எனக்கு நல்ல பொழுதுபோக்காக இருந்தது.

இந்தப் புத்தகத்தில் நானே எழுதிய கட்டுரைகள் சிலவும் உள்ளன. விளையாட்டு, நகைச்சுவை, புத்தக விமர்சனம், சினிமா விமர்சனம் போன்றவை பல்வேறு தருணங்களில் எழுதியவை. ஒரு கட்டுரை ஆங்கிலத்திலிருந்து மொழி பெயர்ப்பு, கார்த்திகேயன் பற்றிய கட்டுரை இரவிச்சந்திரன் எழுதியது.

இந்தப் புத்தகத்தை ஒட்டு மொத்தமாகப் படித்தால் கிடைக்கிற வடிவம் என் நிஜவாழ்வின் வடிவத்தை விட கொஞ்சம் பெரிசானது - இது நானல்ல, அவ்வப்போது நான்.

- சுஜாதா

விவாதங்கள்

சந்தை இலக்கியம் பற்றி

படிகள்

பேட்டியில் பொதுக் கேள்விகளுக்கு எழுத்தில் பதில் தந்தார் சுஜாதா. அதன் பின் துணைக் கேள்விகளுக்கான பதில்களைப் பதிவு செய்து தொடர்ச்சியாகத் தக்க இடங்களில் இணைத்துள்ளோம். இதுதான் பேட்டி கண்ட முறை.

சுஜாதா பெரும் பத்திரிகை உலகில் புகழுடன் விளங்கும், சிறு பத்திரிகைச் சூழலை நன்கு அறிந்த நன்கு மதிக்கும் ஒரே எழுத்தாளர் என்ற முறையில் தமிழகச் சந்தையில் (Market) நடக்கும் பெரும் பத்திரிகை இலக்கிய வியாபாரத்தைச் சுட்டிக் காட்டவும், தனிநபர் லாப நோக்கம் சமூகத்தில் ஓர் அங்கமான இலக்கியத்தையும் commodityயாக மாற்றுவதை விளக்கவும் அவரை அணுகினோம். கேள்விகளையும் பதில்களையும் ஊன்றிப் படிப்பவர்களுக்குப் பல விஷயங்கள் புலப்படும்.

சுஜாதா மீது தனிநபர் தாக்குதல் நடத்துவதால் தமிழ் இலக்கிய வியாபாரச் சூழலை, அழிக்க முடியாது. வேண்டுமென்றால் ஓர் சுஜாதா எழுதாமல் இருக்கலாம். நம் வசை பாடலுக்குப் பயந்து ஆயிரம் சுஜாதாக்கள் வருகிறார்களே! எனவே இந்தச் சமூக நிகழ்வைச் சரியாய் விளக்குவதும் விளங்கிக் கொள்வதும் நம்

கடமை. தனி நபர் பொறுப்பை நாங்கள் குறைக்கவில்லை என்பதைப் பேட்டியின் கேள்விகளில் உள்ள பண்பைக் கூர்ந்து கவனிப்பவர்கள் புரிவார்கள்.

இத்தகைய ஆய்வு இதுவரை பெரும் பத்திரிகை எழுத்தாளர்களைப் பயன்படுத்தி சமூகவியல் பார்வையில் செய்யப்படவில்லை.

பொறுமையாகவும், நட்பாகவும் எங்கள் கேள்விகளுக்காக எரிச்சலடையாமலும் நிதானம் தவறாது இரண்டு நாட்கள் 10 மணி நேரம் பேட்டி அளித்த எஸ்.ரங்கராஜனுக்கும் (சுஜாதா) பேட்டிக்கு உரிய சூழலை ஏற்படுத்தி, தொல்லைகளைத் தாங்கிக் கொண்ட அவர் குடும்பத்தினருக்கும் 'படிகள்' நன்றியைத் தெரிவிக்கிறது - ஆசிரியர்.

படிகள் மிஸ்டர் சுஜாதா! நீங்கள் எழுதிய மிக நல்ல கதைகளில் ஒன்றாகத் 'தனிமை கொண்டு'(குரு க்ஷேத்திரம் தொகுப்பில் வந்தது.நகரம்) சில விஞ்ஞானக் கதைகளை நாங்கள் படித்த அளவில் (நாங்கள் படித்திருப்பது மிகச் சொற்பம்) சொல்கிறோம். இந்தக் கதைகளை மிக நல்ல கதைகள் என்று நீங்கள் ஒத்துக் கொள்வீர்கள் என்று நம்புகிறோம். மேலும், இன்றைய சிறந்த புதுக்கவிஞராக ஞானக்கூத்தனைச் சொல்லி வருகிறீர்கள். மிக நல்ல சிறுகதையாசிரியராக சுந்தர ராமசாமியைச் சொல்கிறீர்கள். வண்ணதாசன், பூமணி, வண்ண நிலவனை மிகச் சிறந்த சிறுகதையாசிரியராக ஏற்கிறீர்கள். வண்ணநிலவனின் 'கடல்புறத்திலை'ப் புகழ்கிறீர்கள். இதெல்லாம் உங்கள் இலக்கிய ரசனை எவ்வளவு உயர்மட்டத்தில் இயங்கக்கூடியது என்பதைக் காட்டுகின்றன. இந்தக் குறிப்பிட்ட படைப்புகளுக்கும் (அதாவது உங்களதும் பிறரதும்) வியாபாரத்திற்காகப் பத்திரிகை நடத்தும் பெரும் பத்திரிகைகளில் வரும் படைப்புகளுக்கும் ஓர் பெரிய வேறுபாட்டைக் கலாரீதியாக நாங்கள் காண்கிறோம். பின்னதில் வரும் படைப்புகளில் ஓர் வியாபாரத்திற்காக உற்பத்தியாகும் கதைக்குரிய விதிமுறைகள் இயங்குகின்றன. அப்படி ஒரு விதிமுறையை conscious ஆகவோ unconscious

ஆகவோ நீங்கள் பின்பற்றுகிறீர்கள் என்று நம்புகிறீர்களா? அப்படி ஓர் விதிமுறை இயங்கவில்லை என்றால், உங்கள் 'தனிமை கொண்டு' என்ற அற்புதமான கதைக்கும், நகரம் தொகுப்பில் வரும் குருடன் ஒருத்தனுடன் ரயில் பிரயாணத்தில் கிடைக்கும் அநுபவத்தைச் சொல்லும் கதைக்கும் உள்ள தாரதம்மியத்தை எப்படிக் காட்ட விரும்புகிறீர்கள்? சுந்தர ராமசாமியையும், ஜனரஞ்சகப் பத்திரிகைகளில் Produce பண்ணப்படும் 'கதைகளை'யும் எப்படி வித்தியாசப்படுத்துவீர்கள்? உங்கள் அளவு கோலைப் பற்றிக் கொஞ்சம் விளக்குங்கள்.

சுஜாதா   அப்படி ஒரு விதிமுறையை நான் பின்பற்றுகிறேனா, இல்லையா என்பதைவிட அப்படி ஒரு விதிமுறை ஏற்பட்டிருக்கும் சூழ்நிலையை ஒரு வசீகரமான Sociological phenomenon ஆகப் பார்க்கலாமே!

நகரம் நல்ல கதை என்று நீங்கள் சொல்கிறீர்கள். நம்புகிறேன். நகரமும் பெரும் பத்திரிகையில்தான் வந்தது. 'தனிமை கொண்டு', தவிர நான் எழுதின மற்ற எல்லாச் சிறுகதைகளும் பெரும் பத்திரிகையில்தான் வெளிவந்தன. எனக்கென்னவோ, 'இந்த நிமிஷத்தில் இந்த இடத்தில் நான் காலத்தால் அழியாத சிறுகதைப் படைக்கப் போகிறேன்' என்று சொல்லிக்கொண்டு எவனும் படைக்க முடியாது என்று தோன்றுகிறது. எழுத்தாளனுக்கு முக்கியம், எழுதிக் கொண்டிருப்பது. எழுதப்படுவது எப்படித் தரம் பெறுகிறது, யாருக்குத் திருப்தி தருகிறது என்பது எல்லாம் பிற்பட்ட சமாசாரங்கள். தமிழில் தொட்டுப்பார்க்காத விஷயங்கள், virgin pastures எவ்வளவு இருக்கிறது தெரியுமா? நீங்கள் படிகளில் எழுதும் sociology பற்றிய கட்டுரைகளை இதுவரை எவ்வளவு பேர் செய்திருக்கிறார்கள். ஒரு சில வெளிநாட்டவர்களைத் தவிர. இப்படி இருக்கையில் இந்தக் கலாரீதியான வேறுபாடுகளை அலசுவதை எல்லாம் leave it to sociologists. நல்ல எழுத்து எங்கே இருந்தாலும் இனம் கண்டு கொள்ளப்படும். ஆனால், என் எழுத்தில் இருக்கும் தாரதம்மியங்

களை இந்தச் சிறுபத்திரிகை - பெரும் பத்திரிகை விவகாரங்களில் பாதிக்கப்படுகின்றன என்பதை நான் நம்பவில்லை. எழுதுகிறேன். சிலவேளை நன்றாக வருகிறது. சிலவேளை நன்றாக வருவதில்லை. அவ்வளவுதான்.

சுந்தர ராமசாமி இப்போது கதைகளே எழுத மாட்டேனென்கிறார். ஆனால் அவர் சிறுகதைகள் இன்றைய ஜனரஞ்சகப் பத்திரிகைகளுக்கு அனுப்பப்பட்டால் அவை பிரசுரமாகாது என்று நான் நம்பத் தயாராயில்லை.

படிகள் சுந்தர ராமசாமி கதை அனுப்பினால் ஜனரஞ்சகப் பத்திரிகைகளில் வரும் என்று நினைக்கிறீர்களா?

சுஜாதா ஏன் வராது? ஆனால், அவர் அனுப்புவதில்லை. அவருடைய சொந்தப் பிடிவாதத்தினால் அவர் அனுப்புவதில்லை என்று நினைக்கிறேன். 'பிரசாதம்' போன்று கதை எல்லாம். It will get published any where... அவர் அம்மாதிரி எழுதிக்கொண்டே வந்திருந்தால் He would have been as popular as I am. அவர்கிட்ட talent இருக்கு. Talent எப்படி இருந்தாலும் வெளி வந்திடும்.

படிகள் தமிழில் இந்த மாதிரி மோசமான ரசனை, போக்கு இதெல்லாம் ஒரு தனி எழுத்தாளரால் அல்லது ஒரு கூட்டம் எழுத்தாளர்களால் கெட்டுப் போச்சு என்று நினைக்கிறீர்களா? Or do you think this is because of something else?

சுஜாதா This is because of something else. இது தனி எழுத்தாளரால் இப்படி வந்ததுன்னு சொல்ல முடியாது. இது ஒரு பெரிய phenomenon. முதல்ல இந்தத் தமிழ் வாசகர்கள் மத்தியில் ஒரு Philistinism இருக்கு. இந்த மாதிரி பல காரணங்கள்.

படிகள் அதாவது பம்பாய், கல்கத்தா, பெங்களூர், டெல்லி போன்ற பெரிய நகரங்களில் இருக்கிற படித்த, மிக அறிவுள்ளவர்கள் கூட இலக்கியம், கலை என்று வந்தவுடன் குமுதம் என்று இறங்கி விடுகிறார்கள்.

	இந்த நிலை உங்களைப் போல இருக்கிறவங்க இப்படி cater பண்றதினாலேயா அல்லது வேற காரணம் இருக்கா?
சுஜாதா	Yes, நானும் பார்த்திருக்கிறேன். என்னிடம் வருபவர்கள் good writing எதுன்னு கேட்கிற போதெல்லாம் little magazine ஐத்தான் நான் காட்டுகிறேன். ஆனா, அவர்களில் எத்தனை பேருக்குக் கிடைக்கிறது அதுன்னு ஒரு கேள்வி. பிறகு இந்த vicious circle மாதிரி இருக்கிற சூழலை லேசாக நாம் சுட்டிவிட முடியாது. ஒரு complex ஆன சூழல் இது.
படிகள்	நாங்க நினைக்கிறோம். எழுத்தாளர்களையும் இந்த மாதிரி வாசகர்களையும் தாண்டி, இந்த வியாபாரச் சூழல் தமிழில் இன்று ஏற்பட்டதற்கு வேறு காரணங்கள். சமூக, அரசியல், சிந்தனாமுறை, பாரம்பரிய மரபு, வரலாற்று, சமூக அமைப்பு என்று ஓர் முழுமையான, ஒன்று இன்னொன்றுடன் இணைந்த சக்தியைக் காரணமாகக் காண்கிறோம்.
சுஜாதா	ஆமா! Individual எழுத்தாளர் காரணம் இல்லே. அரசியல், மரபு...ஆமா இந்தக் 'கல் தோன்றி மண் தோன்றா' syndromeலேயே இருக்கு. தொல்காப்பியம் என்ன அற்புதமான நூல். இலக்கண நூல்ல எதுக்கு life பற்றிச் சொன்னான் என்கிற சங்கதி புரியவே மாட்டேனென்கிறது. ஆனா அது பற்றி நல்ல பார்வை கொண்ட நூல்கள் இன்னும் வரலையே. வையாபுரிப் பிள்ளை கொஞ்சம் சொல்ல ஆரம்பித்தார். அதுக்குள்ள ஒதக்சான் அவரை. தமிழர்கள் They don't allow scientific research. இந்த மாதிரி சூழல் இருக்கு. இதுதான் காரணம்.
படிகள்	அதாவது சில நல்ல உணர்வுள்ளவங்க கூட Consciousஆ தமிழர்களின் ரசனையை உயர்த்தணும்னு நினைச்சு வேலை செய்ய, எழுத ஆரம்பிச்சா கூட ஏதும் செய்ய முடியாது. காரணம், ரொம்ப சக்தி வாய்ந்த வரலாற்றோடு - இன்றைய சமூகவளர்ச்சியின் வரலாற்றோடு சம்பந்தப்பட்ட பிரச்னை இது. தனி எழுத்தாளர் நினைச்சு செய்ய முடியாத சூழல்.

சுஜாதா ஆமா! தனி எழுத்தாளர் ஏதும் செய்ய முடியாது. வாஸ்தவம்தான்.

படிகள் கன்னடத்தில் சிறுபத்திரிகை, பெரும் பத்திரிகை, சிறு பத்திரிகை எழுத்தாளன், பெரும் பத்திரிகை எழுத்தாளன் என்ற பிரிவு இல்லை அல்லவா?

சுஜாதா அதற்குப் பல காரணங்கள். ஒன்று, கன்னடத்தில் வாசகர்கள் கொஞ்சம். இரண்டு, கன்னடத்தில் நம்மளவுக்குப் பெரும் மரபு இல்லை. நமக்குப் பாரம் மரபு! இன்னொன்று, அரசியல். நமக்கு இலக்கியம் வேறு, அரசியல் வேறு என்ற பேதமே இல்லையே. அரசியல்வாதிகள், இலக்கியம், நாடகம், சினிமா என்று எல்லாவற்றையும் அபகரித்தார்கள். மேலும் நமக்கு ஒரு Middle class mentality. எதையும் care பண்றதில்லை. அவர்களுக்கு சிறிய இலக்கிய நிகழ்ச்சிகள் கூட பெரிசு. ஒரு நூல் வந்தா உடனேயே எல்லாரும் பாராட்டுவாங்க.

படிகள் ஆனால், சிறு பத்திரிகை என்கிற Phenomenon எங்கேயும் இல்லை.

சுஜாதா இல்லே. இந்திய பாஷைகளிலே அதிகமா இல்லே. நமக்கே உரியதுன்னு சொல்லலாம். கன்னடத்தில் இல்லாததற்குக் கன்னடப் பத்திரிகை எல்லாமே சிறு பத்திரிகையாக இருக்கிறதாலோ என்னவோ? எனக்கு, இந்த Tradition பாரம் அவர்களுக்கு இல்லாதது முக்கியமான காரணமா தெரிகிறது. அவர்களில், 'அடிகா'வை எல்லாருக்கும் தெரிகிறது. நம்மில் புதுமைப்பித்தனைக் குமுதம் படிக்கிறவனில் எத்தனை பேருக்குத் தெரியும்? எழுத ஆரம்பிக்கிறவன் எல்லாம் படிக்க வேண்டிய writers... புதுமைப் பித்தன், கு.ப.ரா.எல்லாம். ஆனா எவனுக்குத் தெரிகிறது? அப்பொழுதுதான் ஒரு எரிச்சல் வருது. இந்த சாதாரண கும்பலுக்குப் போய் இலக்கியம் படைக்கிறதாவதுன்னு. Philistines.

படிகள் இந்த ஜனரஞ்சகப் பத்திரிகையில்கூட இரண்டு விதமான குழுக்கள் உண்டு. ஒன்று ராணி, ராணிமுத்து, தினத்தந்தி கதை படிக்கிற வாசகர்கள். இன்னொரு

கூட்டம், குமுதம், ஆனந்த விகடன், குங்குமம், கதிர் வாசகர்கள். ராணி உங்ககிட்ட கேட்கமாட்டான். அதன் Writers, வாசகர்கள் வேறு. இதில் நீங்க கமல்ஹாசன் போன்றவர்கள் படத்தில் பாலசந்தர் எல்லாம் மத்திய தர வர்க்கத்தினரின் ஒரு பகுதியை, அதாவது இங்கிலீஷ் பேசத்தெரிந்த - White Collared, ஆங்கில துப்பறியும் நாவல் படிக்கும் ஒரு கூட்டத்தை cater பண்ணுகிறீர்கள். இது மாதிரி ஓர் பிரிவு சமூகவியல் பார்வைக்குத் தேவை என்று நினைக்கிறோம்.

சுஜாதா This is a very good observation. 'ராணி'யுடைய readership-ஏ வேற. எழுத்துக் கூட்டிப் படிக்கத் தெரிந்தவன் தான் ராணியின் குறி. அவனையும் elevate பண்ணணும். நீங்க ஜனரஞ்சகப் பத்திரிகை யில் இரண்டு குழுக்களாகப் பார்த்ததைப் போல சிறு பத்திரிகைகளில் கூட இரண்டு விதமான கூட்டம் உண்டு. ஒன்று, தங்கள் vanityஐத் திருப்திப்படுத்து வதற்குக் கொஞ்சம் பணத்தை போட்டு இரண்டு, மூன்று இதழ்களில் நிறுத்துவது. தன் பெயருக்கு மரியாதை, தான் எழுதுவதுதான் உலக இலக்கியம் என்று முப்பது பக்கம் எழுதுவார்கள். இன்னொன்று, உங்களைப் போல சீரியஸாக ஏதாவது தமிழில் செய்ய வேண்டும் என்று செய்பவர்கள்.

சிறு பத்திரிகை பற்றி பாலகுமாரன் ஒரு விஷயத்தைச் சொன்னார். சமீபத்தில் அவர்கள் குங்குமத்திற்காகச் சிறு பத்திரிகை எழுத்தாளர்கள் கிட்ட கதை கேட்ட போது, எல்லோரும் ரொம்ப சந்தோஷமா கதை கொடுத்தார்களாம். சிறு பத்திரிகையிலே தான் எழுது வேன் என்ற எண்ணம் எல்லாம் இல்லே. வாய்ப்புக் கிடைத்தால் பெரிய பத்திரிகைக்கு யாரும் வந்து விடுவார்கள். இது இயல்பு. யாரோ ஒருத்தர் கதை கேட்டு, 15 நிமிடத்தில் கதையை வீட்டிலிருந்து கொண்டுவந்து கொடுத்தாராம். எனவே, சிறு பத்திரிகைகள், பெரும் பத்திரிகைகளுக்கு எதிர்ப்பாய் நடத்தப்படுவது என்பது தவறு. அவைகளில் இடம் கிடைக்காததால் வருபவை.

அசோகமித்திரன் Writer's writer என்று தகுதி படைத்தவர். அவர் கதை பல ஜனரஞ்சகப் பத்திரிகை Editors-க்குப் புரியாது. above their head. அவ்வளவு விஷயம் இருக்கும் அசோகமித்திரன் கதையில். பத்திரிகையாசிரியரால் What we consider a remarkable story will be flatly rejected. Editor-க்குப் புரியாது. அவன் Limitation உதாரணம்: 'அப்பாவும் பிள்ளையும்' ஒரு mystic level-க்குப் போறது. (குங்குமத்தில் வந்தது) சாதாரணமா இக்கதையை அவர் அனுப்பியிருந்தால் திருப்பி அனுப்பியிருப் பாங்க. பாலகுமாரன் - ராஜு அந்த issue-வைப் பண்ணதாலே கதை பப்ளிஷ் ஆச்சு. Editors-ஐயும் educate பண்ணணுமே! ஜனரஞ்சகப் பத்திரிகை ஆசிரியர்களோடு பேசிக் கொண்டிருக்கும்போது தெரிகிறது. ஒரு லெவலுக்கு மேலே அவர்களாலே வர முடியாது. They know to whom they are catering. வாசகர்கள் அப்படி. சீரியஸ் வாசகர்கள் எவ்வளவு பேர்? ஒரு 2000 பேர் தான்; கன்னடத்தில் வேண்டு மென்றால் 4000 எனலாம்.

படிகள்	இந்த மாதிரி ஜனரஞ்சகப் பத்திரிகையில் எழுதுவ தால் இந்த ரசனையை அதிகரிக்க முடியுமா? அல்லது Socio economic சூழலை மாற்றினால்தான் அந்தத் தரம் உயரும் என்கிறீர்களா? 2000 பேரை இப்போதே 4000 அல்லது 5000 ஆக்கலாம். அது பெரிதில்லை.
சுஜாதா	ஆமா! சமூக பொருளாதார மாற்றத்தைக் கொண்டு வருவதைப் பொறுத்தது.
படிகள்	அப்படியென்றால், முதலில் நீங்கள் பேசிக் கொண்டிருக்கும்போது கதைகளில் பிரசாரம் செய்யக் கூடாது என்று சொன்னீர்கள். Socio-economic மாற்றத் திற்காக அப்படிக் கொஞ்சம் பிரசாரம் செய்வது கூட in the long run இலக்கிய ரசனையையும் விருத்தி செய்வதாகத்தானே இருக்கும்.
சுஜாதா	ஆமா! But நான் சொல்வது இதுதான். கதைகளில் அப்பட்டமாக பிரசாரம் செய்யக் கூடாது. மறை

முகமா எல்லாக் கதைகளிலும் பிரசாரம் இருக்கும். அவ்வளவே, இப்படித்தான் பதில் சொல்ல முடியும். இக்கேள்விக்கு என்று நினைக்கிறேன்.

படிகள் மொத்தத்தில் உங்கள் பெரும் பத்திரிகை வாழ்க்கையை நாங்கள் இப்படிப் பார்க்கிறோம். அதாவது, பெரும் பத்திரிகைக்குள் நீங்கள் உங்கள் எழுத்தின் குணத்தால் கொண்டு தள்ளப்பட வில்லை. சுந்தர ராமசாமியை ரசிக்கும் நீங்கள் Ionesco-வின் Rhinoceras-ஐ ரசிக்கும் நீங்கள், வையாபுரிப் பிள்ளையை அவரது விஞ்ஞானக் கண்ணோட்டமுள்ள தமிழாய்வுக்காகப் புகழும் நீங்கள், வித்தியாசமானவர், நீங்கள் ஒரு குரும்பூர் குப்புசாமியோ, ஒரு மூன்றாந்தர எழுத்தாளரோ அல்ல, விஷயம் தெரிந்த மனிதர். உயர்ந்த கலா நோக்குக் கொண்டவர். ஆனால், நீங்கள் எப்படியோ இன்றைய வியாபார உத்திகளால் கட்டுப்படுத்தப் பட்ட பத்திரிகை வியாபாரத்தில் மாட்டிக் கொண்டு விட்டீர்கள். நாங்கள் நினைக்கிறோம். உங்கள் எழுத்துக்கள் எப்போதும் தங்களுடன் கலாபூர்வ மான குணத்தை வியாபாரத்துடன் கலப்பதை உயிர் நாடியாகக் கொள்ளுகின்றன. உதாரணமாக, தனிமை கொண்டு கதையை மறைமுகமாக 'நைலான் கயிறு' மூலம் தருகிறீர்கள். வெறும் கதை வாசிக்கும் ரசனையற்ற ஒருவனுக்கும் ஓர் உயர்ந்த கதை அறிமுகப்படுத்தப்படுகிறது. நீங்கள் நினைத் திருந்தால் அந்தக் கதைக்குப் பதிலாய் ஓர் வழக்க மான மசாலாக் கதையைக் கொடுத்திருக்கலாம். உங்களுக்குத் தெரிந்த விஞ்ஞானக் குறிப்புகளையும் கதை மூலம் சொல்லி விடுகிறீர்கள். 'கரையெல் லாம் செண்பகப்பூவில்' நாட்டுப்புறப் பாடல்களை அறிமுகம் செய்துவிடுகிறீர்கள். இன்னொரு கதை யில் புதுக்கவிதையை அறிமுகம் செய்து விடுகிறீர் கள். சிறு பத்திரிகைகளின் பெயர்களை அறிமுகம் செய்கிறீர்கள். ஞானக்கூத்தன், வைத்தீஸ்வரன் போன்ற கவிஞர்களை வியாபாரப் பத்திரிகை மூலம் பெயர் சொல்ல வைக்கிறீர்கள். மொத்தத்தில் உங்கள் ஆன்மா, நல்ல இலக்கியங்கள், கவிதைகள்,

ஆய்வுகள் பால்தான் இருக்கிறது இன்னும். என்றாலும், நீங்கள் அந்தப் பெரும் பத்திரிகை உலகில் தான் செயல்பட வேண்டி உள்ளது. இப்படி தான் விரும்பாவிட்டாலும் ஒரு பெரிய வாசகர் கூட்டத்தை அடைய (இது பாபமான ஆசையல்ல எழுத்தாளனுக்கு) ஒருவர், வியாபாரத்தால் கட்டுப் படுத்தப்பட்ட கலைக்குப் புறம்பான களத்தில்தான் வாழ வேண்டியுள்ளது. இந்த இக்கட்டு, ஓர் எழுத்து urge உள்ளவனுக்கு மிக மிகக் கொடுமை. தன்னை எழுதாமல் காக்கவும் முடியாது. பத்திராதிபர் என்ன எதிர்பார்ப்பார் என்று நினைத்து எழுதுவது உண்மை யில் ஓர் சித்திரவதை. இந்தச் சித்திரவதையைத் தாங்கள் அனுபவித்தது உண்டு என்று தான் கருது கிறோம். அதன் பயன்தான் தனிமை கொண்டு கதை ஏதோ ஓர் வடிவத்தில் 'நைலான் கயிறு' மர்ம நாவலினூடே தலைகாட்டும் மர்மம். இதுபற்றி நீங்கள் என்ன நினைக்கிறீர்கள்?

சுஜாதா இந்த மாதிரி மர்மத் தொடர் கதைகளிலும் நீங்கள் கூறும் மசாலாக் கதைகளிலும் புத்திசாலித்தனமாகச் சில விஷயங்களைப் புகுத்தி யாராவது கண்டுபிடிக் கிறார்களா என்று வேடிக்கை பார்ப்பது என் ரகசிய செயல்களில் ஒன்று. நீங்கள் கண்டுபிடித்திருக்கிறீர் கள். கண்டுபிடிக்கிறவர்கள் யார் தெரியுமோ! சிறு பத்திரிகைகள் வாசிக்கும் 2000 வாசகர்கள்தான்.

ஒரு பெரும் பத்திரிகை வாசகன் எப்படி இருப்பான் என்று யாராவது ஆராய்ச்சி பண்ணி டாக்டரேட் கூட வாங்கலாம். நான் இதுவரை நிறைய வாசகர்களைச் சந்தித்திருக்கிறேன். அவர்களிடம் பொதுவாகவே ஒரு philistinism இருக்கிறது. சினிமா, கிரிக்கெட் காமெண்டரி கேட்பது, ஆர்க்கெஸ்ட்ரா, சங்கீதம் போன்ற வெறும் பொழுதுபோக்கு சமாசாரங்க ளுடன் கதை படிப்பதும் அவர்களுக்கு ஒரு ரகம். எனக்கு வரும் கடிதங்கள் பெரும்பாலும் மேம் போக்காக, என் கதைகளைத் திகட்டத் திகட்டப் புகழ்ந்துவிட்டு ஒரு கையெழுத்திட்ட போட்டோ கேட்கும் கடிதங்கள். இதற்கு என்ன காரணம் என்று

யோசித்துப் பார்த்ததில் தெரிந்தது - காரணம் நிச்சயம் இலக்கிய பிரக்ஞை ஏதும் இல்லை. Association with the famous. அவ்வளவுதான். இதே கடிதத்தை அவன் ரஜினிகாந்துக்கும் எழுதுவான். கவாஸ்கருக்கும் எழுதுவான். எனவே பெரும் பத்திரிகையில் லட்சக்கணக்கான வாசகர்களில் தொண்ணூறு சதவிகிதத்திற்குமேல் மேம்போக்கான வாசகர்கள். இலக்கிய பிரக்ஞை இல்லாதவர்கள். அவர்களுக்கு இந்த மாதிரி சர்க்கரை தடவித்தான் தரவேண்டியிருக்கிறது. நீங்கள் கேட்கலாம். ஏன் பெரிய பத்திரிகைகளில் எழுதாமலே இருந்து விடலாமே என்று. அது defeatism. என் குறிக்கோள், அந்தப் பத்து சதவிகிதத்தை அதிகமாக்குவது. அதற்காக இந்தக் கத்தி நடப்புச் செய்ய வேண்டியிருக்கிறது.

படிகள் இன்னொரு முக்கிய விஷயம். நீங்கள் நாவல்களைத் தொடங்கும் போது அவைகளை மிக அற்புதமாகத் தொடங்குகிறீர்கள். உதாரணமாக 'கரையெல்லாம் செண்பகப் பூ' 'காயத்ரி' etc. என்ன அற்புதமான style. 'ஏதோ செல்லக் குழந்தை மாதிரி சிரிக்கிறார். சிரிப்பிலேயே ஒரு சின்ன மரியாதை. மமதை ஆரோக்கியமான ஈறுகள் பற்கள் முந்தாநாள் தான் பிறந்தது போல இருக்கிறார் ரத்னா, ஓ மை டியர் ரத்னா! எனக்கு என்ன என்னவோ கதம்பமாக உணர்ச்சிகள்.' உதாரணத்திற்கு, காயத்ரி முடியும் போது எவ்வளவு சப்பையாகப் போய்விடுகிறது. நடையும் ஓய்ந்து போகிறது. கதையும் வெறும் மர்மக் கதையாகத் தேய்கிறது. 'கரையெல்லாம் செண்பகப் பூ'வும் அப்படித்தான். சிறுபத்திரிகை எழுத்தாளர் சிலர் இத்தகைய தொனியை இறுதி வரை மர்மமாகவும் மாற்றாமல் எடுத்துச் சொல்கிறார்களே, உங்களால் அது முடியாது என்று நாங்கள் நம்பத் தயாராயில்லை.

சுஜாதா முடியும். தொடர்கதை என்பதை முழுநாவலாக அப்படியே எழுதிக் கொடுத்தால் முடியும். ஆனால், வாரா வாரம் எழுதுவதனால், இந்த வகை

விபத்துக்கள் ஏற்படுகின்றன. 'காயத்ரி' எழுதும் போது அதன் ஆரம்ப கட்டத்தில் அதற்கு மிக மிகக் கடுமையான எதிர்ப்புக் கடிதங்கள் வந்து, சாவி எனக்கு மிகக் கோபத்துடன் கடிதம் எழுதியிருந்தார். ஏறக்குறைய நிறுத்திவிடுகிற அளவுக்கு With a vengence I changed it. கிடைத்தது ஒரு வெற்றிக் கதை! வெற்றித் திரைப்படம்!

'கரையெல்லாம் செண்பகப் பூ'வில் அந்த உபாதைகள் இல்லை. அதில் என் குறிக்கோள் கிராமச் சூழ்நிலை யில் ஒரு த்ரில்லர் எழுதுவது, அவ்வளவே. அதைத் திருப்திகரமாகவே நிறைவேற்றியிருக்கிறேன். இந்தக் கதையைப் படித்ததும் என்னை நூற்றுக்கணக் கானவர்கள் 'அந்தப் பாட்டுப் புத்தகம் எங்கே சார் கிடைக்கும்?' என்று கேட்டார்கள். நாட்டுப்பாடல் வரிகள் என் சராசரி வாசகனைப் பாதித்துவிட்டன, அது போதாதா?

படிகள்	'காயத்ரி'க்கு வந்த எதிர்ப்பைக் கொஞ்சம் விரிவாகச் சொல்லுங்கள்.
சுஜாதா	காயத்ரி நாவலே வேறே. அதன் theme முழுமையாக கடைசியில் நான் மாற்ற வேண்டியிருந்தது. அதாவது பத்திரிகையாசிரியர் நிர்ப்பந்தத்தாலே. அதனுடைய original theme a house closing in on a woman என்பது. எல்லோரும் நல்லவங்களாக இருக்கிறார்கள். அவளுக்குச் சந்தோஷமாகவும் இருக்கிறது. ஆனாலும் ஏதோ ஒண்ணு அந்த வீட்டில் அவளுக்குக் கண்டுபிடிக்க முடியாத துன்பம் தருது. It is a subtle theme. கடைசி வரை இப்படித்தான் எழுதி முடிக்க நினைத்தேன்.
படிகள்	A.R.Desai என்பவர் ஒரு Marxist Sociology Professor. பெண்கள் suicide அதிகம் இருப்பதற்கு இப்படி ஓர் sociological reason இருப்பதை விளக்குகிறார். வீட்டுக்குள்ளே ஒரு Pressure இருக்கிறது.
சுஜாதா	ஆம். அதுதான். ஆனால், வயசுப் பொண்ணு படிக் கிறது. இப்படி எழுதக்கூடாது உங்களுக்குக் கொடுத்த

சுதந்திரத்தை இப்படிப் பயன்படுத்தக் கூடாது. வெறும் ஆபாசமா எழுதறீங்க என்றெல்லாம் சாவி கடிதம் எழுதினார். இந்த சூழல்லே you cannot a good story. எனக்குத் தாங்க முடியாத ஆத்திரம். அந்த காயத்ரியின் Pain பற்றி எழுதியதிலிருந்து எவ்வளவு யதார்த்தமா வந்திருந்தது. அதுதான் இவர்களுக்குத் தாங்கலே. பிறகு Blue Film சமாசாரமா மாற்றினேன். With a vengence என்ன இவன்களுக்கு எழுத வேண்டி வந்ததுன்னு சாவி stop பண்ணும் அளவுக்கு வந்தார்னா பாருங்களேன். இப்படிச் சொன்ன பிறகு உடனே ஓர் மசாலாக் கதை எழுதினேன், வாஸ்தவம் தான். வேற ஒண்ணும் செய்ய முடியாது. இதெல்லாம் பெரும் பத்திரிகையிலே எழுதுவதில் உள்ள விபத்துகள்.

படிகள் : 'கரையெல்லாம் செண்பகப் பூ'...?

சுஜாதா : அக்கதையிலே எந்த விபத்தும் ஏற்படல. என் குறிக்கோள் ஒரு thriller எழுதுவதே. அதாவது நான் நாட்டுப் பாடலைப் பிரபலப்படுத்தினேன் என்பது தான் அதில் முக்கியம். பலருக்கு அப்பாடல்கள் மேல் ஒரு ஈடுபாடு வந்திருக்கிறது, அவ்வளவுதான் அந்தக் கதை.

படிகள் : கன்னடப் படமான, சந்திரசேகர கம்பாரின் 'காடு குதிரே' படத்தில் பாருங்கள். முழுமையாக Folk theme வருகிறது. அதுமாதிரி, கரையெல்லாம் செண்பகப்பூ'வையும் மாற்றலாமே.

சுஜாதா : But அப்படிக் கதை எழுதினால் எத்தனை பேரு ரசிப்பாங்க. அதனால்தான் இப்படித் தமிழில் இவ்வளவு தான் செய்ய முடியும்.

படிகள் : அதாவது நாங்கள் சொல்வது கதை தொடங்கும் போது ஓர் Folk கதை என்கிற பாணி தென்படுகிறது. ஆனால், போகப் போகச் சரியில்லை. இந்த மாதிரி பண்ணாமல் கொலை சம்பவத்தில் பேய் அடித்திருக்கும் என்று ஒரு Folk Theme ஐ இணைப்பது போல் கதை முழுமையை Folk ஆகப் பண்ணி, நவீன Folk கதையாகச் செய்திருக்கலாமே!

சுஜாதா	செய்யலாம். என் குறிக்கோள் 'கரையெல்லாம் செண்பகப்பூ'வில் அதுவல்ல.
படிகள்	சமீபகாலமாக, எல்லோரும் Folk Theme tune இப்படி பயன்படுத்தி வியாபார முறையை லாபகரமாக மாற்றத் தொடங்கியுள்ளனர். இது வியாபார உத்தியில் ஓர் முக்கிய கட்டமாகும். அது தமிழிலும் இளையராஜாவின் இசையாலும் 'பதினாறு வயதினிலே' போன்ற சினிமாக்களில் கிராமிய காட்சிகளும் வருகின்றன. அதன் ஒரு பகுதியாக நீங்கள் கிராமியப் பாடலைக் கதையில் புகுத்துவதையும் பார்க்கிறோம்.
சுஜாதா	Folklore directly reaches the heart, no doubt. அந்தத் தன்மை அப்பாடல்களுக்கு நிச்சயமாக உண்டு. அதனால் தான் இளையராஜா எல்லாம் கொஞ்சம் western music-ம் சேர்த்துக் கொடுத்தும் வெற்றி கிடைக்கிறது. நான் என் கதையில் indirect ஆகத்தான் use பண்றேன். நான் அதை popularity-க்காக use பண்ணலே; authenticity-க்காகத்தான் பயன்படுத்தினேன்.
படிகள்	நீங்க முழுமையாக Folklore-ல் இருக்கும் 'த்ரில்'லைப் பயன்படுத்தியே முழுமையாக இன்னொரு கதை எழுதலாமே.
சுஜாதா	ஆமா, எழுதலாம். ஆனா அது நீங்க படிகளில் தான் போட முடியும் என்பதையும் சொல்லிவிடுகிறேன்.
படிகள்	மொத்தத்தில் தனிமை விமரிசனத்திலும் எழிலமுதன் கதையில் ஒரு கதைகள் உண்டு. முதல் பகுதியை ரசிக்கிறேன் என்றும் பிற்பகுதி விதி என்கிற கொள்கையைச் சொல்வதால் மறுப்பதாயும் சொல்லுவது - மற்றும் கதைகளிலும் ஓர் மெல்லிய Humanism உங்களிடம் இருக்கிறது. 'செல்வம்' கதையில் ஏழைகள் நேர்மையானவர்கள் என்கிறீர்கள். 'நகரம்' கதையில் எவ்வளவு உரக்க மனிதாபிமானத்தைக் கொண்டுள்ளீர்கள் என்பது தெரிகிறது. இம்மனிதாபிமானம் உங்கள் சிந்தனையின் உள் பார்வையின்

	ஆழ்ந்த அறிதலின் Expression-ஆ அல்லது மரபான இந்திய மனங்களின் ஆழத்தில் அனுபவிக்காத பழகிப் போன பேச்சின், எழுத்தின் வெறும் பிரதிபலிப்பா?
சுஜாதா	தீவிரமான மனிதாபிமானம் இல்லாமல் ஒருவரும் எழுதவே முடியாது என்று நம்புகிறேன்.
படிகள்	Facist-கள் எழுதியிருக்கிறார்களே.
சுஜாதா	ஆமா. உதாரணமாக ஓரளவு Facist என்கிற ஜான் பௌல்ஸின் dette writings எல்லாம் ஒரு Humanism-த்துடன் தான் எழுதப்பட்டிருக்கிறது என்று நினைக்கிறேன்.
படிகள்	பெரும்பாலும் நீங்கள் நேரடியாய் கதை சொல்கிறீர்கள் - தன்மை, ஒருமையில் வாசகனை அழைக்கிறீர்கள். அழைத்து அழைத்துக் கதை சொல்கிறீர்கள். 'இது ஓர் நேரப்போக்கு விவகாரம்; உன்னைக் கொஞ்ச நேரம் மயக்க உலகில் நான் வைத்து இன்பம் தருகிறேன்' என்கிறீர்கள். ஞானக்கூத்தன் சொல்வது போல் 'வேலை எனும் பூதம்' என்ற ஆழமான உணர்வு மனிதனுக்கு ஏற்படும்போது மனிதன் தன் வாழ்வு மீதே வெறுப்புக் கொண்டு, தேடல்களில் ஈடுபட்டு, அதன் காரணங்களைக் காணத் தொடங்குவான்; அபினிகளான நேரப் போக்குகளில் தன்னை மறக்கடிக்க மாட்டான். நேரப்போக்கு இலக்கியம் என்பதே மனிதனை de-humanise பண்ணுவதுதான். அந்நியமாகிப் போவது. இந்த வகையில் நேரப்போக்கு சினிமா என்பவை அர்த்தமற்ற, ஆன்மா கழிந்த வாழ்வை அப்படியே ஏற்றுக்கொள்வதாகச் செய்கிறது. இந்த இடத்தில்தான் வியாபாரிகள் கும்மாளம் அடிப்பது. இந்த அந்நியமாகும் மனிதன் வாழும் உலகை நீங்கள் அரை மயக்க உலகம் (பாரதி ராஜ்யம் - முன்னுரை) சொல்கிறீர்கள். இந்த அரை மயக்க உலகை நீங்கள் சிருஷ்டிப்பதை எப்படிச் சரி என்று சொல்கிறீர்கள்.
சுஜாதா	எனக்கென்னவோ எழுத்து என்பது சிறுகதை, நாவல்களுடன் முடிவதில்லை என்று பல தடவை

தோன்றுகிறது. என்னதான் சிறுகதைகள் யதார்த்த மாகவும், நுணுக்கமாகவும் இருந்தாலும் சில வருஷங்கள், சில தினங்கள், சில மணி நேரங்கள், நடந்ததை சில பக்கங்களில் தரும்போதே அந்தக் குறைப்பிலேயே ஒரு செயற்கைத்தனமும் ஒரு Subjectivity-யும் வந்துவிடுகிறது. இந்தக் கதை கேட்கும் ஆர்வத்தைக் கற்காலம் வரை கொண்டு செல்லலாம். குகைகளில், இரவுகளில், நெருப்பின் நிழலில் மனிதன் இருட்டையும் பயத்தையும் மறக்கச் சொல்லிக் கொண்டே அந்த நாட்களி லிருந்து இந்த நாட்கள் வரை, கதை என்பதே ஒரு விதமான Make believe-தான். கதைக்கு அப்பாலும் நிறைய இலக்கியம் இருக்கிறது.

படிகள் யதார்த்தமாக எழுதவது என்பது in absolute terms-ல முடியாது என்கிறீர்கள்.

சுஜாதா ஆமா! முடியவே முடியாது. யதார்த்தமா அப்படி எழுதவேணும் என்றால் ஜேம்ஸ் ஜாய்ஸ், யுலிசஸில் எழுதுவது போல் stream of consciousness மாதிரி எழுதவேண்டும். அவன் சவரம் பண்ணுவதை 30 பக்கங்கள் எழுதுவான், அவ்வளவு பக்கங்கள் அளவு சமாசாரங்களை நினைத்துக்கொண்டே இருப்பான். அதுதான் realism whenever we approximate it becomes unreal. சத்யஜித்ரே ஃபிலிம்ஸ்கூட இசை யில்லாமல் படம் இல்லை - என்னதான் அவர் realism என்றாலும் you have to compromise at various levels.

படிகள் அதாவது realism என்று சொல்லும்போது அந்தளவு போட்டோ பிடிப்பது மாதிரி நிஜத்தைச் சொல்வது கிடையாது. rootless, இன்றைய சமூகச் சூழலுடன் எந்த அளவிலும் பொருந்தாத தமிழ் சினிமா மாதிரி யான கற்பனையைத்தான் unreal என்று சொல்ல வேண்டும். எனவே யதார்த்தம் என்பது நேரடியான reporting-ஐக் குறிப்பிடாது.

சுஜாதா ஆமா, அது சரிதான். ஆனால் நான் சொல்வது The moment anything is reported or written, truth suffers. இது ரொம்ப fundemental ஆனது. அதாவது

report பண்ணும் போது selection தவிர்க்கவியலாதது ஆகிறது. நீங்க select பண்ணின உடனேயே அது அந்த தனிநபரின் Personality ஐத்தான் பிரதி பலிக்கும். நீங்க ஓர் மயக்க உலகைச் சிருஷ்டிக்கிறீர்கள் என்கிறீங்க. சரி, அரை மயக்க உலகைத்தான் நான் சிருஷ்டிக்கிறேன். அதில் எவ்வளவு உண்மை யிருக்கிறது. எவ்வளவு கற்பனை இருக்கிறது என்பது அந்தந்த நபரைப் பொறுத்தது. எனவே, நேரடியாக பிரதிபலிப்பது போல் எழுதுதல் முடியாது. அது Photography-ல் தான் சாத்தியம்.

படிகள்   Realism என்கிறதாக ஓர் இலக்கிய இயக்கம் இருக்கிறதே.

சுஜாதா   அதாவது வண்ணதாசன் எழுதும்போது ஒருவன் நடக்கிறதைப் பற்றி அப்படி விவரமாக எழுதுவார். அவ்வளவு யதார்த்த விவரங்கள், அசைவுகள், கல் மண் பற்றி எல்லாம் நுணுக்கமாக எழுதினாலும் எதை எதை எழுதுகிறாரோ, அவர், அது அவரோட Selection: Personalits-ன் ஒரு வெளிப்பாடு. அவ்வளவுதான். Subjectivity வந்துடுது, எழுத்து என்ற உடனேயே அவன் பார்வை வந்துடுது.

படிகள்   ரொம்ப personal-ஆக, subjective-ஆகப் போவதை விட, objective-ஆக, பொதுமைப்பட்டதாக எழுத்தை உருவாக்கலாமே.

சுஜாதா   ஆமா, ஆனா எனக்கு அது முடியுமா என்பதைப் பொறுத்தது. ஆனால் என் அனுபவங்களைத் தான் நான் எழுதமுடியும். நான் பார்க்காததை எப்படி எழுத முடியும்?

படிகள்   முழு கற்பனையாக எழுத முடியாதா?

சுஜாதா   முடியவே முடியாது. பார்த்ததும் கற்பனையும் சேர்த்துத்தான் எழுத முடியும். முழுக்க கற்பனையே இல்லாமல் எழுதப்பட்டது டெலிபோன் டைரக்டரி ஒண்ணுதான்.

படிகள்   சிறு பத்திரிகைகள் கூட 'வெறும் இலக்கியம்' என்று கூறியே இன்றைய தமிழகத்தைப் பீடித்துள்ள

நோயை அகற்றமுடியும் என்று நினைக்கின்றன. நாங்கள் இலக்கியமும், சமூக நோய்களும், அரசியலும் கூட ஓர் பொதுவான - முழுமையான - எல்லா அறிவுத் துறைகளின் மொத்த விழிப்புணர்வால்தான் மாற்றம் பெறும், முன்னேறும் என்று நம்புகிறோம். தாங்கள்?

சுஜாதா உண்மைதான், விழிப்புணர்வுக்கு முன்னால் சில காரியங்கள் செய்ய வேண்டியிருக்கிறது. அந்த வகை சாஸ்திரங்களையெல்லாம் புரியும்படி நம் மொழியில் சொல்ல வேண்டிய கடமை ஒன்று நமக்கெல்லாம் இருக்கிறதல்லவா?

படிகள் எளிமையாக எழுதுவது கடினமாக இருக்கிறது.

சுஜாதா ஆமா. The tradition of thinking is English கடினமாகத்தான் இன்றைக்கு இருக்கிறது. ஆனாலும் எளிமையாக எழுதித்தான் ஆகணும். Sociologyஐ நான் ஆங்கிலத்தில் படித்துவிட முடியும். நீங்க எனக்காக எழுதக்கூடாது. ஒன்றுமே புரியாத, தமிழ் மட்டும் படிக்கத் தெரிந்தவனுக்குத்தான் எழுதணும். அவனை மனதில் வைத்து எழுதினால் சரியாக வந்துவிடும். அதை முதலில் நீங்கள் செய்யணும்.

படிகள் சிறு பத்திரிகை இயக்கத்திலுள்ள சிலர் பெரும் பத்திரிகைகளைத் தாக்கிக் கொண்டே, வாய்ப்புக் கிடைத்ததும் ஓர் கதை எழுதி விடுகிறார்கள். இது தனி மனித பலவீனமா? முதலாளித்துவ அமைப்பு உருவாக்கும் கொடுமையா?

சுஜாதா தனி மனித இயல்பு என்று சொல்லுவேன். அதை பலவீனம் என்று சொல்லுகையில் you are passing judgement. அப்படி அவர்கள் எழுதுவதில் தப்பு ஏதும் இருப்பதாக எனக்குப் படவில்லை. போலித்தனம் இல்லாமல் இருந்தால் சரி.

படிகள் எப்படி பலவீனம் அல்ல என்கிறீர்கள்?

சுஜாதா அதாவது பெரும் பத்திரிகையில் கதை வர வேண்டும் என்று யாவரும் விரும்புவர். அது இயல்பு. நான் அப்படித்தான் சொல்வேன்.

படிகள்	ஆனால், ஒருவன் பெரும் பத்திரிகையைத் தாக்கிக் கொண்டேயிருக்கிறான். தன் கதையையும் அங்கு அனுப்பி அதற்கு ஓர் இடம் கிடைத்தவுடன் மகிழ்ந்து போகிறான்.
சுஜாதா	இது சரியில்லை. அவனுடைய dishonesty தான் இது. அவன் செய்வது தவறான செயல். அதே நேரத்தில் பெரும் பத்திரிகை இப்படிப் போகிறதே என்று கவலைப்படுகிறான். அதில் நடக்கிறவை களை observe பண்ணுவது சரியானது. They have a right. அதற்கு மாறாக பெரும் பத்திரிகையில் வருவது எல்லாம் குப்பை, சிறு பத்திரிகையில் தான் இலக்கியம் வருகிறது என்று சொல்ல முடியாது.
படிகள்	இந்த மாதிரி பெரும் பத்திரிகையைத் தாக்கிக் கொண்டிருப்பவன் dishonestஆகப்போவது அவனுடைய தனி மனிதச் செயலா? அந்த dishonestyஐ அவனிடம் ஏற்படுத்துவது ஒரு வியாபாரச் சூழலின் விதிகளை ஒத்துத்தான் ஆக வேண்டும் என்கிற External forceஆ? நாங்கள் இந்த தனி நபர்களின் - முதலாளிகளின் வியாபாரப் போட்டி மனப்பான்மையும், இலக்கியப் பொருளாக (commodity) மாறும் உறவுகளின் விதியும் தான் அந்த நபரின் dishonesty-ஐ ஏற்படுத்துகிறது என்று நினைக்கிறோம்.
சுஜாதா	மீண்டும் முதலிலேயே பார்த்த விஷயத்திற்கு வருகிறோம். பல காரணங்கள் சமூக, பொருளாதாரக் காரணங்கள், ஒரு uncertainty. தன் எதிர்காலம் பற்றிய பயம்; tradition மத்யதர வர்க்க குணம் இதெல்லாம் காரணம். அவங்களுக்கு இது வியாபாரம்தான். என்ன மாதிரி எழுத்து போகும் என்பதற்கு வியாபாரிகள் மட்டும் காரணம் அல்ல. வேறு சக்திகளும் இருக்கின்றன.
படிகள்	அதாவது ஒரு காலகட்டத்தில் நீங்கள் ஒரு விதமான எழுத்தை - புதுமையாக - அதாவது அதுவரை இல்லாதமாதிரி - அறிமுகப்படுத்துகிறீர்கள். பால சந்தர் படத்தில் அதுவரை பின்பற்றப்பட்ட ஃபார்முலா மாறுகிறது. கதை மாறுகிறது, பிறகு

இந்த மொத்த கலாசாரப் பார்வையே மாறுகிறது. இது ஒரு மொத்த phenomenon சமூகச் செயல், இது ஒரு தனி மனிதனின் கெட்ட காரணத்தாலோ, நல்ல காரணத்தாலோ நடந்தது அல்ல என்று தான் தோன்று கிறது. இது சுமார் பத்து வருஷத்திய ஒரு கலாசார சரித்திரம். எனவே இந்த அமைப்பிலேயே உள்ள ஒன்றாகத்தான் இதைப் பார்க்க வேண்டும். இல்லையா?

சுஜாதா மொத்த சமூக வாழ்வோடேயே சம்பந்தப்பட்டது தான். மொத்த life-ன் decadence தான், இது General change.

படிகள் ஓரளவு இது better தான். சிவாஜிக்குப் பதில் புதியவர்கள் வருவது, ஆனால் நல்ல trend-ம் அல்ல. Not much of a progress.

சுஜாதா ஒத்துக் கொள்கிறேன். Not much of a progress.

படிகள் அதாவது படம் போடுவது வரை இந்த trend வருகிறது. மணியன் கதை பழைய பாணியிலிருந்து புதிய மசாலா கதைக்குத் தாவுகிற போக்கு, ஜெயராஜ் படம் இதெல்லாம் மொத்த சமூக அமைப்பிலேயே உள்ள குணங்களாகத்தான் தெரிகிறது.

சுஜாதா ஆமா, புடவை எவ்வளவு விலகுவது என்பது தான் அவங்களுடைய படங்களின் அளவுகோல். கதையும் எல்லாம் நீங்க சொன்னது போலத்தான். இதன் காரணம், மேற்கத்திய நாகரிகங்கள் நம்மிடம் செலுத்தும் பாதிப்பாகக் கூட இருக்கலாம். ரொம்ப அலுப்புத் தரும் அளவுக்கு Sex- க்கு முக்கியத்துவம் west-ல் கொடுக்க ஆரம்பிச்சிருக்கான். அதும் நம்மைப் பாதிக்காமல் விடாது. பிறகு முதலிலேயே நான் சொன்ன அந்த uncertainty.

படிகள் மு.வ.வினுடைய நாவல்களையும் இன்றைக்கு வரக்கூடிய adultery-யைப் பற்றிய எழுத்தையும் நீங்கள் ஒப்பிட்டுப் பார்க்கும்போது, ஒரு பெரிய மாற்றம் இந்த content-ல் ஏற்பட்டிருப்பது தெரி கிறது. இப்படி ஒரு 20 வருஷ காலகட்டத்துக்குள்

அந்த எழுத்தின் குணம் எப்படி மாறுவது? இன்று மு.வ.வுக்குப் பழைய வரவேற்பு இல்லை. இன்று எங்களுக்கு அல்லது புஷ்பா தங்கதுரைக்குத்தான் வாசகர் கூட்டம் ஜாஸ்தி. இப்படி ஜனங்கள் கூட்டம் கூட்டமாக ரசனையை மாற்றிக் கொள்வது சாதாரண விஷயம் அல்ல. ஒரு தனிமனிதன் சம்பந்தப்பட்ட காரியம் அல்ல, ஒரு Social Phenomenon.

சுஜாதா ஆமா, இது ரொம்ப interesting ஆன observation. இது போல் நீங்கள், கொஞ்சம் கட்டுரைகளைப் படிகளில் போடுங்கள். Just observation. எந்த முடிவும் வேண்டாம். என்ன காரணம் என்ற கேள்வியே வேண்டாம். Just observe போதும், இந்த மாதிரி content analysis தமிழில் இல்லை, இது நிறைய உண்மைகளைச் சொல்லும் கதையின் தரம் என்ன என்று பார்வையே வேண்டாம். அது வேறு. இந்த மாதிரியான பார்வைதான் இன்றைக்கு அதிகம் வேண்டும்.

படிகள் நாங்கள் அல்லது இன்னொருவர். உங்களின் இலக்கியத்தனமான படைப்புகளைத் தொகுத்துத் தர விரும்புகிறோம் என்று வைத்துக்கொள்வோம். அப்போது உங்கள் எழுத்துக்களில் எவற்றை எல்லாம் கொடுப்பீர்கள். ஓர் பட்டியல் தாருங்களேன்.

சுஜாதா பட்டியலில் சிறுகதைகள் இருக்கும். சில கட்டுரைகள் இருக்கும் தனிமை கொண்டு (தனிப் புத்தகம்), ஜன்னல் (கசடதபற), காணிக்கை (கல்கி), செல்வம் (கலைமகள்), முரண் (சுதேசமித்திரன்) நகரம் (தினமணிகதிர்), அகப்பட்டுக் கொள்ளாத வரை திருடவில்லை (குமுதம்), வீடு (தினமணிகதிர்) எதிர்வீடு (கணையாழி), ஒரே ஒரு மாலை (ஆனந்த விகடன்), பார்வை (தினமணிகதிர்) இவைகளை என் முதல் கதைத் தொகுப்பாகவும், Assorted prose என்று உரைநடைப் பகுதிகள் எனப் பல நூல்களிலிருந்தும் பல கடைசிப் பக்கங்களிலிருந்தும் எடுத்து மற்றொரு புத்தகமாகவும் வெளியிடலாம். இலக்கியதரம் என்கிற பாகுபாட்டை விட Representative of my writing என்கிற பாகுபாட்டில் தான் வெளியிடுவேன்.

படிகள்	நீங்கள் வண்ணநிலவனையும், சுந்தர ராமசாமியையும், வண்ணதாசனையும் எந்த அடிப்படையில் ரசிக்கிறீர்கள்? இதுபோல் புதிய எழுத்தாளர்களில் யார் யாரைப் படித்து ரசித்துள்ளீர்கள்? ஏன் அகிலன், நா.பா, சாண்டில்யன், சிவசங்கரி போன்ற ஃபார்முலா எழுத்தாளர்களை உங்களால் ரசிக்க முடியவில்லை? இது உங்கள் தனிமனித குணாம்சத்தின் உயர்வு என்று நினைக்கிறீர்களா? உங்கள் ரசனை முறையின் பிரத்யேகத் தன்மை என்று நினைக்கிறீர்களா? அல்லது அவர்களிடம் reality இருக்கிறதென்கிறீர்களா? அல்லது ஓர் vision அவர்களுக்கே உண்டு என்று நம்புகிறீர்களா? Or do you think good writing is an exercise in style?
சுஜாதா	புதிய எழுத்தாளர்களில் மிகப் பலரை நான் ரசிக்கிறேன். ஃபார்முலா எழுத்தாளர்களின் ஃபார்முலா ரகசியத்தை மிகவும் தெரிந்தவன் என்கிற ரீதியில் என்னால் அவர்களை ரசிக்க முடிவதில்லை, செயற்கைத் தனமான எழுத்தை என்னால் மிகச் சுலபமாகக் கண்டுபிடித்துவிட முடிகிறது. இதே காரணத்தால்தான் என்னால் வண்ண நிலவன், சுந்தர ராமசாமி, அசோக மித்திரன் போன்றவர்களை ரசிக்க அவர்கள் எழுத்தில் இருக்கும் sincerityயினால் என்றுகூடச் சொல்லலாம். Good writing is also an exercise in style.
படிகள்	அசோகமித்திரனின் எந்த கதைகளை ரொம்ப ரசிக்கிறீர்கள்?
சுஜாதா	உதாரணமாக 'வழி' ஒரு கதை. இன்னொன்று, புலிக்கலைஞன், எலி விமோசனம், நிறையக் கதைகள்.
படிகள்	தனிமைத் தொகுப்பின் முன்னுரையில் வெளிப்படையாக message-ஐச் சொல்லுபவை நல்ல கதையாக மாற முடியாது என்கிறீர்கள். உங்கள் 'காயத்ரி' தொகுப்பில் உள்ள கரை கண்ட ராமன், செல்வம் போன்ற கதைகளும் மிக வெளிப்படையாக message-ஐச் சொல்கின்றனவே, அப்படி message-ஐச் சொல்லும் அக்கதைகள் வெறும் பத்திரிகைகளின்

தர்மமான யாரும் பின்பற்றாத ஒழுக்க உபதேசம் என்ற பொய்யான வியாபார தந்திரம்தானா? (மதசம்பந்தமான கட்டுரையையும், ஜெயராஜ் மார்பு காட்டும் ஓவியத்தையும் இணைத்துப் போடுவது போல) அல்லது message சொல்லுதலுக்கு எதிரான எண்ண முள்ள தாங்கள் அக்கதைகளை அப்படி அமைக்கும் நிர்பந்தம் என்ன?

சுஜாதா message கூடாது என்று நான் சொல்லவில்லை. Finger pointing கூடாது என்று சொல்லுகிறேன், message implied-ஆக அமுக்கலாய் இருக்க வேண்டும். செல்வம் கதையில் நிச்சயம் Message is implied. கரை கண்ட ராமன், ஒரு ஆரம்ப எழுத்தாளனுக்குப் பாடமாகக் கூடிய நல்ல கட்டிட அமைப்புக்கொண்ட கதை. அதில் கொஞ்சம் message loud ஆக இருப்பதால், இலக்கியத்தரத்தில் அது சற்றுத் தாழ்ந்துதான் இருக்கிறது. இருந்தாலும் அந்தக் கதை வெளிவந்த போது மிகுந்த பாராட்டைப் பெற்றது.

படிகள் தனிமைத்தொகுப்பின் முன்னுரையில் இது வரை தமிழ் விமர்சனத்தில் (சிறுகதை) யாரும் முன் வைக்காத ஓர் ஆய்வுமுறையை முன்வைக்கிறீர்கள். அதாவது சிறுகதை என்பதை ஓர் முரண்பாட்டைச் சித்திரிக்கும் உரைநடை இலக்கியம் என்கிறீர்கள். மேலே சென்று, தனிமைத் தொகுப்பின் சுமார் 12 கதைகளை அலசி உங்கள் அணுகல் முறையை விஞ்ஞான ரீதியாய் விளக்க உங்களுக்குத் தெரிகிறது. முரண்பாடு என்பதை ஒரு theory ஆக வைக்கிறீர்கள். இக்கோட்பாட்டைப் பயன்படுத்தி, இதுவரை நீங்கள் எழுதியவைகளில் எத்தனை கதைகளை நல்ல கதைகள் என்று சொல்ல முடியும் என்று நினைக்கிறீர்கள்?

சுஜாதா என் எல்லா கதைகளிலும் உன்னிப்பாகப் பார்த்தால் அந்த முரண்பாட்டை அடையாளம் கண்டு கொள்ளலாம். அந்தக் கோட்பாடு ஒரு பொதுவான விஷயம். எல்லாக் கதைகளுக்குமே குரும்பூர் குப்புசாமி உட்படப் பொருந்தும். முரண்பாடு சரியாக, உண்மையானதாக பிரசாரமில்லாமல் செயல்பட்டிருக்கிறதா

என்பதுதான் முக்கியம். நல்ல கதைகளில் அந்த முரண்பாடு மிகவும் பொதிந்து மறைந்திருக்கும்.

படிகள் தமிழ் எழுத்தாளர்களில் நாவல், சிறுகதை, கவிதை, நாடகம், விமர்சனம், ஆய்வு போன்றவற்றில் உங்களைக் கவர்ந்தவர்களைக் கூறி அதற்கான காரணத்தையும் சொல்லுங்கள்.

சுஜாதா நாவலில் ஜி. நாகராஜனின் 'நாளை மற்றுமொரு நாளே', நீல பத்மநாபனின் 'தலைமுறைகள்' சுந்தர ராமசாமியின் 'புளிய மரத்தின் கதை' - ஜானகி ராமனின் 'மோக முள்' எல்லாம் நாவல்கள். நான் எழுதும் 'கரையெல்லாம் செண்பகப்பூ' என்பது தொடர்கதை. தொடர்கதை வேறு. நாவல் வேறு. நாவல் சிலதுதான் எப்போதோ தமிழில் வருது.

சிறுகதை நிறைய பேர் கதை எழுதுகிறார்கள். பூமணி, வண்ணதாசன், வண்ணநிலவன், அசோகமித்திரன், ராஜநாராயணன், புதுமைப்பித்தன், அழகிரிசாமி, கு.ப.ரா., லா.ச.ரா. சுமார் 50,60 பேர் வருவாங்க. இப்படி எல்லாருடைய நல்ல கதைகளையும் தொகுத்துப் போடலாம். அப்படிப் போட்டால் என்னுடையது ஒண்ணு தேறும்.

நாடகம் இந்திரா பார்த்தசாரதியின் 'மழை நல்லா வந்திருக்கு' என்று நினைக்கிறேன். முத்துசாமியினுடையது நாற்காலிக்காரர், ஒரு allegory. அவ்வளவு தான். சம்பந்த முதலியாருடையதை நாம் revive பண்ணலாம். தமிழில் நாடகம் பொழுதுபோக்கு தான். Theatre ஆக வரவில்லை.

கவிதை பசுவய்யா என்ற பெயரில் சுந்தர ராமசாமி எழுதுவது நல்லா வந்திருக்கிறது. ஞானக்கூத்தன் பரவா யில்லை. உதிரியாக எழுதுபவர்கள் கே.பி. நீலமணி, முக்கியம் 2,3 வரிகளில் எழுதுபவரில் பலரை ரசித்திருக்கிறேன். நிறைய பேரைச் சொல்லலாம். பெயர் சட்டென்று வரமாட்டேனென்கிறது.

விமர்சனம் விமர்சனத்தில் யார் இருக்கிறார்கள்? நிறையப் பேர் எழுதுகிறார்கள். Deep-ஆக யார் எழுதுகிறார்கள்

Objective-ஆக எழுதுபவர்கள் இருப்பதாகத் தெரியலே. சிலர் எழுதுவதில் அவர்களுடைய சொந்த கோபங்களெல்லாம் நிறைய வந்துடுது.

ஆய்வு மதுரை யுனிவர்சிட்டி topics நல்லா இருக்கு. அண்ணாமலையில் மொழியியல் ஓரளவு பரவாயில்லை. But பொதுவா பழைய ஆட்கள் தான் நல்லா ஆய்வு செய்திருக்கிறார்கள். வையாபுரிப் பிள்ளை எல்லாம். present day ஆய்வு linguistics தான் வளர்ந்திருக்கிறது. மலேசியா, சிலோனில் கூட புதுப்புது தலைப்பு எடுத்திருக்கிறார்கள். அவ்வளவுதான்.

படிகள் 'ப்ரியா' கதையைச் சினிமாவாக எடுத்துக் கெடுத்திட்டார்கள் என்று நீங்க சமீபத்தில் ஒரு நாவலில் வருத்தபடறீங்க. அதே நேரத்தில் அவன் செய்தது சரிதான் - அப்படியும் நினைக்கிறீங்க.

சுஜாதா அவன் சொல்வதில் உண்மையிருக்குது. அவன் audience வேறு. ஆனா நீங்க ஏன் கதையைக் கொடுக்கிறீர்கள் என்று கேட்கலாம். அதில் நான் ஓர் பாடம் கத்துக்கிட்டேன். 'கரையெல்லாம் செண்பகப் பூ' screen play பாத்துக்கிட்டுதான் ஒத்துக்குவேன் என்று சொன்னேன். அந்த விஷயத்தில் பாடம் கத்துக்கிட்டேன்.

படிகள் முதலில் சிவப்பு இலக்கியம் எக்ஸிஸ்டென்ஷியலிஸ்டு இலக்கியம் என்று பாகுபாடு பண்ணினீர்களே. அதில் உங்கள் எழுத்து எந்தப் பக்கம் சார்ந்ததாக இருக்கிறது.

சுஜாதா எக்ஸிஸ்டென்ஷியலிஸ்டு இலக்கியம்தான். சில வேளை சிவப்பும் வருது. எனக்கு இந்தியாவில் அதாவது ஒரு poor country-யில் one should essentially become a leftist, finally. இது தவிர்க்கவே முடியாது. Spontaneously you have to evolve towards a leftist - a leftist line of thinking, வேறு வழியில்லை எவ்வளவு ஏழ்மை. நினைச்சே பார்க்க முடியாத அளவுக்கு இருக்கிறது. நாமெல்லாம் கவலையே இல்லாமல் இருக்கிறோம். எனக்கென்ன

தோணுதுன்னா கடைசியா ஒரு East European country போல அரசியலில்கூட நாம் மாறினால்தான் நம்ம பிரச்னைகளைத் தீர்க்க முடியும் என்பதுதான். We are too poor a nation எமர்ஜென்ஸியின்போது அப்படித் தெளிவா தெரிந்தது, நம் போன்ற ஓர் தேசத்திற்கு ஓர் rightist-அரசாங்கம் பொருந்தி வராது என்பதுதான் போகிற போக்கைப் பார்த்தால் தெரியுது. ஆனால் எப்போது அந்த leftist அரசாங்கம் வரும் என்பது a matter of time. அவ்வளவுதான். இலக்கியத்திலேயும் இடதுசாரி இலக்கியம்தான் வருது. ஆனா ரஷ்யாவில் நல்ல literature வர முடியலே. அமெரிக்காவில் sex வியாபாரம் இது தான், நல்ல இலக்கியம் போராடிக் கொண்டிருக்கிற African Latin American Countries-ல் தான் வருது என்கிறார்கள். போராட்டம் இருக்கிற இடத்தில் தான் இலக்கியமும் வர முடியும். வானம்பாடி இயக்கத்துக்காரர்களிடமும் இடதுசாரி இலக்கியம் நல்ல முறையில் வர ஆரம்பிச்சது. ஆனா இவங்க என்ன செய்யறாங்கன்னா பிரசாரத்தைக் கொஞ்சம் ஜாஸ்தியா பண்ணிர்றாங்க. அதையே literature-ஆ பண்ணலாம். Just observe and report it போதும். நகரம் என்கிற கதை ஒரு leftist story தான். அதில் observation அவ்வளவுதான் பண்றேன். But that affected people so much. அப்படிச் செய்யாமல் பிரசாரம் பண்ணினா அது இலக்கியம் ஆகற தில்லை. But I am not a communist. ஆனா ஒரு phenomenon-ஐ நான் observe பண்ணும் போது எனக்கு இப்படித்தான் சிந்தனைகள் கிடைக்கிறது. அதாவது we are evolving towards our own brand of communism என்பது நம் சமூகத்தையும் அதன் நடப்புகளையும் கூர்ந்து பார்க்கும்போது தெரியறது. நிச்சயமாக அப்படித்தான் வரும் என்று தெரியறது. ஏனென்றால் வறுமை அவ்வளவு தூரம் கொடுமை யான ஓர் பிரச்னையாக நமக்கு இருக்கு இன்னும்.

படிகள் இந்த மாதிரியான நுணுக்கமான observation-ஐ முன்வைக்கத் தெரிந்தவர் என்ற முறையிலும் அதே நேரத்தில் ஓர் எழுத்தாளர் என்ற வகையிலும் இந்த

விதமான வறுமையைக் கொண்ட நாட்டில் வாழும் முறையில், எழுத்தில் எப்படி இந்தச் சூழலில் react பண்ணுகிறீர்கள் நீங்கள்?

சுஜாதா நான் வேண்டுமென்றே எழுத முடியாது. spontaneous-ஆக எழுத வர வேண்டும். 'நகரம்' கதை ஏழ்மையைப் பற்றிய அத்தகைய படப்பிடிப்பு தான். முன் கூட்டித் திட்டம் போட்டுக் கஷ்டப்பட்டு எழுதுறதில்லை எழுத்து. எழுத்து உண்மையாகவும் இருக்காது. எழுதாமல் இருக்க முடியாது என்ற எண்ணத்தில் வந்ததால்தான் 'நகரம்' கதையாகத் தேறியது. என் பல எழுத்துக்களில் இந்த leftist சிந்தனைகளின் பாதிப்பு லேசா இருக்கு. இருக்க ணும். என் communist நண்பர்கள் எல்லாம் கண்டு பிடிக்கிறாங்க. குங்குமத்தில் வந்த சிறுவர்கள் பற்றிய என் கவிதை அந்த மாதிரியானது என்று பலர் கண்டு பிடிக்கிறார்கள். நான் கம்யூனிஸ்ட் இல்லாவிட்டா லும் என் கதைகளில் கம்யூனிசம் இருக்கு. நான் மார்க்ஸ் எங்கெல்ஸ் எல்லாம் படிச்சிருக்கிறேன். உலக நிகழ்ச்சிகள் எல்லாம் ஒரு Historical சைக்கிளாக வந்து கொண்டிருக்கிறதை மார்க்ஸ் காட்டுகிறார் என்று நினைக்கிறேன். அது நான் நம்புகிறேன். நிர்வாண நகரத்தில் இந்தச் சிந்தனைகளை - சிவப்புச் சிந்தனைகளைக் கொஞ்சம் காட்டுகிறேன். அது என்னிடம் இருக்கு. காரணம் என்னிடம் அந்த observation இருக்கிறது. அத விட்டுவிட்டு நான் எங்கே போய்விட முடியும்? எனவே என் எழுத்துக் களிலேயும் அது வருவது தவிர்க்க முடியாதது. ஆனால், அதற்காக ஓர் சிவப்புச் சிந்தனையுள்ள கதை எழுதணும்னு அமர்ந்து ரெடி பண்ணி எழுதறது கிடையாது. அது செயற்கையாக இருக்கும்.

விவாதங்கள்

சுஜாதாவைச் சந்தியுங்கள்

சிட்டிடேப்

எஸ்.ரங்கராஜன். இது பொதுவான இடப் பெயர். சுஜாதா. இது தமிழ் நாவல்களையும் பத்திரிகைகளையும் படித்து வருகின்ற வாசகர்களைக் கவரும் பெயர். இப்பெயரை, தொடர்ந்து பிரபலமாக விற்று வரும் தமிழ்த் தொடர் கதைகளிலும் நாவல்களிலும் காணலாம். இவர் எலெக்ட்ரானிக் இன்ஜினீயராக பி.சி.எல்லில் பணியாற்றி வருகிறார். இதுவரை இவர் 150 சிறுகதைகளையும் 30 நாவல்களையும் எழுதியிருக்கிறார். இவை, காதல், நகைச்சுவை, சஸ்பென்ஸ் ஆகியவற்றுடன் பல்வேறு துறைகளுடன் புகுந்து வந்துள்ளன.

கேள்வி நீங்கள் எவ்வளவு காலமாக எழுதி வருகிறீர்கள்?

பதில் நான் 1962 முதல் எழுதி வருகிறேன். சிறுகதையைத் தான் முதலில் எழுதினேன்.

கேள்வி உங்களிடம் இந்தத் திறமை இருப்பதை எவ்வாறு அறிந்து கொண்டீர்கள்?

பதில் ஒரு நண்பர் சிறுகதையொன்று எழுதியிருந்தார். அதனைத் திருத்தி இம்ப்ரூவ் செய்யும்படி என்னிடம்

கேட்டார். நான் அதனை முழுவதும் திருத்தி எழுதிக் கொடுத்தேன். அக்கதை பிரசுரமானது அவரது பெயரில். அவரது சன்மானத்துக்குரிய செக்கிலிருந்து எனக்கு ஒரு பைசாக்கூட கிடைக்கவில்லை, இது எனக்குச் சொந்தமாக எழுதவேண்டும் என்ற உற்சாகத்தை ஏற்படுத்தியது. நானும் சில கதைகளை அனுப்பிவைத்தேன். ஆனால், அவை திருப்பி அனுப்பப்பட்டன. அப்போது ஒரு வகைப்பட்ட கதைகளை மட்டுமே வாசகர்களுக்குக் கொடுத்துக் கொண்டிருந்தது தான். அந்த நேரத்து எனது விரக்தி எனக்குத் தனிப்பட்ட நடையை வளர்த்துக் கொள்ள உதவியது. நான் விபத்தொன்றைப் பற்றி ஒரு சிறுகதை எழுதினேன். அதில் விபத்தினைப் பற்றி சொல்லும் போதே அவனது மனைவி சினிமாவிற்குச் செல்ல தயாராகிக் கொண்டிருப்பதையும் சொன்னேன். இந்த சஸ்பென்ஸைக் கதையில் வளர்த்த பிறகு கதை முடிவில் ஒரு திருப்பத்தைக் கொடுத்தேன். இக்கதை குமுதத்தில் வெளிவந்தது. அதன் ஆசிரியர் எனக்கு செக்கும் இதுபோல நிறைய கதைகள் எழுத வேண்டும் என்ற குறிப்பும் அனுப்பி யிருந்தார். அப்போது நான் ஆபீஸராக இருந்தேன். அது எனக்கு நிறைய எழுத உதவியாக இருந்தது. நான் தூரத்து இடங்களுக்கு இரண்டு மூன்று மாதங்களுக்கு டூர் போக வேண்டியிருந்ததால், எனது தனிமையான மாலை நேரங்களை வாசிப்பதிலும் எழுதுவதிலும் செலவு செய்தேன்.

கேள்வி நீங்கள் எந்த வகையான புத்தகங்களை வாசிக் கிறீர்கள்?

பதில் ஒரு எழுத்தாளன் வாசித்துக் கொண்டே இருக்க வேண்டும். நான் கதைகளையும் கதையல்லாத வற்றை முக்கியமாக கதை எழுதும் கலையைப் பற்றிய நூல்களையே அதிகம் வாசிக்கிறேன்.

கேள்வி உங்களது புனைப்பெயரை எடுத்துக் கொள்வோம். ஏன் ஒரு பெண்ணின் பெயரை வைத்திருக்கிறீர்கள். வாசகர்கள், பெண் என்றால் இரக்கத்தோடும் கவர்ச்சி யோடும் படிப்பார்கள் என்று நினைத்தீர்களா?

பதில்	இது எனது மனைவியின் பெயர். முதலில் நான் குமுதத்தில் எழுதியபோது, எனது சொந்தப் பெயரையே பயன்படுத்தினேன். அப்போது ரா.கி.ரங்கராஜன் என்பவரும் பிரபலமாகக் கதை எழுதிக் கொண்டிருந்தார். வாசகர்கள் எனது பெயரால் குழப்பமடைந்து கோபத்தோடு கடிதங்கள் எழுதினர். ரா.கி.யின் எழுத்து ஏன் தரக்குறைவாக உள்ளது என்று கேட்டனர். அப்பொழுதுதான் திருமணமானவனாக இருந்ததால் எனது பெயரைச் சுஜாதா என்று மாற்றிக் கொண்டேன். சுஜாதா என்பது வெறுமனே பெண் பெயர் மட்டுமல்ல; இதன் பொருள் 'நன்றாகப் பிறந்தவை' என்பதாகும்.
கேள்வி	நீங்கள் சிறுகதைகள் எழுதுவதை எப்பொழுது நிறுத்தினீர்கள்?
பதில்	1968-ல் நான் 'நைலான் கயிறு' எனும் நாவலில் முதல் ஐந்து அத்தியாயங்கள் மட்டும் குமுதத்திற்கு அனுப்பி வைத்து, பிடித்திருக்கிறதா என்று கேட்டேன். ஆசிரியரோ மீதி அத்தியாயங்களுக்காகக் காத்திருக்காமல் உடனே அவற்றினைத் தொடராக வெளியிட ஆரம்பித்துவிட்டார். என்னைத் தொடர்ந்து எழுதி முடிக்குமாறு கேட்டுக் கொண்டார்.
கேள்வி	பொதுவாகத் தமிழ்ப் பத்திரிகைகள் இவ்வாறு தான் செயல்படுகின்றனவா?
பதில்	இல்லை, முழுநாவலையும் பார்த்த பிறகுதான் எந்தப் பத்திரிகையும் தொடராக வெளியிடும். ஆனால் அவர் என் எழுத்துக்களை மிகவும் விரும்பினார். எனக்கு இப்பொழுதும் இந்தச் சுதந்திரம் உண்டு.
கேள்வி	இதனால் உங்களுக்கு நெருக்கடி ஏற்படுமல்லவா?
பதில்	நெருக்கடிகளால்தான் நன்மை ஏற்படுகிறது என்பதை நான் உணர்ந்திருக்கிறேன். தொடர்கதைக்குச் சிறுகதைக்கு இருப்பது போல அவ்வளவு சிக்கல் இல்லை. தொடர்கதையில் காலமும் இடமும் அதிக முண்டு. சிறுகதையிலோ இது அளவில் சுருங்கி யுள்ளது; அத்துடன் குறிப்பிட்ட எல்லைக்கோடு

களும் உள்ளன. சொல்லப்படும் கருத்து அதாவது செய்தி தெளிவாக வாசகர்களை அடைய வேண்டும்.

கேள்வி உங்களது முதல் நாவலில் குறிப்பிடத் தகுந்த அம்சம் உண்டா? அது பத்திரிகை ஆசிரியரை எவ்வளவு தூரம் கவர்ந்திருக்கிறது?

பதில் நான் முடிந்த வரை அதில் மற்றவர்களிலிருந்து வேறுபட முயன்றிருக்கிறேன். இக்கதை பம்பாயில் நடப்பதாக உள்ளது; கொலையைப் பற்றியது. நான் முன்பு பம்பாயில் இருந்திருக்கிறேன். எனினும், இந்தக் கதைக்காக அங்குள்ள ஒரு நண்பருக்கு கடிதம் எழுதி பல செய்திகளைத் தெரிந்து கொண்டேன். ஒரு குறிப்பிட்ட இடத்திலிருந்து இன்னொரு இடத்திற்குச் செல்ல டாக்ஸியில் எவ்வளவு நேரமாகும்? எவ்வளவு கட்டணமாகும்? சரியான வழிகள் யாவை? பம்பாயின் நிலவியல் விவரம் போன்றவை. அப்போது கம்மிங்ஸ் கவிதை களில் ஈடுபாடு கொண்டிருந்தேன். எனது கதை யோட்டம் விறுவிறுப்பும் வேகமும் உடையதாக இருந்தது. நான் இலக்கணத்தைப் பற்றி அதிகம் கவலைப்படவில்லை. அதில், வாக்கியங்கள் நீளமில்லாதவை, விட்டுவிட்டு அமைபவை, இந்த நாவலிலிருந்து எனது நிலை சிறப்பாக நிலை நாட்டப்பட்டது.

கேள்வி நீங்கள் சிறுகதை, நாவல் இவற்றில் எதனை எழுத விரும்புகிறீர்கள்?

பதில் நிச்சயமாகச் சிறுகதைகள்தான். அதுதான் சவாலுக் குரியது. எழுதுவதற்கும் சிரமமானது. நான் எழுது வதில் மிகுந்த வேகமுடையவன். என்னால் ஒரு அத்தியாயத்தை 50 அல்லது 70 நிமிடத்திற்குள் எழுதி விடமுடியும். எனக்குச் சிறுகதை எழுதுவதில் விருப்பம் இருந்தாலும் என்னைத் தொடர்கதை எழுதச் சொல்லியே எல்லோரும் வற்புறுத்துகிறார் கள். உண்மையில் நான் இப்போது எழுதுவதில் சோர்வு அடைந்துள்ளேன். புதியவற்றை எழுத இப்போது ஒத்துக்கொள்வதில்லை.

கேள்வி நீங்கள் குறிப்பிட்ட இடத்தைப் பற்றிய நிலவியலை அறிந்து கொள்ள விரும்புகிறீர்களா?

பதில் நிச்சயமாக உண்மையான செய்திகள் அறிந்து கொள்ள நான் அதிக முயற்சி எடுத்துக் கொள்வேன். நான் இ.பி.கோ. பற்றி இஷ்டம் போல எழுதினால் இது பற்றி கடிதம் எழுத பல வழக்கறிஞர்கள் காத்துக் கொண்டிருக்கிறார்கள். நான் இதுபோன்ற கடிதங்கள் பற்றி குறிப்பிட விரும்பவில்லை. கணேஷும் வஸந்தும் வக்கீல்கள். அவர்களது அனுபவங்களை பற்றி நான் எழுதுகிறேன். ஒருவன் அறிவுமுதிர்ச்சியுடையவனாகவும், வாதப் பொருத்தமுடையவனாகவும் இருக்கும் பொழுது அடுத்தவன் (வஸந்த்) அறிவுமுதிர்ச்சியில்லாதவனாகவும், வாதப்பொருத்தம் இல்லாதவனாகவும் இருக்கிறான். அப்பொழுதுதான் அவர்களது பேச்சுக்களும் வாதங்களும் என் வாசகர்களுக்குச் சுவையுடையதாக இருக்கும்.

கேள்வி உங்களது வஸந்த் தன் பேச்சில் ஏராளமான சிலேடைகளைப் பயன்படுத்துகிறான்.

பதில் ஆமாம், கணேஷை விடப் பாப்புலர், இளைஞர்கள் தங்கள் மனக்கண் வடிவங்களை இவன் மூலம் காண் கிறார்கள். கணேஷ் எப்பொழுதும் நேர்மையாகவும் தத்துவார்த்தமாகவும் நடந்து கொள்கிறான். ஆனால், வசந்த் வாழ்க்கையை மகிழ்ச்சியுடன் அனுபவிக் கிறான்; பெண்களால் கவரப்படுகிறான். அதற்காக வும் தனது நேரத்தைச் செலவு செய்கிறான்.

கேள்வி அவர்களைத் திருமணம் செய்து கொள்ளாதவர்களாக இவ்வாறே வைத்துவிடுவீர்களா?

பதில் ஆமாம், உண்மையைச் சொல்வதானால் ஒரு கதையில் வசந்த் திருமணத்திற்குத் தயாராவதாக எழுதினேன். அப்போது ஒரு பெண் இந்தத் திருமணத்தை நிறுத்துமாறு தந்தி கொடுத்திருந்தாள்.

கேள்வி எப்பொழுதும் நீங்கள் வாசகர்களின் விருப்பத்தை மட்டுமே பூர்த்தி செய்கிறீர்களா?

பதில்	இல்லை, சிலநேரங்களில் அவர்களுக்கு எதிராக எழுதுவதிலும் ஒரு கொடிய இன்பத்தை உணர்கிறேன்.
கேள்வி	உங்கள் கேரக்டர்களை எவ்வாறு படைக்கிறீர்கள்?
பதில்	பொதுவாக அவர்கள் பல கேரக்டர்களின் கூட்டாகவே விளங்குகிறார்கள். நிஜ வாழ்க்கையில் சந்திப்பவர்களையே பெரும்பாலும் பாத்திரங்களாக்குகிறேன்.
கேள்வி	எனவே, இதுபோன்றவர்கள் உங்கள் கதைகளிலும் தம்மை இனம் கண்டுகொள்கிறார்கள். இல்லையா?
பதில்	ஆமாம், எனது ஒரு நாவலை (ஒரு நடுப்பகல் மரணம்) ஒரு கணவன் கொடூரமாகக் கொல்லப்படுகிறான். அவனது மனைவியும் அவனது தம்பியும் கொலைகாரனைக் கண்டுபிடிக்க முயல்கிறார்கள். அவர்கள் முயற்சியில் ஈடுபடும்போது இருவருக்குள்ளும் ஒரு வகையான கவர்ச்சி ஏற்படுகின்றது. எனது வாசகர் ஒருவர் இதில் தன்னைக் கண்டு கொள்கிறார். பிறகு என்னிடம் சொன்னார், 'அந்த உரையாடல் கூட அதேபோல் உள்ளது' என்று. அவர் எனது பரிவான படப்பிடிப்பினைக் கண்டு உருகிப் போனார்.
கேள்வி	ஆனால், படப்பிடிப்பு என்பது அவ்வளவு பரிவுக் குரியதாக இல்லையே!
பதில்	நல்லது. என்ன கேரக்டர்கள் எல்லாம் கருமை குணத்தவர்கள் அல்லர். கொஞ்சம் வெளுத்தவர்களே. பொதுவாக வாசகர்கள் கேரக்டர்களிலுள்ள நல்ல பக்கத்தை மட்டுமே எடுத்துக்கொள்கிறார்கள். (இவர் பல துறையில் எழுதி வருகிறார் கல்கி பத்திரிகையில் ஒரு விஞ்ஞானத் தொடர் எழுதினார். பின்னர் அது தென்னிந்திய மொழிகளில் எல்லாம் பெயர்க்கப்பட்டது. கம்ப்யூட்டரைப் பற்றி இவர் எளிமையாகவும் சுருக்கமாகவும் ஆர்வமூட்டத்தக்க அளவிலும் ஒரு புத்தகம் எழுதினார். இப்போது இவர் 'பத்துசெண்ட் முத்தம்' என்னும் தொடர்

எழுதி வருகிறார். இதில் 15 வயது ஒரு பெண் ஆசியாட் விளையாட்டுக்குப் பயிற்சி பெறுகிறாள். அவள்மீது திணிக்கப்பட்ட நெருக்கடிகளால் அதற்கு எதிராக மாறுகிறாள்).

நான் டி.வி. பார்த்துக் கொண்டிருக்கும்போது இந்த ஐடியா வந்தது. ஒவ்வொருமுறையும் வெற்றி யடையும்போது வலசம்மா 'எல்லா வெற்றியும் எனது பயிற்சியாளர்க்கு உரியது' என்று சொல்லு கிறார். இது என்னை வேறு மாதிரி சிந்திக்க வைத்தது. சாதாரணமாகத் தோற்றம் அளிக்கிற பெண்ணால் எவ்வாறு இப்படி நடந்து கொள்ள முடிகிறது என்று நினைத்தேன்.

கேள்வி உங்கள் கதைக் கருவுக்காக இப்படியொரு ஐடியா எப்படி வந்தது?

பதில் இது எல்லா இடங்களிலும் எப்பொழுதும் உள்ளது. ஆர்தர் கோய்ஸ்டலர் (Arthur Koestler) சொல்லியிருக் கிறார். மொத்தத்தில் கதைகளுக்கென்று 36 அடிப் படைக் கருக்களே உள்ளன. இவற்றை வைத்தே நீங்கள் பல்வேறு வகையாகக் கதைகளைக் கட்டிக் கொள்ள வேண்டும்.

கேள்வி உங்களது கதைகளை மக்கள் எவ்வாறு பிரதிபலிக்கிறார்கள். 'ரத்தம் ஒரே நிறம்' என்ற கதையால் கருத்து வேறுபாடுகள் வந்ததா?

பதில் இந்தக் கதை சென்ற நூற்றாண்டில் வாழ்ந்த நாடார் களைப் பற்றியது. ஒரு அமெரிக்க சமூகவியலாளர் தனது ஆய்வேட்டில் நாடார்களின் வரலாற்றை விளக்கமாக எழுதியுள்ளார். இதை நான் படித்த போது இதனைப் பின்னணியாக வைத்து எழுத விரும்பினேன். அக்கால நாடார்களின் நிலையைச் சரித்திரப்பூர்வமாகவே விவரித்தேன். கதாநாயகன் சொல்லத்தகாத கொடுமைக்கு ஆளாகி இறுதியில் சிப்பாய்க் கலகத்தில் சேர்ந்து போராடுகிறான். இப்போது வசதியாக இருக்கிற நாடார்கள் தங்களது பழைய வரலாற்றை நினைத்துப் பார்க்க விரும்ப வில்லை. அதனால் பெரிய எதிர்ப்பைக் கிளப்பினார்

கள். பத்திரிகை ஆசிரியரைக் கட்டாயப்படுத்தி கதையை நிறுத்துமாறு வேண்டினர். யாருமே அந்தக் கதாநாயகனின் நிலைமாற்றத்தைப் பாராட்ட முன்வரவில்லை. இரு நிலைகளுக்குமுள்ள முரண் பாட்டைக் காட்ட விரும்பினேன். இந்தப் பிரச்னையில் அரசியலும் குறுக்கிட்டது. மொட்டைக் கடிதங்களும் பெயர் சொல்லாத டெலிபோன்களும் வந்தன. எனது கையைத் துண்டித்து விடுவதாகவும் மிரட்டினார்கள். பிறகு நான் அந்தக் கதையை மாற்றித் திரும்பவும் எழுதினேன். அதில் எந்தச் சாதியின் பெயரையும் குறிப்பிடவில்லை. எல்லோரும் மகிழ்ச்சி அடைந்தனர்.

கேள்வி இதுபோன்ற விரும்பத்தகாத வேறு அனுபவங்கள் உண்டா?

பதில் உண்டு. நிறைய. நீங்கள் ஏதாவது தீங்கு தராதவற்றை எழுதினாலும் அதனாலும் தொந்தரவுகள் வருவதுண்டு. நான் 'விடிவதற்குள் வா' என்று ஒரு கதை எழுதினேன். இதில் ஒரு இந்துப் பெண் காணாமல் போவாள். இதனால் இந்துக்களுக்கும் கிறிஸ்தவர்களுக்கும் இடையில் பெருங் கலவரம் மூளும். கிறிஸ்தவர்கள் அப்பெண்ணைக் கொன்று கோயிலுக்கு அருகில் புதைத்துவிட்டதாக இந்துக்கள் குற்றம் சாட்டுகின்றனர். அரசியல்வாதிகள் வந்து இதனை இன்னும் குழப்பி விடுகின்றனர். பின்னர் அந்தப் பெண் கிடைக்கிறாள். அவள் அம்னீஷியாவால் பாதிக்கப்படுகிறாள். இப்பொழுது அவள் தேவையற்றவளாகி விடுகிறாள்.

நான் கிறிஸ்தவர்களைப் பற்றிப் பரிவுடன் எழுதியிருந்தேன். அதனால் பலர் நான் கன்னியாகுமரி மாவட்டத்தில் நடைபெற்ற இந்து-கிறிஸ்தவக் கலவரத்தையே குறிப்பிடுகிறேன் என்று தவறுதலாக எண்ணிவிட்டனர். ஆர்.எஸ்.எஸ்.காரர்கள் என்னைப் பயமுறுத்தினர். அவர்கள் இங்கே வந்து போராட்டம் நடத்துவதாக அறிவித்தனர். அப்பொழுது தேர்தல் வந்ததால் கவனம் திசை மாறிவிட்டது.

கேள்வி எழுத்தாளர் என்ற நிலையில் உங்களைப் பற்றிக் கொஞ்சம் சொல்லுங்களேன்?

பதில் நான் ஒரு இன்ஜினீயராக இருப்பதால் அந்த வேலை எனது எழுத்துக்குப் பெரிதும் உதவியாக இருக்கின்றது. அடிப்படையில் நான் உணர்ச்சி வசப்படாதவனாக இருக்கிறேன். எழுதும்போது நான் வாழ்க்கையில் இருந்தே என் கதைகளுக்கான கருவிகளை எடுத்துக்கொள்கிறேன். நான் வலசம்மாவைப் பற்றிச் சொன்னது போலத் திடீரென்று உருவாவதும் உண்டு. வழக்கமான என் மனைவியிடமுள்ள உரையாடல்களில் இருந்தும் நான் எடுத்துக்கொள்வது உண்டு. கதையோடு ஆசிரியரின் புகைப்படத்தையும் சில நேரங்களில் பத்திரிகைகளில் வெளியிடுவர். சில வேளைகளில் கதைக்குத் தலைப்பு அனுப்பிவிட்டு என்ன எழுதுவது என்று தெரியாமல் இருப்பேன். சான்றுக்குத் 'தேடாதே' என்ற கதையைச் சொல்லலாம். ஒரு கேமிராமேன் வந்து என்னைப் படம்பிடித்தார். அவரது தனிப்பட்ட வேலை முறைகளையும், பேசிக் கொண்டே போட்டோ எடுத்த தன்மையையும் கவனித்து அவனிடமிருந்து என் கதை முழுவதையும் கண்டுபிடித்தேன். அவன் தனது அனுபவங்களையும் என்னிடம் விவரித்தான். அவனது நண்பன் ஒருவன் அவனிடம் ஒரு போட்டோ கேட்டானாம். அதில் உள்ள எம்.ஜி.ஆருடன் நின்று கொண்டிருக்க வேண்டுமாம். அதை அவன் தனது மனைவிக்குக் காட்ட வேண்டுமாம். அவனிடம் ஒரு நடிகை தன்னைப் போட்டோ எடுக்கும்படி கேட்டாளாம், அவன் அவளோடு பேசியபோது அவளது அறிவையும் புத்திசாலித்தனத்தையும் எண்ணி வியந்தானாம். அவள் சென் புத்திஸம் பற்றிக்கூடப் பேசினாளாம், பின்னர் அவள் தற்கொலை செய்து கொண்டதாகக் கேள்விப்பட்டானாம். நான் இதில் ஒரு கதையைக் கண்டு கொண்டேன். அதனை எழுதி பத்திரிகைக்கு அனுப்பி வைத்தேன். நீங்கள் யாரிடம் வேண்டுமானாலும் பேசிப் பாருங்கள். அங்கே ஒரு அழகான கதையிருக்கும்.

கேள்வி நீங்கள் யாருடைய எழுத்தால் கலவரப்படுகிறீர்கள்?

பதில் ஆங்கிலத்தில் நான் சொல்வதானால் பவுல்ஸ் (Fowles), லீகரி (Lecars) இன்னும் இதுபோல, ஆனால் பி.ஜி.வுட்அவுஸ் (P.G.Woodhouse) ஸைப் பெரிதும் விரும்புகிறேன். அவர் மொழியில் எடுத்துக் கொள்ளும் சுதந்திரத்தை நான் விரும்புகிறேன். அவரது கையெழுத்துப் பிரதிகளை நீங்கள் பார்த்தால் எழுதுவதற்கு அவர் எடுத்துக்கொள்ளும் சிரமத்தைப் புரிந்து கொள்ளலாம். அவர் எழுதுவதும் திரும்ப எழுதுவதுமாகத் தொடர்கிறார். என்னிடம் உள்ள குறைபாடு என்னால் திரும்ப எழுத முடிவதில்லை. நீங்கள் எவ்வளவு முறை திரும்பத் திரும்ப எழுது கிறீர்களோ, அவ்வளவு சிறப்பாக உங்கள் எழுத்து அமைகிறது எனலாம்.

கேள்வி நீங்கள் எப்பொழுது எழுதுகிறீர்கள்?

பதில் மாலையிலும் விடுமுறை நாட்களிலும் முன்பு எழுதி னேன். இப்போது நேரடியாக டைப் செய்துவிடு கிறேன்.

கேள்வி உங்களது கதைகளில் செக்ஸும் சிலேடைகளும் அதிகமாக இருப்பதாகக் குற்றச்சாட்டுக்கள் உள்ளனவே.

பதில் எனது கதைகளில் செக்ஸை வேண்டும் என்றே நான் திணிப்பதில்லை. அது கதைக்குச் சிறப்பையே தரும். மலிவுபடுத்தப்படுவதில்லை.

கேள்வி உங்களுக்கு எழுத்தில் தடை ஏற்படுவதுண்டா?

பதில் ஏற்படுவதில்லை. வருட முழுவதும் எழுதிக் கொண்டே இருக்கலாம். சென்ற வாரம் என்ன எழுதி னேன் என்று பார்த்துக் கொண்டு பிறகு எழுதுவேன். சில நேரங்களில்தான் கதையை எழுதுவதற்குப் பதிலாக கதையே என்னை எழுதுமாறு தூண்டும். இவ்வாறு எழுதுவது சிறப்பாகவும் அமையும். உங்களுக்குக் கதை தெரியும். எப்படி முடியும் என்றும் தெரியும். ஆனால் இடையில் திடீரென்று சில

கேரக்டர்களும் வருவதுண்டு. அவனுக்கு முதலிடம் கொடுக்க வேண்டும் என்று நீங்கள் எதிர்பார்க்கக்கூடாது. சில வேளைகளில் இந்த கேரக்டர்களே கதையில் முக்கிய இடத்தை வகிக்கலாம். உதாரணமாக எனது 'பத்து செகண்ட் முத்தம்' கதையில் ஒரு போட்டோகிராபர் வருவார். அவர் டெல்லிக்காரராக இருப்பினும் திருப்பதி என்று பெயர் வைத்திருந்தேன்.

கேள்வி நீங்கள் அதிகாரப்பூர்வமான உண்மைகளைச் சேகரிப்பதில் அக்கறை எடுத்துக்கொள்வதாகத் தெரிகிறது. இல்லையா?

பதில் நிச்சயமாக நான் எதையும் எழுதுவதற்கு சரிதானா என்று ஒப்பாய்வு செய்துவிடுவேன். எழுத்துக்கள் எப்பொழுதும் ஆகாயத்திலேயே தொங்கிக் கொண்டிருக்கக் கூடாது. அவற்றை பூமிக்கு இழுத்து வந்துவிட வேண்டும்.

கேள்வி ஒரு கதையில் இந்திய இளைஞனை யுஎஸ்க்கு அனுப்பியபோது அங்கு சைவ உணவு கிடைக்காததால் அவன் அசைவ உணவு உண்ணும் நெருக்கடிக்கு ஆளானதாக எழுதி உள்ளீர்களே?

பதில் உண்மையில், நான் அங்கிருக்கும்போது எனக்கு ஏற்பட்ட அனுபவம் அது. பின்னால் என் கதையைப் படித்தபிறகு எனக்குக்கூட அங்கிருந்து கடிதம் வந்தது. யு.எஸ்.ஸில் சைவ உணவு விடுதிகள் நிறைய இருப்பதாகவும் அவர்கள் கூட சைவ உணவையே உண்பதாகவும் எழுதியிருந்தார்கள். அடுத்தமுறை வந்தால் தங்கள் முகவரிக்கு வந்து தங்கிக் கொள்ளும்படியும் கேட்டிருந்தார்கள்.

கேள்வி 'பிரிவோம் சந்திப்போம்' என்ற நாவல் இடையில் நிறுத்தப்பட்டு பின்னர் தொடர்ந்தது, இதற்கு என்ன காரணம்?

பதில் ஆமாம். அதுமட்டுமல்ல அக்கதையின் பின்பகுதி யுஎஸ்ஏயில் நடைபெறுவதாக உள்ளது. எனவே

அங்கே போய் வருவது வரை கதையை நிறுத்தி யிருந்தேன்.

கேள்வி உங்களுக்கு மொட்டைக் கடிதங்கள் வருவதுண்டா?

பதில் ஆமாம். ஆனால் அவையெல்லாம் எனது எழுத்துக் களுக்காக வருபவை என்று எடுத்துக்கொள்வேன். சிலர் எனது புத்தகங்களைத் துண்டு துண்டாகக் கிழித்து பார்சல் செய்தும் எனக்கு அனுப்பியிருக் கிறார்கள். எப்பொழுதெல்லாம் என் கதையில் எதிர் பாராத இடங்களில் திருப்பங்களைக் கொடுக் கிறேனோ அப்பொழுதெல்லாம் இதுபோல ஏதாவது நடைபெறுவதுண்டு. ஒரு கதையில் நல்ல கேரக்டர் ஒருவன் ஒருவரைக் கொலை செய்து விடுகிறான். ஆனால் பிறகு அவனே அவரது மகளை, அனாதையானவனை மணந்துகொள் கிறான். இது எனக்கு உறுத்தவே, அவள் அவனைப் பழிவாங்க முயல்வதாக எழுதினேன். உடனே ஒரு கடிதம் வந்தது. பார்சலோடு. 'இது சரியில்லை' அவன் அவளை மணந்து கொள்வதே அவனது பாவத்துக்குப் பிராயச்சித்தம் ஆகிவிடுகிறதே' என்று எழுதியிருந்தது. இதுபோலவே, இன்னொரு கதையில் இரண்டு பேர் அன்போடு ஒருவரை ஒருவர் விரும்புகிறார்கள். இறுதியில் அவன் நம்பிக்கை மோசம் செய்துவிடுகிறாள். இதையும் வாசகர் களால் தாங்கிக் கொள்ள முடியவில்லை.

கேள்வி உங்களால் பெரும்பாலான கதைகள் திரைப்பட மாக்கப்பட்டுள்ளன. படமாகும்போது கதையின் தரத்தைக் குறைத்துவிடுவதை ஏன் நீங்கள் அனுமதிக் கிறீர்கள்?

பதில் கதையைப் படமாக்கும்போது எங்களால் ஏதும் செய்ய முடியாது. அந்த ஆட்டத்தின் விதிகளே வேறு. வாசிப்பது அறிவார்ந்த நிலை. இது மத்தியதர மேல் தர மக்களால் மட்டுமே ஆகக்கூடியது. படங்களோ மீதியுள்ள மக்களையும் போய்ச் சேர வேண்டும். அவர்கள் பட விமர்சனங்களை வாசிக்கப் போவ தில்லை.

கேள்வி உங்களது எழுத்துகளால் குடும்ப வாழ்வு பாதிக்கப்படுவதுண்டா?

பதில் சில நிலைகளில் உண்டு. அவர்களுக்கென்று ஏதாவது திட்டங்கள் இருப்பின், அதை எனக்கு முன்னமேயே சொல்ல வேண்டியது இருக்கும்.

கேள்வி உங்கள் மனைவி உங்களது கையெழுத்துப் பிரதிகளை வாசிப்பதுண்டா?

பதில் இல்லை, அச்சான பின்னரே அவள் வாசிக்கிறாள். ஆனால், கதையில் சில இடங்களில் சிறப்பாக ஏதாவது சேர்க்க விரும்பினால் அவளிடம் நான் வாசித்துக் காட்டுவதுண்டு. அவளும் தனது கருத்துக்களைக் கூறுவதுண்டு.

கேள்வி எழுதுவதற்கு என்று ஏதாவது விதிகள் உள்ளனவா?

பதில் நல்ல அப்சர்வேசன் பவர் வேண்டும். நான் ஆண்டுக் காண்டு இதை வளர்த்துவருகிறேன். எனது கண்களையும் காதுகளையும் எப்பொழுதும் கவனமாகத் திறந்து வைத்திருக்கிறேன். கதைகளையும் கதைகள் அல்லாதவற்றையும் எப்பொழுதும் வாசிப்பேன். வாசிப்பது எழுதுவதற்குப் பெரிதும் துணைபுரிகின்றது. ஒருவருக்கு எதைப் பற்றி தெளிவாகத் தெரிகிறதோ, அதைப் பற்றியே எழுத வேண்டும். எழுத்து என்பது அவரது தோலிலேயே ஊறிப்போய் விட வேண்டும். ஒருவர் எழுதும்போது தன்னை வெளிப்படுத்திக் கொள்வதாகத்தான் பொருள்.

ஒன்று சொல்கிறேன். ஒரு மாணவன் கோலாரிலிருந்து ஒருநாள் இரவு 11 மணிக்கு வந்தான். அவன் பல கதைகளைப் பல பத்திரிகைகளுக்கு அனுப்பியும் எல்லாம் திரும்பிவிட்டனவாம். அவனது கதைகளைப் படித்துப் பார்த்து நான் காரணம் சொல்ல வேண்டுமாம். அவனது ஒரே ஒரு கதையை வாசிக்க ஒப்புக் கொண்டேன். வாசித்துப் பார்த்தேன். அது வழக்கமான கல்லூரிக் காதலைப் பற்றியதுதான். அவனிடம் 'உனது கல்லூரிச் சுவர்களில் ஏதாவது எழுதப்பட்டிருக்கிறதா?' என்று கேட்டேன்.

அவனோ 'ஆமாம். தேர்தல் வாசகங்கள்' என்றான். 'சரியாகச் சொல். என்ன எழுதப்பட்டிருக்கிறது?' எனக் கேட்டபோது 'கவனிக்கவில்லை' என்றான். 'கல்லூரி பக்கத்தில் ஏதாவது மரம் உள்ளதா?' என்று கேட்டேன். 'ஆமாம்3 என்றான். 'என்ன மரம்? எனக் கேட்டேன். 'கவனிக்கவில்லை' என்றான். 'எப்பொழுதுதாவது காதலித்திருக்கிறாயா?' என்று கேட்டேன். அவனோ 'இல்லை' என்றான். 'போ! காதல் செய். பிறகு எழுது' என்றேன். 'நீ அந்தக் கல்லூரியில் 4 ஆண்டுகள் படித்திருக்கிறாய். ஆனாலும் இவற்றைக் கவனிக்கவில்லை' என்றேன். அவன். நான் சிபாரிசு செய்தால் அவனது கதைகள் ஏற்றுக் கொள்ளப்படும் என நம்புவதாகச் சொன்னான். கோபத்தில் 'உங்கள் எழுத்துகள் பின்னால் அழிந்து போகும்' என்றான்.

கேள்வி உங்கள் எழுத்துக்களில் நீங்கள் திருப்தியுறுகிறீர்களா?

பதில் எப்பொழுதும் இல்லை. ஒருவர் திருப்தியுறவும் கூடாது. எழுத்தாளர் இவ்வாறு சொல்வதானால் அவர் அப்பொழுது சவமாகிப் போகிறார்.

கேள்வி சஸ்பென்ஸுக்கு உங்கள் ஃபார்முலா என்ன?

பதில் சஸ்பென்ஸ் என்பதற்கு வழக்கமான பொருளை நான் எடுத்துக் கொள்ளவில்லை. சஸ்பென்ஸ் என்பது அடுத்தது என்ன நடக்கும் என்று வாசகனை நினைக்க வைப்பதும் அதற்குத் தயாராக்குவதும்தான். நான் நகைச்சுவையோடு எழுதுவதை விரும்புகிறேன். அவ்வாறு எழுதுவது சற்று கடினமானது. எனினும் அதுவே நல்ல எழுத்து.

கேள்வி நீங்கள் மக்களைச் சந்திக்க விரும்புகிறீர்களா?

பதில் ஆம். அவர்களது நடந்து கொள்ளும் முறையைக் கவனிக்கிறேன். அவர்களது பேச்சு, எண்ணம் ஆகியவற்றையும் புரிந்து கொள்ளுகிறேன். எனது கேரக்டர்கள் இந்தக் காரணத்திலேயே உயிர் உள்ளவர்களாக இருக்கிறார்கள்.

ஒரு எழுத்தாளனுக்குத் தேர்ந்தெடுத்துக் கொள்ளும் திறன் வேண்டும். அவன் செய்தித்தாள் வாசிக்கும் போது, யானை ஒன்று ரயிலால் மோதப்பட்டது என அறியலாம். இது வழக்கமான செய்தி அல்ல. உதாரணத்திற்கு நான் ஒரு கிராமத்துப் பெண்ணைக் கவனிக்கிறேன் என்று வைத்துக் கொள்வோம். அவள் தன் முதுகில் இரண்டு வயதுக் குழந்தையோடு இருக்கிறாள். அவள் எப்பொழுதும் தனக்குள்ளேயே புலம்புகிறாள், கணவனைத் திட்டுகிறாள். அவன் ஒரு குடிகாரன். அவளை அடிக்கடி உதைக்கிறான். இதை நான் பார்க்கையில் எழுதினால் ஒரு பத்திரிகையை போல்தான் இருக்கும். அவள் கணவன் கெட்டவன். அவள் மிகவும் துன்பப்படுகிறாள். இப்படியிருக்கும் இதை வாசகர்களைச் சிந்திக்கச் செய்யும்படி, சூழ்நிலையைச் சுருக்கமாக்கித் தர வேண்டும். அவள் தனது குழந்தையைப் பார்த்து, 'ராஜா, நீயாவது குடிக்காதே. என்னையும் அடிக்காதே' என்று எழுதினால் பத்திரிகைச் செய்தியே கதையாகிவிடுகிறது.

கேள்வி உங்கள் பிள்ளைகள் உங்கள் எழுத்துக்களில் ஆர்வம் காட்டுவார்களா?

பதில் இல்லை, காரணம் மொழிச் சிக்கல். கர்நாடகத்தில் இருப்பதால் தமிழில் சில வார்த்தைகள் மட்டுமே பேசத் தெரிந்திருக்கிறார்கள்.

கேள்வி உங்களோடு வேலை செய்பவர்கள் உங்கள் கதையைப் பற்றி என்ன நினைக்கிறார்கள்?

பதில் அவர்களிடமிருந்து ஏராளமான சுவையான பிரதிபலிப்புகள் உள்ளன. எல்லோருமே கேட்கும் கேள்வி 'உங்களுக்கு எப்படி நேரம் கிடைக்கிறது? எனக்கும் நேரம் கிடைத்தால் நானும் இதுபோல் எழுதுவேன்' என்று அவர்கள் எண்ணுவதுபோல் இருக்கும் இந்தக் கேள்வி. இதற்கான பதிலை எழுதி எப்பொழுதும் என் பையிலேயே வைத்திருப்பேன்.'

அடுத்து இன்னொரு ரியாக்ஷனும் உண்டு. பலர் ஆண் ஆளுமை மனப்பான்மையோடு இருப்பர்.

உங்கள் கதையை நான் வாசிப்பதில்லை. என் மனைவி வாசிப்பாள். சிலர் என்னிடம் கதைக்கு எவ்வளவு பணம் வாங்குகிறீர்கள் என்று கேட்பர். இது எனக்குக் கஷ்டமாக இருக்கும். இன்னும் சிலர் நான் அலுவலக நேரத்திலேயே இவற்றை எழுதுவதாக எண்ணுவதுண்டு.

கேள்வி ஏன் நீங்கள் உங்கள் வேலையை விட்டுவிட்டு முழு நேரமும் எழுத்தாளராக இருக்கக் கூடாது?

பதில் எனது வேலையில் நான் மகிழ்ச்சியடைகிறேன். நான் எழுதுவதிலும் மகிழ்ச்சியடைகிறேன். நான் வேலையை விட்டுவிட்டால் எழுத்து என்பது எனக்குத் தொழிலாகி எழுதுவதற்கு நான் கட்டாயப் படுத்தப்படுபவனாவேன்.

கேள்வி உங்களை நீங்கள் எழுத்துத் துறையில் வளர்த்துக் கொண்டு வருகிறீர்களா?

பதில் நிச்சயமாக. இது ஒரு தொடர் நிகழ்ச்சி. என்னை நான் வளர்த்திருக்கிறேன்.

கேள்வி சுருக்கமாகச் சொல்ல முடியுமா?

பதில் சமீபத்தில் ஒருவர் எனக்குப் போன் செய்தார். சிறுநீரக சிகிச்சை முறையைப் பற்றிய எனது (காகித சங்கிலிகள்) கதை அவரது வாழ்க்கைக்கு உரியதாக இருந்ததால் அவர் மிகவும் உருகியிருக்கிறார். அவர் அரை மணி நேரம் என்னோடு பேசிவிட்டு அடக்க முடியாமல் அழுது விட்டார். இதுபோல் பலரைப் பார்க்க முடியும்.

இன்னும் சிலர் என்னிடம், உங்கள் கதைகள் அதிக செக்ஸோடு உள்ளது. நான் படிப்பதில்லை என்பர். பின்னர், ஏன் அந்தக் கதையில் அந்தக் கேரக்டர் அது போல அந்த அர்த்தம் வரும்படி அப்படிப் பேசுகிறார் என்று கேட்டார். ‘இது அவரது பொய்யை உடைத்துவிடுகிறதே’ என்று கேட்டால், அவர் நான் படிக்காவிட்டாலும் வீட்டில் பிள்ளைகள் திறந்து வைத்துக் கொண்டு படிக்கிறார்களே’ என்பார்.

எழுத்தாளர் எதையும் நிர்ணயிக்கக்கூடாது. அவர் வேலையை அவர் செய்துவிட்டால் போதும். அதுவே அவருக்கு விளம்பரமாகும். அவர் எதையும் அப்சர்வ் செய்பவராக இருந்தால் போதுமானது.

சிட்டிடேப் பேட்டி

ஏப்ரல் 17, 1983

பேட்டி கண்டவர்: சுகந்தி ரவீந்திரநாதன்

மொழிபெயர்த்தவர்: சுந்தர பாண்டியன்

விவாதங்கள்

சுஜாதாவுடன்...

ஃபெமினா

சந்திக்கும்போது அவருடைய முரண்பாடுகள் நம்மைத் தாக்கு கின்றன. சுஜாதா பெயரில் பெண்மணியின் கனிவு, குழைவு. தொடர்ந்து தெரிவது தென்னிந்தியப் பத்திரிகை வாசகர்களுக்கு மிகவும் பரிச்சயமான மீசை.

இளம் வாசகர்களை ஆட்கொள்ளும் ஜெட் வேக, ஸ்டீரியோ போனிக் உருவகங்கள் கொண்ட தமிழ் நடைக்குப் பின்பு இருப்பது லேசான நரையுள்ள நாற்பதைத் தாண்டிய மனிதர், இரண்டு காலேஜ் பையன்களின் தந்தை.

பரபரப்பையும் கிளர்ச்சியையும் ஏற்படுத்தும் நாவல்களை எழுதுவதோ அமைதியான உள்முகம் கொண்ட ஒரு படைப் பாளி, அடிக்கடி வெட்கப்படுபவராகவும் தெரிகிறது.

தினமும் காலை 7.45-லிருந்து 4 மணி வரை பாரத் எலெக்ட் ரானிக்ஸில் கம்ப்யூட்டர் 'சிப்' ஆராய்ச்சியில் ஈடுபடும் குழுவின் தலைமைப் பொறுப்பு. 4 மணிக்குப் பிறகு ரொமான்டிக் நாவல்கள், துப்பறியும் கதைகள் என்று சரமாரியாகத் தொடரும் எழுத்து.

திங்கட்கிழமை மட்டும் வார விடுமுறை. அன்று பெங்களூரில் அவர் வீட்டை அடையும்போது ஏற்கெனவே சினிமாக்காரர்கள் வந்து அவரை எழுப்பியிருந்தனர். Kidney transplantation-ஐ மையமாக வைத்து எழுதப்பட்ட ஒரு நாவலைத் திரைக்கதை யாக்கும் அவசர முயற்சி நடந்து கொண்டிருந்தது. சுஜாதா tissue rejection பற்றிய சில விஞ்ஞான விஷயங்களை விளக்குகிறார். பேச்சு திடீரென்று நிஹிலிசம் பற்றிய விவாதத்துக்குப் போகிறது. கொஞ்சம் கழித்து வருபவரிடம் பீதோவனின் மேஜர் ஓபஸ் 71-ல் அமைந்த ஸிம்ஃபனியைச் சொல்கிறார். உடனே சமீபத்தில் அர்த்ஸத்யா திரைப்படத்தைத் தமிழ்ப் பத்திரிகை ஒன்றில் விமர்சித்ததைக் கூறுகிறார். அப்படியே வேறொரு நபரிடம் ஆழ்வார்களின் நாலாயிரத்திவ்வியப்பிரபந்தப் பாசுரங்களைப் பற்றிப் பேசுகிறார். கொஞ்சங் கூடத் தயக்கமோ அட்டகாசமோ இல்லை.

இதுதான் சுஜாதா. ரங்கராஜன் என்கிற சொந்தப் பெயரில் 1963ல் ஒரு சிறுகதையுடன் எழுத ஆரம்பித்தவர். முதல் நாவல் வெளி வர ஐந்து வருடங்கள் ஆயின. இப்போது 34 நாவல்கள், 150 சிறுகதைகள், 3 முழுநீள நாடகங்கள், ஓரங்க நாடகங்கள், மற்றும் விமர்சனக் கட்டுரைகள், எலெக்ட்ரானிக்ஸ், கம்ப்யூட்டர் விஞ்ஞானம் பற்றிய புத்தகங்கள்...இத்யாதி...தற்போது ஒரு பத்திரிகையில் நூற்றுக்கும் மேற்பட்ட விஞ்ஞானக் கேள்வி களுக்குப் பதிலளிக்கிறார். எல்லாப் பத்திரிகைகளிலும் தொடர் கதைகள், கட்டுரைகள். ஒரு சமயத்தில் தொடர்கதைகள், மலையாளம், கன்னடம், தெலுங்கில் மொழிபெயர்க்கப்பட்டுப் பரபரப்பை உண்டாக்கின. ‘காயத்ரி’ என்ற ஸர்ரியலிசப் பாணி நாவல் - அர்த்தமற்ற திருமணத்தில் மாட்டிக்கொண்ட பெண்ணைப் பற்றியது. ஸ்ரீதேவி, ரஜினிகாந்த் நடித்துத் திரைப்படமாக்கப் பட்டது. இன்னும் நாலு நாவல்கள் திரைப்படமாக்கப்பட்டுள்ளன.

ஒரு சமயம் middle east விமான நிலையத்தில் காத்திருக்கும் போது இவரை அடையாளம் கண்டு கொண்ட வாசகர் ஓடிப் போய் டூ இன் ஒன் ஒன்றை வாங்கி இவர் கையில் திணித்தார். அன்புக் காணிக்கை. இவர் எழுத்துக்குப் பலதரப்பட்ட ரசிகர்கள் இருக்கின்றனர். இன்று தமிழில் எழுதும் இளம் எழுத்தாளர்கள் இவரது பாணியில் எழுதத் துவங்குகின்றனர். ஒரு பத்திரிகையில் வெளிவந்த கார்ட்டூனில் ஆசிரியர் இளம் எழுத்தாளரைப் பார்த்துச் சொல்கிறார். ‘சுஜாதா மீசை மட்டும் உன்னை எழுத்தாளனாக்காது.’

இப்படித் தன்னைப்பற்றி ஏக துணுக்குகளும், கார்ட்டூன்களிலும் வரும் அளவுக்குப் புகழுடன் இருக்கிறார் சுஜாதா.

இருந்தாலும் தான் எழுத்தாளன் ஆனதென்னவோ ஒரு விபத்து என்றே நினைக்கிறார். விமானப்போக்குவரத்தில் எலக்ட்ரானிக்ஸ் இன்ஜினீயராக டெல்லியில் வேலை பார்த்து வந்தபோது, நண்பர் எழுதிய கதையைத் திருத்தி எழுத ஆரம்பித்தார். ('அந்தக் கதை மிக அநியாயமாக எழுதப்பட்டிருந்தது. அதைத் திருத்தக் கிளம்பி என்னாலும் வார்த்தைகளைக் கோத்து விளையாட முடியும் என்று கண்டுபிடித்தேன்') அதுவெளியான பிரபல பத்திரிகையாசிரியர் 'அடிக்கடி எழுதுங்கள்' என்று குறிப்புடன் செக் ஒன்றை அனுப்பி வைத்தார். தொடர்ந்து அடிக்கடி எழுதியவை தமிழின் முக்கிய மான ஒரு நாவலாசிரியராக, சிறுகதை எழுத்தாளராக இவரை உருவாக்கின. (சில மாதங்களிலேயே எழுதிக் கிடைத்த பணம், கம்ப்யூட்டர், விஞ்ஞானியாக நான் வாங்கும் சம்பளத்தை மிஞ்சியது).

இன்று சுஜாதா தமிழின் அதிநவீனமான எழுத்தாளர், அவர் எழுத்து நிச்சயமாக success. சென்னைப் பத்திரிகை ஆசிரியர்கள் பலர் அவருடைய எழுத்துக்காக (நிஜமாகவே) பெங்களூரில் வீட்டுப்படியேறிக் காத்திருக்கிறார்கள்.

'பாரத் எலெக்ட்ரானிக்ஸ் நிறுவனத்தில் ஒரு பெரிய பொறுப்பில் உள்ள நீங்கள் தொடர்ந்து எழுத எப்படி நேரமிருக்கிறது?' ஒரு விஞ்ஞானியின் பதில்தான் கிடைக்கிறது. 'என்னைப் பொறுத்த வரை the mechanics of writing மிகவும் சிம்பிள் ஆன விஷயம். ஒரு கதையின் முடிவைத் தீர்மானம் செய்தவுடன் அதன் details எல்லாவற்றையும் அப்படியே டைப் அடித்துக்கொண்டு போய் விடுவேன். ஒரே சமயத்தில் நான்கைந்து தொடர்கதைகள் வெளி வரும்போதும் அப்படித்தான். கணக்குப் போட்டுப் பாருங்கள். ஒரு வாரத்துக்கு 24 பக்கம் என்று வைத்துக்கொண்டால் கூட ஒரு நாளைக்கு 4 பக்கம்தான். ஒரு மணி நேர வேலை. ஆனால் என் வாசகர்களில் பலர் நம்புவது போல ஒரு சமயத்தில் பல தொடர் கதைகளை நான் எழுதுவதில்லை.'

ஒரு word processor-ஐ வெட்கப்பட வைக்கும் அளவுக்கு இந்த எழுத்து தீவிர வேகத்தை அடைந்திருக்கிறது. இதனால் சுஜாதா வுக்குத் தன் குடும்பத்துடன் இருக்க மிகக் குறைந்த நேரமே கிடைக்க முடியும் என்று நாம் நினைக்க, மறுக்கிறார் சுஜாதா.

‘நோ! அப்படியில்லை. நான் அதிகமாக எழுதாத காலங்களில் வீட்டில் அதிக நேரம் செலவிட்டதில்லை என்று சொல்லத் தோன்றுகிறது. நிறைய எழுத ஆரம்பித்தபிறகு, ஒரு கதையைப் பேப்பரில் வடிக்கும்முறை எளிதாகிவிட்டது. அதனால் இப்போது அதிகமாக எழுதினாலும் நிறைய நேரம் நான் free தான்!’ சுஜாதாவிடமிருக்கும் இன்னொரு முரண்பாடு! அவர் மனைவி இதை மறுக்கிறார். ஒரு குடும்பத் தலைவிக்குரிய பொறுப்புகளைச் சுமந்துகொண்டு தனக்கேயான ஈடுபாடுகளை வளர்த்துக்கொண்டிருந்த அவர் இப்போது எம்.ஏ. படித்திருக்கிறார். ‘சுஜாதா’ என்ற பெயர் அவருடையது தான். ஏன் ரங்கராஜன் என்ற பெயரில் எழுதவில்லை? ஏற்கெனவே தமிழில் ஒரு ரங்கராஜன் எழுதிக்கொண்டிருந்ததால்தான்.

நல்ல ஞாபக சக்தியும் கூர்ந்து கவனிக்கும் திறனும் ஒரு எழுத்தாளர் மலர்வதற்குத் தேவை. ஒரு தெருக்கூத்து நாடகமாகட்டும். எம்.டி.ராமநாதனின் கர்னாடக சங்கீதமாகட்டும் அல்லது காபரே நடனமாகட்டும், ஓஸிபிஸாவின் ஜாஸ் இசையாகட்டும், சுஜாதா எதையும் கூர்ந்து கவனித்துக் கேட்டுத் தம் கற்பனையில் இவற்றை உருமாற்றுகிறார். புதிய வார்த்தைகள், அதிலும் ஆங்கிலமும் தமிழும் உடைக்கப்பட்டுக் கலந்த வார்த்தைகள் வருகின்றன. இந்த மொழியில் சுஜாதாவுக்கு சயின்ஸ் ஃபிக்‌ஷனும் வருகிறது. கனவுலகில் போகும் இளைஞனின் மனநிலையும் வருகிறது. ரொமான்டிக் துப்பறியும் கதைகள் அல்லது சயின்ஸ் கதைகளில் ஏகப்பட்ட சஸ்பென்ஸூம், எதிர்பார்ப்பும் நிறைந்திருக்கின்றன. மரபான இலக்கியத்தை இந்த வகை எழுத்து மீறுகிறது. இதற்காக சுஜாதா தமிழ் இலக்கணத்தை உடைக்கவும் செய்கிறார். சுஜாதாவைப் பொறுத்தவரை இது தேவைதான்! ‘மொழி என்பது ஒரு தொடர்புக்கான சாதனமே. புதிய விஷயங்களைச் சொல்ல வேண்டுமென்றால் இலக்கணத்தை வளைக்க வேண்டும். மரபை ஓரளவு ஒத்துப் போகும் போது இது தவறல்ல என்றே நினைக்கிறேன். மேலும், எழுத்து, வாசகரின்றி நிறைவு பெறுவதில்லை. என் வாசகர்கள் ஒரு குழப்பமான விதத்தில் பேசினால், புதிய வார்த்தைகளையும் சொற்றொடர்களையும் உபயோகிப்பதால், அதை எழுதுவதில் என்ன தவறு.’

உண்மைதான். இந்த எழுத்து உச்சக்கட்டங்களுக்குச் செல்லக் கூடும்தான். ஆனால், சுஜாதாவின் துப்பறியும் கதைகளை எடுத்துக் கொண்டால், இதே எழுத்து வாசகரைச் கிச்சுக்கிச்சு மூட்டும்

வேலையைச் செய்கிறது. சினிமா பார்ப்பவர்கள் காபரே காட்சி களையும் கற்பழிப்புக் காட்சிகளையும் படுக்கையறை விஷயங் களையும் எதிர்பார்த்து சந்தோஷமடைவது போலத்தானே இதுவும்! சுஜாதா நாவல்களில் தலைப்புகளைக் கவனியுங்கள். மறைமுகமாகவும், சில சமயங்களில் வெளிப்படையாகவும் செக்ஸ் கலந்தவையாக இவை தெரிகின்றன. நில், கவனி, தாக்கு, தப்பினால் தப்பில்லை (adultery பற்றியது) ஆகிய தலைப்புகள் சமூகநியதிகளை மீறும் போக்கைக் கொண்டிருப்பது தெரிகிறது. இல்லையா?

இந்தக் கேள்விகளால் சுஜாதா ஓரளவு குத்தப்பட்டிருப்பார் போலத் தோன்றுகிறது. தலையைக் கோதிவிட்டுக்கொள்கிறார். 'நான் வித்தியாசமாக ஏதும் எழுதுவதில்லையா? அதைத் தேடிப் படித்துவிட்டுப் பேசுங்கள்; அப்போது நான் மட்டரகமான உணர்ச்சிகளுக்குத் துணை போகிறேனா என்று உங்களுக்கே தெரியும்.' ஷெல்ஃபிலிருந்து தமது ஐந்து புத்தகங்களை எடுத்துக் காட்டுகிறார். அனைத்தும் சிறுகதைத் தொகுப்புகள். படிக்கும் போது சில கதைகளில் பெண்களே வருவதில்லை என்று தெரி கிறது. பல கதைகள் சில்லறையாகத் துவங்கினாலும் அவற்றுக் கடியில் ஆழ்ந்த கேள்விகளும், சமூகநீதியாக விமரிசனமும் நிழலாடுவதை உணர முடிகிறது. நகரம் என்ற சிறுகதையில் தன் மகளை ஆஸ்பத்திரியில் சேர்க்கக் கஷ்டப்படும் ஒரு கிழவி. நடை வேகமாக, எதார்த்தமாகச் செல்கிறது. விமர்சனங்கள் சாட்டை யடியாக விழுகின்றன. ஆதிக்கத்துக்கும், சிவப்பு நாடாவுக்கும் எதிரில் மனிதனின் கையறுநிலை விளக்கப்படுகிறது. 24 ரூபாய் தீவு என்ற நாவலில் ஒரு பத்திரிகை நிருபன் எதையோ விசாரிக்கப்போய் ஒரு முகமற்ற எதிரியை எதிர்த்துப் போராடி மாட்டிக்கொள்கிறான்.

('நீங்கள் பத்திரிகைத்துறையில் இருப்பவராயிற்றே. இது உங்களுக்கு எதையோ விளக்கக்கூடும்') காகிதச் சங்கிலிகள் என்ற நாவலில் ஒரு கிட்னி ட்ரான்ஸ்ப்ளாண்ட் ஆபரேஷனுக்காகக் காத்திருக்கும் நோயாளிக்கு அவனுடைய நெருங்கிய உறவினர் களே கிட்னி தானம் செய்யாமல் நாட்களைத் தள்ளுகிறார்கள். நோயாளி இறக்கிறான்!

'குடும்பம் என்ற நெருக்கமான உறவுகள் இருப்பதாகச் சொல்லப் படும் அமைப்பில் 'கூட உறவுகள் வெறும் காகிதச் சங்கிலிகளே - எப்போது வேண்டுமென்றாலும் அறுந்துவிடக்கூடும்.'

நான் விடாமல் கேட்கிறேன் 'தப்பினால் தப்பில்லை' போன்ற நாவல்களை எந்த வகையில் சேர்ப்பது?

'ஏன் ஓரிரண்டு நாவல்களையே பார்க்கிறீர்கள்? முப்பது வகைக்கும் மேலாக எழுதியிருக்கிறேனே!' தொடர்ந்து சொல்கிறார். 'நான் ஒரு எழுத்தாளன் என்ற வகையில் கூர்ந்து கவனிப்பதைச் செய்கிறேன், இதில் அறநெறிக்கு, moralising-க்கு இடமில்லை - வாழ்வில் நீதி என்பது ஒவ்வொரு கணமும் மறுக்கப்பட்டுக் கொண்டிருக்கிறது. மொத்த வாழ்க்கையே unfairதான். அப்படி இருந்தாலும் வாழ்க்கை ஒரு precious ஆன விஷயம். நியதிகளோடு, நீதிகளோ, ஒழுக்கங் களோ அப்போது வாழ்க்கையை விட, உயர்ந்ததாகிவிடமுடியாது - நீங்கள் கூறுகிற சில தலைப்புகள் கதையின் mood-ஐ ஒரு வகையில் உணர்த்துகின்றன. வேறு எவ்வளவோ தலைப்புகள் சில வரிகள் நாட்டுப்புறப் பாடல்களிலிருந்து எடுத்துப் போட்டிருக் கின்றேன். இருக்கிறதே.'

ஃபெமினாவுக்காக இரண்டு வருடங்களுக்கு முன் அவர் எழுதிய துப்பறியும் தொடர்கதையை நினைவு படுத்துகிறேன். அதுதான் அவர் ஆங்கிலத்தில் முதன் முறையாக எழுதியது. (மிஸ் மார்ப்பில் என்ற ஆங்கிலக் கதாபாத்திரத்தை நினைவுபடுத்தும் விமலா என்ற மனைவியைக் கொண்ட கதை) நகைச்சுவைக் கதைகளும் துப்பறி யும் கதைகளும், சயின்ஸ் கதைகளும் ஒரே வேகமாகத்தான் வரு கின்றன. நிலம் நீர் நெருப்பு என்று சிறுகதைத் தொகுப்பில் ராகேஷ் சர்மா வான்வெளிக்குச் செல்லும் முன்பே, ஒரு இந்திய வான்வெளி வீரனைப் பற்றிய கதையை எழுதியிருக்கிறார் சுஜாதா!' யாருக்காக நீங்கள் எழுதுகிறீர்கள்!' என்ற கேள்விக்கு நிதானமான நிச்சயமான பதில். 'எனக்காக அல்லது வாசகனுக்காக என்று தீர்மானம் செய்து கொண்டா எழுதுகிறோம்! நோ! ஏதோ சொல்ல வேண்டுமென்ற உந்துதல்தான். ஆனால் விமர்சனம் ஒரு எழுத்தாளன் மீது குற்றச் சாட்டுகளைத் தெளிக்கிறது. பாபுலராகப் படிக்கப்படுவது ஒரு குற்றம் என்று விமர்சனம் கூறுகிறது. பாப்புலர் எழுத்தாளர்கள் தாக்கப்படுகிறார்கள். ஆனால், ஒரு கணம் நிதமானமாகச் சிந்தித்துப் பார்த்தால் உண்மை தெரியலாம். படிக்கும் போது வாசகர்கள் ஏதோ ஒரு விதத்தில் எழுத்தாளனுடன் சேர்ந்து கொள்கிறார்கள் என்று நினைக்கிறேன். அவர்கள் சொல்ல விரும்புவதை சொல்ல முடியாமல் போவதை அந்த எழுத்தாளன் சொல்லத் துவங்குகிறான். எழுத்தாளனுக்கும் வாசகர்களுக்கும் ஒரு empathy. ஒரு கண்ணுக்குத் தெரியாத சங்கிலி இருக்கிறது. அதுவே அவனுடைய பாபுலாரிட்டிக்குக் காரணம்.'

அதே சமயத்தில் 'க்ளாசிக்' எழுத்தாளர்களுக்கு சந்தை எழுத்தாளர்களுக்கும், வித்தியாசம் உண்டு என்று கூறுகிறார் சுஜாதா. 'க்ளாஸிக்குகள் இனிமேல் எழுதப்படாமலே போய்விடலாம். எழுதும் வார்த்தை இந்த எலெக்ட்ரானிக் யுகத்தில் செத்துப் போய் விடும் என்று கூடச் சொல்லலாம். சிறுகதை என்ற பரவலான இலக்கிய உருவம் ஏற்கெனவே சிதைந்துவிட்டது. வரும் காலங்களில் எலெக்ட்ரானிக் தொடர்பு சாதனங்களின் மூலம் புது வகையான கலை இலக்கியங்கள் தோன்றிவிடலாம். இந்த நூற்றாண்டின் இறுதிக்குள்ளிருந்தே இது நடக்கலாம்.'

அவருக்குள்ளிருக்கும் கம்ப்யூட்டர் விஞ்ஞானி நாவலாசிரியர் சுஜாதாவை மிஞ்சிவிட்டார் என்று தோன்றுகிறது. இன்றைய தேதியில் சுஜாதா ஒரு கம்ப்யூட்டர் விஞ்ஞானியா, எழுத்தாளரா என்ற கேள்வியும் எழுகிறது.

'நான் கம்ப்யூட்டர் விஞ்ஞானி என்றே கூறிக்கொள்ள விரும்புவேன்' என்கிறார். அதற்கும் மேலாகத் தம் வாழ்க்கையை ஒரு பத்திரிகையாளரிடம் விவாதிப்பதை அவர் விரும்புவதில்லை என்றே தோன்றுகிறது. சொந்த விஷயங்களை விவாதங்களுக்குக் கொண்டுவருவதைத் தவிர்க்கிறார் சுஜாதா. 'சொந்த அனுபவங்களையும், நெருங்கிய நண்பர்களின் வாழ்க்கையையும் பற்றி நான் எழுதுவதில்லை. எந்த வகையான மனிதன் நான்? ஒரு பேட்டியின் போது ஒருவர் கேட்டார். உங்கள் வாழ்விலேயே மறக்க முடியாத அனுபவம் என்ன? அந்த மறக்க முடியாத அனுபவங்களை, அவை என் நாவல்களோடு சம்பந்தப்படாத வரை நான் பேசத் தயாராக இல்லை...'

பேச்சுக்குப்பிறகு என்னைத் தம் காரில் ட்ராப் செய்ய வருகிறார். மீண்டும் பேச்சு ஸ்டாயிக் தத்துவத்தை பற்றியும், கூட்டத்தின் psychology பற்றியும் தொடர்கிறது.

பேட்டி கண்டு எழுதியவர் : சகுந்தலா நரசிம்மன்
ஃபெமினா இதழ் ஜூலை 23, ஆகஸ்ட் 7,
மொழிபெயர்த்தவர் : நாகார்ஜுனன் 1984.

விவாதங்கள்

சுஜாதா கூறுகிறார்

துக்ளக்

'சுஜாதா' என்ற புனை பெயரில் எழுதி வரும் திரு எஸ்.ரங்கராஜன் எலெக்ட்ரானிக் இன்ஜினீயராகப் பணியாற்றி வருகிறார். அவரைப் பேட்டி கண்டபோது -

கேள்வி நீங்கள் விரும்பிப் படிக்கிற எழுத்தாளர்கள் யார்?

சுஜாதா நான் விரும்பிப் படிக்கிற எழுத்தாளர்கள் பலர். ஒரு பட்டியலையே தரமுடியும். அவர்களது படைப்புகள் வெகுஜனப் பத்திரிகைகளில் வருவதில்லை. சிறு இலக்கியப் பத்திரிகைகளில்தான் வெளிவருகின்றன.

கேள்வி உங்களுடைய ரசனை அந்தத் தரமான இலக்கியத்தின் பால் இருக்கும்போது உங்கள் படைப்புகளில் அந்தத் தரம் பிரதிபலிக்கவில்லையே? துப்பறியும், மர்மக் கதைகளைத்தானே எழுதுகிறீர்கள்?

சுஜாதா நான் நூற்றுக்கும் மேற்பட்ட சிறுகதைகளை எழுதியிருக்கிறேன். என்னுடைய சிறுகதைகள் தான் என் உண்மையான திறமையை வெளிப்படுத்துகின்றன

என்று நான் கருதுகிறேன். கல்கி, சுதேசமித்திரன் தீபாவளி மலர், ஆனந்தவிகடன், தினமணி கதிர் போன்ற பத்திரிகைகளில் வெளிவந்த என் சிறுகதை களில் பல தரமானவை என்று நினைக்கிறேன். பிரபல பத்திரிகைகளில் வெளியாகும் என்னுடைய தொடர்கதைகளில் உரைநடையில் புதுமைகளைச் செய்ய நான் முயற்சிக்கிறேன்.

கேள்வி ஆரம்பத்தில் நீங்கள் எழுத ஆரம்பிக்கும்போது இருந்த உங்கள் மனோநிலைக்கும், எண்ணங் களுக்கும் இப்போது பலரும் அறிந்த எழுத்தாளராக உள்ள போதுமான மனோநிலைக்கும் வித்தியாசம் ஏதாவது இருக்கிறதா?

சுஜாதா வித்தியாசம் என்பதை எந்த அர்த்தத்தில் சொல்லு கிறீர்கள் என்று தெரியவில்லை. அதை முன்னேற் றம் என்றோ, அல்லது மாறுதல் என்றோ சொல்ல லாம். மாறுதல் என் மனோநிலையில் குறிப்பிடத் தக்க மாறுதல் இருக்கிறது என்று நம்புகிறேன். நான் எவ்வளவு படிக்கிறேனோ அந்த அளவுக்கு எழுதிக் கொண்டிருக்கிறேன்.

கேள்வி இலக்கியமென்றால் எப்படி இருக்கவேண்டும். அதன் தரத்தைப் பற்றியெல்லாம் நீங்களே கூட எழுதுகிறீர்கள். விமர்சனம் செய்கிறீர்கள். ஆனால், உங்களுக்கு அது மாதிரியெல்லாம் வாய்ப்பு இருந்தும் ஏன் எழுதவில்லை?

சுஜாதா வெகுஜனப் பத்திரிகைகளில் எழுதுவதில் குறிப் பிட்ட வரையறைகள் இருக்கின்றன என்பது உங்களுக்கும் தெரிந்திருக்குமென்று நினைக் கிறேன். உதாரணத்துக்கு வெகுஜனப் பத்திரிகை களில் எழுதும்போது கதைகளில் இருந்து வருகிறது. பிராமண ஜாதியைத் தவிர மற்ற ஜாதியைப் பற்றி எழுதினால் எடுத்துவிடுகிறார்கள். ஜனங்கள் தாங்கள் அன்றாட வாழ்வில் பயன்படுத்தும் சில வார்த்தைகளைக் கூடப் பயன்படுத்தக்கூடாது என்கிறார்கள். இது போன்ற எல்லைகளுக்குட் பட்டுத் தான் வெகுஜனப் பத்திரிகைகளில் எழுத

முடிகிற நிலை இருந்து வருகிறது. சாதாரணமாக வெளியே ஜனங்கள் பயன்படுத்தும் திட்டுகிற வார்த்தைகளைக் கதைகளில் பயன்படுத்தக் கூடாது என்றெல்லாம்கூட பல வரையறைகள் இருக் கின்றன. சமீபத்தில் நான் எழுதிய தொடர்கதை ஒன்றில் ஒரு மந்திரி பிரஸ்கான்ஃப்ரன்ஸைக் கூட்டி தன் கட்சியினர் பேசும் பாணியிலேயே பேசுவதாகச் சித்தரித்து மூன்று பக்கங்கள் வரை எழுதியிருந்தேன். அதை அந்தப் பத்திரிகையின் ஆசிரியர் நீக்கி விட்டார். கொஞ்சம் யதார்த்தமாக எழுதினாலே அதை எடிட் செய்துவிடுகிறார்கள். இந்த மாதிரி யான நிலையில், எனக்குப்பிரபலம் இருந்தாலும் கூட நான் நினைத்ததையெல்லாம் பிரபல பத்திரிகை களில் எழுதிவிட முடிவதில்லை.

கேள்வி அப்படியிருக்கும் போது உங்கள் பெயருக்கு இருக் கிற பிரபலத்தை வைத்து தனி புத்தகங்களை எழுத லாமே?

சுஜாதா பிரபல பத்திரிகைகளில் வெளிப்படையாகக் கிடைக் கிற பேரும் புகழும் தனிப்புத்தகங்கள் மூலம் கிடைக்காது.

கேள்வி உங்களுக்கு இலக்கிய மரபில் நம்பிக்கை இருக் கிறதா?

சுஜாதா மரபில் எனக்கு நம்பிக்கை இல்லை. இப்போது எழுதப்படுகிற இலக்கியம் இரண்டு பிரிவுகளாகப் பிரிகிறது. ‘சிவப்பு இலக்கியம்’ என்கிற அதாவது கம்யூனிஸ அடிப்படையை வலியுறுத்தகிற ஒன்றாக வும் எக்ஸிஸ் டென்ஷீயலிஸத்தை, அடிப்படை யாகக் கொண்ட பிரிவாகவும் பிரிகின்றன. இந்த இரண்டு பிரிவினரிடையேதான் தமிழில் தரமான படைப்புகள் எழுதப்படுகின்றன. இதுபோன்ற படைப்புகள் துரதிருஷ்டவசமாகச் சிறு பத்திரிகை களில்தான் வெளியிடப்படுகின்றன. அவர்கள் Compromise செய்து கொள்ள விரும்புவதில்லை. அவர்களிடம் ஒரு பிடிவாதம் இருக்கிறது. அவர்கள் எல்லாம் வெகுஜனப் பத்திரிகைகளிலும் எழுத வேண்டுமென்று நான் நினைக்கிறேன்.

கேள்வி	சிலர் Compromise செய்து கொண்டுதானே எழுது கிறார்கள்!
சுஜாதா	Compromise ஆகிவிடுவது என்பது எந்த அளவுக்கு இருக்கிறது. பத்திரிகைக்காரர்கள் விரும்புவதைத் தருவது என்றாகி விடக்கூடாது. உதாரணமாக நான் லாண்டரி கணக்கு எழுதினால்கூட அதைப் பிரசுரித்து விடத் தயாராக இருக்கிறார்கள். அதில் ஏதோ இருக்கிறது. புதுமையாக எழுதியிருக்கிறார் போல என்று நினைத்துப் பிரசுரித்து விடுகிற நிலை இங்கு இருக்கிறது.
கேள்வி	ஸ்ரீரங்கம் எஸ்.ஆர். ரங்கராஜன் என்ற பெயர்களிலும் நீங்கள் எழுதி வந்திருக்கிறீர்கள். அந்தப் பெயரில் நீங்கள் எழுதி வந்தபோது ஏன் அவ்வளவாகப் பிரபலமாகவில்லை?
சுஜாதா	அந்தப் பெயரில் இருந்த பிராமணத் தன்மை யினாலோ என்னவோ? ஒருவேளை அந்தப் பெயரை பார்த்துவிட்டு இவர் வயதான ஆள் என்று நினைத்து விட்டார்களோ என்னவோ?
கேள்வி	திடீரென்று 'சுஜாதா' என்ற பெண் பெயருக்குள் ஒளிந்து கொண்டது ஏன்? உங்களுக்கு சொந்தப் பெயரிலேயே எழுதும் தைரியம், தன்னம்பிக்கை இல்லையா?
சுஜாதா	ஒளிந்து கொண்டிருக்கிறேன் என்பதை ஏற்றுக் கொள்ள முடியாது. 'சாகே' என்கிற புனை பெயரில் ஒரு வெளிநாட்டு எழுத்தாளர் எழுதினார். 'சாகே' என்றால் மது ஊற்றித் தருகிற பெண் என்று அர்த்தம். புனைபெயரில் செக்ஸ் இருப்பதாக எனக்குத் தெரிய வில்லை. 'கரிச்சான் குஞ்சு' என்று கூடப் புனை பெயர் இருக்கிறது.
கேள்வி	நீங்கள் அந்த மாதிரி நினைத்து இந்தப் புனை பெயரில் எழுதவில்லை என்று கருதுகிறேன்?
சுஜாதா	இல்லை, அந்த மாதிரி நினைத்துத்தான் இந்தப் பெயரில் எழுதுகிறேன். நான் அதுபோல் ஒளிந்து

கொள்ள விரும்பியிருந்தால் என் போட்டோக்களைப் பிரசுரித்திருக்க வேண்டியதில்லை.

கேள்வி 'நைலான் கயிறு' எழுதும்போது நீங்கள் ஒரு ஆண் என்று யாருக்குத் தெரியும்?

சுஜாதா இதுபோல பலருக்குச் சந்தேகம் வந்தது. எனவே தான் 1969ல் என் போட்டோ பிரசுரிக்கப்பட்டு விட்டது. குமுதத்தில் ரங்கராஜன் என்ற பெயரில் எழுதி வந்தபோது அங்கே எழுதி வந்த ரா.கி.ரங்கராஜனின் பெயரும் வாசகர்களைக் குழப்புகிறது என்று சொன்னார்கள். அதற்குப்பின் 'சுஜாதா' என்று வைத்துக் கொண்டேன். நான் பெண் பெயரில் ஒளியவுமில்லை. செக்ஸுக்காக இந்தப் பெயரைப் பயன்படுத்தவுமில்லை. மேலும் நான் ஒழுங்காக வருமானவரி கட்டி வருகிறேன்.

கேள்வி 'சுஜாதா' என்ற பெயருக்கும் உங்களுக்கும் என்ன சம்பந்தம்?

சுஜாதா என் மனைவியின் பெயர்.

கேள்வி எழுத்தாளராகிய 'சுஜாதா' நடிகை சுஜாதாவைப் பேட்டி கண்டதை சாதனை என்று கருதுகிறீர்களா?

சுஜாதா இது ஒரு பப்ளிஸிட்டி ஸ்டண்ட் தான். அந்த பத்திரிகையின் சர்குலேஷனுக்கு பயன்படும் என்று அந்தப் பத்திரிகை ஆசிரியர் கருதியிருக்கலாம்.

கேள்வி அப்படியென்றால் நீங்கள் Compromise செய்திருக்கிறீர்கள் என்றுதானே அர்த்தம்?

சுஜாதா கிடையவே கிடையாது.

கேள்வி இல்லை Compromise தான்.

சுஜாதா நீங்கள், எழுத்து ஒரு 'தவம்' என்கிறது போல, 'எழுத்து என் மூச்சு' என்கிறது போலப் பார்க்கிறீர்கள். எழுத்தை நான் ஒரு Craft ஆகத்தான் பார்க்கிறேன். மொழியை விஞ்ஞான பூர்வமான

	ஒன்று என்றுதான் நினைக்கிறேன். மொழியைக் 'கலை'யாகத்தான் நான் பயன்படுத்துகிறேன்.
கேள்வி	அப்படியென்றால் பரத நாட்டியமும் ரிக்கார்ட் டான்ஸ்ஸும் ஒன்றா?
சுஜாதா	நான் அப்படிச் சொல்லவில்லை. பரபரப்பாகப் பத்திரிகைகளில் இதுபோல ஏதாவது ஸ்டண்ட் அடிப்பார்கள். அவ்வளவுதான்.
கேள்வி	பெண் பெயரில் எழுதுகிற நீங்கள், பெண்களைப் பற்றி நிறைய வர்ணிப்பதால்தான் உங்களுக்கு மவுசு ஏற்படுகிறது என்கிறேன்?
சுஜாதா	அப்படியில்லை. சுஜாதா என்பவர் பெண் அல்ல என்பது எல்லோருக்கும் தெரிந்ததுதான். என்னை ரயிலில் பார்த்து அடையாளம் கண்டுகொள்கிற அளவுக்கு எனது முகம் - 'சுஜாதா' என்பவர் யார் என்பது தெரியப்படுத்தப்பட்டுவிட்டது.
கேள்வி	எழுத்தில் உங்களுடைய சாதனைகள் என்ன?
சுஜாதா	நீங்கள் என்னைப் பேட்டி காணுகிற அளவுக்கு நான் வளர்ந்திருப்பதே ஒரு சாதனைதானே?
கேள்வி	உங்கள் சாதனைகளைக் குறித்து நீங்கள் பெருமைப் படுகிறீர்கள்?
சுஜாதா	சில கதைகளைக் குறித்து நான் பெருமைப்படு கிறேன். 'கரையெல்லாம் செண்பகப் பூ'வில் நான் ஏராளமான உத்திகளைக் கையாண்டிருக்கிறேன். அதற்காக நாட்டுப் பாடல்களைப் பற்றி நிறையப் படித்தேன். அவற்றை ஆய்வு செய்து அந்தத் தொடரில் பயன்படுத்தினேன்.
கேள்வி	சிறு கதைகளில்தான் உங்கள் திறமை பூரணமாக வெளிப்படுகிறது என்று நம்புகிறேன். இப்படி யிருக்கும் போது தொடர்கதைகளை ஏன் அதிகமாக எழுத வேண்டும்?
சுஜாதா	சிறுகதைகள் நானாக எழுதுவது. தொடர்கதைகள் அவர்களுக்காக அவர்கள் கேட்டு எழுதுவது.

விவாதங்கள் விமர்சனங்கள் | 69

கேள்வி உங்கள் தமிழ் நடை படிப்பதற்கு அழகாக இருக்கிறது. அதற்கு ஒரு வரவேற்பும் இருக்கிறது. அப்படியிருக்க இந்த நடையை இதுபோன்ற செக்ஸ், கிரைம் த்ரில்லர் கதைகளை எழுதப் பயன்படுத்துவானேன்?

சுஜாதா நீங்கள், நான் எழுதிய நல்ல படைப்புகளின் பக்கமே பார்க்கமாட்டேனென்கிறீர்கள். ‘ரோஜா’ என்று ஒரு சிறுகதை எழுதியிருக்கிறேன். அதைப் படியுங்கள். ‘நகரம்’ என்று ஒரு சிறுகதை எழுதியிருக்கிறேன். அதைப் படியுங்கள். மதுரை ஆஸ்பத்திரியில் நடப்பதாக எழுதப்பட்டுள்ள அந்த கதை வந்த பிறகு அந்த ஆஸ்பத்திரி ‘டீன்’ எனக்குக் கடிதம் எழுதி விசாரித்தார். நான், செக்ஸ் மட்டுமே எழுதிவிடவில்லை. நல்ல படைப்புகளைத் தருவதற்குச் சிறுகதைகளில் முயற்சித்திருக்கிறேன்.

கேள்வி உங்களுக்கு ‘டிமாண்ட்’ இருக்கிறது. இந்த டிமாண்டைப் பயன்படுத்தி நீங்கள் சிறந்தவற்றைத் தரலாமே?

சுஜாதா ‘கரையெல்லாம் செண்பகப் பூ’வைப் போல நானும் சிறந்த படைப்புகளைத் தராமல் இல்லை.

கேள்வி ஆனால், அதே சமயம் மாதப் புத்தகங்களினால் வரும் உங்களுடைய பெரும்பாலான படைப்புகள் தரமாக இல்லையே?

சுஜாதா அதற்குரிய வாசகர்களை நீங்கள் கவனிக்க வேண்டும். பஸ் ஸ்டாண்டில் நின்றுகொண்டு, பத்திரிகையை எட்டாக மடித்து வைத்துக்கொண்டு படிக்கிற இந்த வாசகர்களுக்குப் போய் நான் சாகாத இலக்கியம் படைக்க வேண்டும் என்று நினைக்கிறீர்களா? நல்ல படைப்புகளை, நான் விரும்புகிற மாதிரி எழுதும் படைப்புகளை சிறு பத்திரிகைகளில் தான் நான் எழுத முடியும்.

கேள்வி நீங்கள் படைப்புகளுக்கு என்னதான் நியாயம் கற்பிக்கப் பார்த்தாலும், அந்தக் காலத்தில் மேதாவி, சிரஞ்சீவி இவர்கள் எழுதிய துப்பறியும் கதைகளைத் தான் நீங்களும் தருகிறீர்கள்.

சுஜாதா	ஆமாம், அதையே கொஞ்சம் புத்திசாலித்தனமாகவும் எழுதுகிறேன்.
கேள்வி	இதனால் என்ன பிரயோஜனம்?
சுஜாதா	நான் உரைநடையை, அது ஒரு Craft என்ற அளவில் அதையே தொடர்ந்து பரீட்சை செய்து பார்க்கிறேன். நான் ஏற்கெனவே சொன்னபடி, 'கிரைம் த்ரில்லர்ஸ்' மட்டும் எழுதுவதில்லை. எனக்கு கவிதையில் அளவு கடந்த ஈடுபாடு உண்டு! கவிதைகள் நிறைய எழுதியிருக்கிறேன். குறிப்பிடத்தக்க சிறுகதைகள் எழுதியிருக்கிறேன்.
கேள்வி	அப்படியென்றால், நீங்கள் பாம்புக்கு வாலும் மீனுக்குத் தலையுமாக இருக்கிறீர்கள்?
சுஜாதா	இதுபோல இருந்தால்தான் வசதி என்று நினைக்கிறேன்!
கேள்வி	உங்கள் கதைகளில் எல்லாம் ஆங்கில நாவல்களின் பாதிப்பு அதிகம் காணப்படுகிறதே?
சுஜாதா	ஆமாம். பாதிப்பு இருக்கத்தான் செய்கிறது. பாதிப்பு இருப்பது தப்பு என்று நினைக்கிறீர்களா?
கேள்வி	இல்லை, ஆங்கில எழுத்தாளர்களின் நடையை அப்படியே காப்பியடிக்கிறீர்கள் என்று சொல்லலாம் இல்லையா?
சுஜாதா	இந்த மாதிரி நாவல்கள் எழுதுவதற்கு அவர்களை யெல்லாம் காப்பியடிக்க வேண்டிய அவசியமில்லை. அப்படி காப்பி அடித்து எழுதினால் நான் சுலபமாகக் கண்டுபிடிக்கப்பட்டு விடுவேன். கதை சொல்லும் உத்தியில்தான் நீங்கள் இதுபோன்ற பாதிப்பைப் பார்த்திருக்க முடியும்.
கேள்வி	தொடர்கதையை ஆரம்பிக்கும்போது நன்றாக ஆரம்பம் செய்கிறீர்கள். ஆனால் முடிவை ஏதோ மாதிரி திடீரென்று முடித்துவிடுகிறீர்கள். தனிப்பட்ட காரணம் ஏதாவது உண்டா?

சுஜாதா சாதாரணமாகத் தொடர்கதைகளை இத்தனை இதழ்களுக்கு என்று முடிவு செய்து கொண்டுதான் எழுத ஆரம்பிக்கிறேன். மர்மக்கதைகள் அவ்வளவு பயனுள்ள விஷயமும் அல்ல. அதனால் சொன்னக் கதையைத் திருப்பிச் சொல்வதில் அலுத்துவிடு கிறது. இவர் இன்னமும் எழுதமாட்டாரா என்று எண்ணிக் கொண்டிருக்கும்போதே நிறுத்திவிடுவது தான் நல்லது என்னுடைய வெற்றிக்கு அதுவேகூட ரகசியமாக இருக்கலாம்.

கேள்வி அதனால் வாசகர்கள் ஏமாற்றம் அடையமாட்டார் களா?

சுஜாதா ஏமாந்து விட்டு அடுத்த தடவை வருகிறார்களே?

கேள்வி உங்களால் படைப்புகளை ஆங்கிலத்தில் மொழி பெயர்த்தால் அதில் இந்தியத்தன்மை இருக்குமா?

சுஜாதா நீங்கள் கருதும்படி அதில் இந்தியத் தன்மை ஓரளவுக்குக் குறைந்துதான் காணப்படும்.

கேள்வி சினிமாவுக்குப் போன உங்கள் கதைகளில் பல சரியான வரவேற்பைப் பெறாததற்குக் காரணம் உங்கள் கதைகளில் அழுத்தம் இல்லாததுதானே?

சுஜாதா நீங்கள் சொல்வது போல் எதுவும் ஃபெயிலியர் ஆகிவிடவில்லை. இதுவரை காயத்ரி, ப்ரியா, இது எப்படியிருக்கு ஆகிய படங்கள் வெளிவந்துள்ளன. இதில் ப்ரியாவும், காயத்ரியும் நல்ல வெற்றியைத் தந்துள்ளன. இன்னும் சில படங்கள் வரவிருக்கின் றன. அவைகளையும் பார்த்துவிட்டுச் சொல்லுங்கள்.

விவாதங்கள்

நேருக்கு நேர்

சவுத் மெட்ராஸ் நியூஸ்

சென்னையில், மேக்ஸ் முல்லர் பவனில் ஏற்பாடு செய்திருந்த நிகழ்ச்சி இது. பிரபலமான தமிழ் எழுத்தாளர் சுஜாதா அவர்களை நேருக்கு நேர் சந்தித்து உரையாடினர். இவர் சமீப காலத்தில் தமிழ்நாட்டில் மிகவும் குறிப்பிடத்தகுந்த புகழைப் பெற்றிருக்கின்றார். இவரது பல கதைகள் திரைப்படமாகியுள்ளன. இதுதான் இவரது பிரபலத்திற்கு உண்மையான காரணமா என்றால் இல்லை என்றே கூற வேண்டும். அவருக்குள் படைப்பாற்றலுக்குரிய மேதைமை உள்ளது. அன்று அவரோடு உரையாடிய அனைவரும் அந்த நாளை மறக்க முடியாது என்று கூறியுள்ளனர்.

சுஜாதாவால் வேகமாக, சரளமாக வார்த்தைகளைப் பிரயோகிக்க முடியாவிட்டாலும் அவரை ஒரு நல்ல சிந்தனாவாதி என்றும் நகைச்சுவைப் பண்பு கொண்டவர் என்பதிலும் ஐயமில்லை.

இங்கே அவரிடம் பலர் சுவையான வினாக்களைக் கேட்டனர். அவரும் அவற்றுக்குச் சுவையாகவே பதிலுரைத்தார்.

- டி.கணேஷ்

கேள்வி	உங்களது 'ப்ரியா, கதையில் வக்கீல் கணேஷ் புத்திசாலித்தனத்தையும் ஸ்காட்லாண்ட்-யார்டின் திறமையையும் விவரித்திருந்தீர்கள். ஆனால், அது திரைப்படமாக ஆனபோது இந்த அம்சங்கள் சரியாகக் கையாளப் படவில்லை என்று எண்ணுகிறேன். இதை நீங்களும் கவனித்தீர்களா?
சுஜாதா	ஆமாம், நானும் கவனித்தேன்.
கேள்வி	உங்களது எல்லா எழுத்துக்களிலும் பாத்திரங்களின் பண்புகளைவிட உங்களின் தன்மைகளையே அதிகமாக வெளிப்படுவது போல் தெரிகிறது. ஏன் நீங்கள் உங்களது பாத்திரங்களை வலிமைப்படுத்தக்கூடாது?
சுஜாதா	எவ்வாறு வலிமைப்படுத்துவது? அவற்றுக்கு ஜீவன்டோன் எல்லது மதன் மித்ரா கொடுக்க வேண்டுமா? ஆல்ரைட்! ஆனால், எப்படியும் நான் எனது பாத்திரங்களுக்கு இன்னும் முக்கியத்துவம் கொடுக்க முயலுகின்றேன்.
கேள்வி	நீங்கள் அருண (கனவுத் தொழிற்சாலை) படைக்கும் போது எந்தத் தமிழ் நடிகரை உங்கள் மனதில் நினைத்திருந்தீர்கள்?
சுஜாதா	அருண் என்கிற பாத்திரம் ஒரு கூட்டுப் படைப்பு. கமல்ஹாசன், ரஜினிகாந்த், சிவசந்திரன் எனப் பலரது குணங்களும் இணைத்து உருவாக்கப்பட்டது.
கேள்வி	உங்களது எழுத்து வேலைக்கு உங்களது தொழில் இடைஞ்சலாக இருக்குமா? ஏன் உங்கள் வேலையில் இருந்து ராஜினாமா செய்யக் கூடாது. அதனால் அந்த வேலையை இன்னொருவர் பெற வாய்ப்பாக இருக்குமே?
சுஜாதா	என்னைப் போன்ற பகுதிநேர எழுத்தாளர்கள் எல்லாம் ஆபீஸில் உட்கார்ந்துதான் எழுதிக் கொண்டிருப்பதாகப் பலர் எண்ணுகின்றனர். உண்மையில் அப்படியில்லை. அது சாத்தியமும் இல்லை. ஆனால், அது போலச் செய்தால் என்னை வேலையில் இருந்தே துரத்திவிடுவார்கள்.

ஒருவேளை நான் வேலையை ராஜினாமா செய்தால் அவ்வேலை தேவையற்ற ஒருவருக்குக் கிடைக்காது. அது எனக்கு அடுத்த நிலையில் உள்ள ஜூனியருக்கே கிடைக்கும். அவரது வேலை அவருடைய ஜூனியருக்கே கிடைக்கும். இந்த சங்கிலி முடிவடையும் போது கடைசி வாய்ப்பினைப் பெறுவதற்கு ஜெனரல் மேனேஜர் ஒரு 'மச்சானை'க் கொண்டு வரலாம்.

கேள்வி நீங்கள் ஏன் சரித்திரக் கதைகள் எழுதக்கூடாது?

சுஜாதா நான் மாணவனாக இருந்தபோது வரலாற்றுப் பாடத்தில் 40 சதவிகித மார்க்குகள்தான் வாங்குவேன். அதனால்தான் நான் சரித்திரக் கதைகள் எழுதிட முயற்சி செய்வதில்லை.

கேள்வி 'வல்காரிட்டி'க்கு நீங்கள் எவ்வாறு விளக்கம் சொல்வீர்கள்?

சுஜாதா வல்காரிட்டி என்பது திணிக்கப்படுகிற பாலுணர்ச்சி யாகும். தேவையில்லாதபோது செக்ஸை வலியப் புகுத்துவது அல்லது அதீதமாகப் புகுத்துவது என நான் நம்புகிறேன். எனது எழுத்துக்களில் வல்காரிட்டி இருப்பதில்லை.

கேள்வி ஏன் உங்கள் எழுத்துக்களில் செக்ஸ் அதிகமாகத் தலைகாட்டுகின்றது?

சுஜாதா கேள்வி கேட்பவர், செக்ஸ் தலையைக் காட்டக் கூடாது என்று கருதுகிறாரா? அல்லது செக்ஸ் தலையை மட்டும் காட்டக் கூடாது; அது போதாது என்று கருதுகிறாரா?

கேள்வி எப்பொழுது பேசினாலும் நீங்கள் கம்ப்யூட்டரைப் பற்றி குறப்பிடுகின்றீர்கள். உங்களுக்குக் கம்ப்யூட்டரைப் பற்றி தெரியும் என்றுதான் எல்லோருக்கும் தெரியுமே. பிறகு ஏன்...?

சுஜாதா பாருங்கள், எங்கெல்லாம் கம்ப்யூட்டரைப் பற்றி தெரிந்தவர்கள் இருக்கிறார்களோ அங்கெல்லாம் அதைப் பற்றி நான் பேசுவதில்லை. ஆனால்,

இந்தியாவில் கம்ப்யூட்டரைப் பற்றித் தெரிந்தவர்கள் அதிகமில்லை. எனக்கும் அதைப்பற்றி அதிகம் தெரியாது என்று நான் உறுதியாகச் சொல்லிக் கொள்வேன்.

கேள்வி எப்பொழுது நீங்கள் எழுதுவதை நிறுத்துவீர்கள்?

சுஜாதா ஒவ்வொரு நாளும் இரவில் 12ல் இருந்து 12.30க்குள்.

கேள்வி உங்கள் கதைகள் இன்னும் 50 ஆண்டுகள் வரை இருக்கும் என்றும் ஜோசியமாகச் சொல்ல முடியுமா?

சுஜாதா இந்த உலகமே இன்னும் 50 ஆண்டுகளுக்கு நிலைத்திருக்குமா என்பதே சந்தேகத்திற்கு உரியது. ஒரு வேளை இருந்தால் நான் எழுத்தாளராக இருந்தேன் என்றும் என் பெயர் சுஜாதா என்றும் மக்கள் நம்பத் தயாராக இருக்கமாட்டார்கள்.

கேள்வி நான் உங்கள் கதைகளில் உள்ள வெளிப்படுத்தும் முறைகளாலும், நடையாலும் பெரிதும் கவரப் பட்டுள்ளேன். 'நிர்வாண நகர'த்தைப் படித்த பின்னர் உங்களது கதைகளை நிறையப் படித்தேன். அதற்குப் பிறகு இப்போது இதைத் தவிர வேறு மாதிரியான கதைகளைப் படிக்க என்னால் முடிவதில்லை. இதைப் பற்றி நீங்கள் என்ன நினைக்கிறீர்கள்.

சுஜாதா இதைப்பற்றி நான் எதுவும் நினைக்கவில்லை. ஆனால் உங்களை எனது வீட்டிற்கு ஒருவேளை உணவிற்கு அழைக்க விரும்புகிறேன்.

- அவரது வாசகர்களும் மற்றவர்களும் அவரை நெருக்கியடித்துக் கொண்டு முகத்துக்கருகில் வந்து பேசினர். இது உண்மையிலேயே face to faceஆக இருந்தது. அவர்கள் என்ன கேள்விகளைக் கேட்டாலும் சுஜாதா பொறுமையோடும் ஆர்வத்தோடும் அவர்களுக்குப் பதில் சொல்லிக் கொண்டு இருந்தார். அவர் அமைதியானவர், பண்பானவர், உண்மையில் எளிமையானவர், எல்லாப் புகழுக்கும் உரியவர் இல்லையா?

சவுத் மெட்ராஸ் நியூஸ் - 1982

விவாதங்கள்

சுஜாதா – சுஜாதா

குங்குமம்

நடிகைவாங்க, வாங்க, 'காயத்ரி' எழுதினது நீங்கதானே? உங்க பேரைக் கேள்விப்பட்டிருக்கிறேன். ஆனால், நீங்கதான் அந்த சுஜாதா என்று எனக்குத் தெரியாது. இப்ப ஏதாவது படத்துக்கு எழுதியிருக்கீங்களா?

சுஜாதா 'இது எப்படி இருக்கு' என்று ஒண்ணு எடுக்கறதா இருக்கு. 'ப்ரியா'ன்னு ஒரு கதை. அந்தக் கதை இங்கிலாந்தில் நடக்கிற மாதிரி ஒரு சினிமா நடிகையை வெச்சு எழுதினேன். வெகுளித்தனமான ஒரு கேரக்டர். முக்கால்வாசி லண்டனில் நடக்கிறது. முடிஞ்சா மலேசியாவில் எடுப்பதாக உத்தேசம். பாலசந்தர் கூட ஒரு கதை கேட்டிருக்கிறார். சினிமாக் கதைகள் நாம் எழுதி கொடுக்கறாப்போல எடுக்கறதில்லை. பாலசந்தர் என்கூட போனில் பேசினபோது 'நீங்கள் எழுதின மாதிரி அப்படியே எடுத்திருக்கேன். ஆனால், ஒரு சின்ன மாற்றம் பண்ணியிருக்கேன்' என்றார். என்னன்னு கேட்டேன், அதற்கு அவர் 'ஒரு வில்லனுக்குப் பதிலாக மூன்று வில்லன்கள் போட்டிருக்கேன்' என்று சொன்னார். கதை கொஞ்சம் சிக்கலான மர்மக் கதை.

நடிகை	முதல்லே எப்பக் கதை எழுத ஆரம்பிச்சீங்க?
சுஜாதா	1963ல் எழுத ஆரம்பித்தேன். சிறுகதைகள் எழுதினேன்.
நடிகை	கதையை எப்படி உருவாக்கறீங்க?
சுஜாதா	பொதுவாக எழுத்தாளர்களுக்கு அப்ஸர்வேஷன் முக்கியம். பேசறபோது, பார்க்கிறபோது, பல புத்தகங்களைப் படிக்கும் போது கிடைக்கிற சில விஷயங்களை வைத்துக் கதையை உருவாக்குகிறேன். ஒருமுறை நான் பத்திரிகையில் வெளியான மெடிக்கல் ரிப்போர்ட்டை பேஸ் பண்ணி ஒரு சிறுகதை எழுதினேன். இதில் பெற்றோர்கள் செய்த தவறினால் பார்வையற்ற குழந்தை ஒன்று பிறக்கிறது. எழுத்தாளர்களுக்கும், ஓவியர்களுக்கும், நடிகர்களுக்கும் அப்ஸர்வேஷன் முக்கியம்னு நான் நினைக்கிறேன்.
நடிகை	ஆமாம், நிச்சயமாக, நான் கூட சில அபூர்வமான கேரக்டர்களைப் பார்க்கும்போது அவர்களையே நோட் பண்ணிக்கிட்டு இருப்பேன். ஆமாம், நீங்கள் ஏன் பெண்ணினுடைய பெயரை வைத்திருக்கிறீர்கள்?
சுஜாதா	'ரங்கராஜன்'னு குமுதத்திலே ஒருத்தர் எழுதிக் கொண்டிருக்கார். நானும் ரங்கராஜன் என்ற பெயரிலேயே எழுதினேன். இதனால் வாசகர்களிடையே குழப்பம் இருந்தது. அவருடைய கதைகளைப் பாராட்டுவதற்குப் பதிலாக என்னைப் பாராட்டினார்கள். அதற்கப்புறம் தான் நான் சுஜாதா என்ற பெயர் மாடர்னாக இருப்பதால் அதையே என் பெயராக வைத்துக்கொண்டுவிட்டேன்.
நடிகை	'காயத்ரி' கதை எப்படி தோன்றியது?
சுஜாதா	இந்தக் கதை பூனாவிலே ஒரு வீட்டிலே நடந்ததாகக் கேள்விப்பட்டேன். அதை ஆதாரமாக வெச்சுத்தான் காயத்ரியை எழுதினேன். நான் உங்களுடைய 'அவர்கள்' 'அவள் ஒரு தொடர்கதை'...

நடிகை	'உறவு சொல்ல ஒருவன்.'
சுஜாதா	அதுவும் பார்த்தேன். எனக்கு 'அவர்கள்' கேரக்டர் ரொம்பப் பிடித்தது. அதில் புதுமையான 'டெக்னிக்' ஒன்றை முதன் முறையாக உபயோகப்படுத்தியிருக் கிறார்கள். 'ஃப்ளாஷ் ஃபார்வர்ட் டெக்னிக்' அந்த அம்பு குத்துகிற ஸீன்.
நடிகை	அது மட்டுமல்லாமல், ஃப்ளாஷ்பாக்கில் ஒரு ஃப்ளாஷ்பேக் வருகிறது. நிறையப் பேருக்கு இது புரியலை.
சுஜாதா	நீங்கள் நடித்ததில் உங்களுக்குப் பிடித்த கேரக்டர் எது?
நடிகை	'அவர்களில்' வரும் அழுத்தமான எல்லாத் துன்பங் களையும் பொறுத்துக் கொள்ளும் கேரக்டர் எனக்கு ரொம்பப் பிடித்தது.
சுஜாதா	நீங்க நடித்த படங்களைப் பார்க்கிற பழக்கம் உண்டா? அப்ப நீங்க உங்களுடைய நடிப்பைப் பற்றி என்ன நினைப்பீர்கள்?
நடிகை	டைம் கிடைத்தால் பார்ப்பேன். பார்க்கும் போது சில ஸீன்களில் நான் கோட்டை விட்டதையும் இந்த ஸீன் இத்தனை தடவை 'டேக்' எடுத்தாங்க என்பதை யெல்லாம் நினைத்துப் பார்ப்பேன்.
சுஜாதா	சில ஸீன்களை இன்னும் கொஞ்சம் நல்லா செஞ்சிருக்கலாம்னு தோன்றியதுண்டா?
நடிகை	கண்டிப்பாக.
சுஜாதா	ஏன்னா, எனக்கும் இதுமாதிரியான அனுபவம் உண்டு. நான் எழுதின கதையை அச்சில் படிக்கும் போது சில இடங்களை இன்னும் நன்றாக எழுதி யிருக்கலாமேன்னு தோன்றும்.
நடிகை	உங்களுக்குப் பிடிச்ச வெளிநாட்டு எழுத்தாளர்கள் யார்? யார்? தமிழ் எழுத்தாளர்களில் யாரைப் பிடிக்கும்?

விவாதங்கள் விமர்சனங்கள் | 79

சுஜாதா	பொதுவா எனக்கு 'சயின்ஸ் ஃபிக்‌ஷன்' பிடிக்கும். தமிழிலே எல்லோர் எழுதுவதையும் படிப்பேன். இளம் எழுத்தாளர்கள் நன்றாக எழுதுகிறார்கள்.
நடிகை	'ப்ரியா' என்கிற வெகுளித்தனமான பெண்ணுடைய கேரக்டர் எனக்கு ரொம்பப் பிடித்த கேரக்டர். இப்ப வந்திருக்கிற புதுப்பத்திரிகைகள் பற்றி என்ன நினைக்கிறீர்கள்?
சுஜாதா	எல்லாமே ஒரே மாதிரித்தான் இருக்கு.
நடிகை	நீங்க எழுதின ஒரு கதையிலே சாமியார் பற்றி வருகிறது. அது சரியில்லை என்று சொல்லுகிறார்களே?
சுஜாதா	நிறையப் பேர் நிஜமாகவே வேஷம் போடுகிறார்கள். அதிலே ஏமாந்தவர்கள் எத்தனை பேர்?
நடிகை	சாமியார் பற்றி அப்படித் தப்பா எழுதலாமா?
சுஜாதா	நம்ம சமுதாயத்திலே போலியும் நிஜமும் நிறைய இருக்கு. அதை வெச்சுத்தான் நான் எழுதினேன்.
நடிகை	'வானமெனும் வீதியிலே' கதையிலே ப்ளேன் சம்பந்தமாக எழுதியிருக்கீங்க. அதை எப்படி அவ்வளவு நுணுக்கமாக எழுத முடிந்தது?
சுஜாதா	முன்னாடி நான் ஏரோப்ளேன் சம்பந்தமான ஒரு வேலையில் இருந்தேன். அப்பொழுது பைலட்டுகள் சிலருடன் பழக நேர்ந்தது. ப்ளேனும் ஒட்டக் கற்றுக்கொண்டேன். அதனாலே ப்ளேன்கள் பற்றி எனக்குத் தெரிந்து கொள்ள முடிந்தது. அதை வைத்துத்தான் எழுதினேன்.
நடிகை	சினிமாவுக்கென்று கதைகள் எழுதுவீர்களா? இல்லையென்றால், உங்கள் கதைகளைப் படத்திற்காக மாற்றுவீர்களா?
சுஜாதா	நான் மாற்றுவதில்லை. அவர்களே மாற்றி விடுகிறார்கள். ரைட்ஸ் அவங்க கிட்டே இருக்கே.
நடிகை	மாற்றம் ஏதாவது செய்தால் அவர்கள் உங்களிடம் சொல்லுவார்களா?

சுஜாதா சொல்லுவாங்க. படம் எடுத்து முடித்தவுடன்.

நடிகை 'ப்ரியா' கதையில் ஒரு நடிகையை வைத்து எழுதலாம்னு எப்படித் தோன்றியது?

சுஜாதா பொதுவாக நான் எல்லா இந்தி, தமிழ், ஆங்கிலப் பத்திரிகைகளில் வரும் கிசுகிசு பகுதிகளைப் படிப்பேன். எல்லா நடிகர்கள் பற்றியும் ஊர்வம்பு எழுதியிருப்பார்கள். இதையெல்லாம் படித்தத னாலே எனக்கு அந்தக் கதை தோன்றியது.

நடிகை எல்லா நடிகைகளையும் ஒன்றாகச் சேர்த்து ஒரு கேரக்டர் ஆக்கிட்டீங்களா?

சுஜாதா நீங்க 'சில நேரங்களில் சில மனிதர்கள்' பார்த்தீர் களா? அதைப்பற்றி என்ன நினைக்கிறீங்க?

நடிகை பார்த்தேன். ஒரு பொண்ணு அந்தப் படத்தில் கெட்டுப்போய் வீட்டுக்கு வரா. அதெப்படிங்க. ஒரு பிராமண வகுப்பைச் சேர்ந்தவர்கள் அதை ஒத்துக்கு வாங்க? அவங்க அம்மா பெண்ணைப் பார்த்து 'நீ சுத்தமாயிட்டடீ கொழந்தே' என்று சொல்றாங் களே. எந்த அம்மாவாவது இப்படிச் சொல்லுவாங் களா? என்னாலே நம்பவே முடியலே. அப்புறம் இப்ப வர்ற 'கங்கை எங்கே போகிறாள்' கதையிலே அந்தப் பொண்ணு குடிக்கிறாளாம். உடனே நான் அந்தக் கதையைப் படிக்கிறதை விட்டுட்டேன். அந்தக் கதையிலே பொண்ணு குடிக்கிறது தப்பில் லைன்னு புருஷன்கள் குடிப்பதைப் பெண்கள் விரும்பமாட்டார்கள். அந்தப் பெண்களே குடிக்க ஆரம்பித்தால் அது தப்பாகிவிடாதா? ஒரு பொம்பளை குடிக்கலாமா? அது பெரிய தப்பு இல்லையா?

சுஜாதா நீங்க 'சில நேரங்களில் சில மனிதர்கள்' படத்தில் லட்சுமியின் நடிப்பைப்பற்றி என்ன நினைக் கிறீர்கள்?

நடிகை ரொம்ப நல்லா நடிச்சிருக்காங்க. சொல்லப் போனா அவங்க கேரக்டராகவே மாறிட்டாங்க.

சுஜாதா நடிகர், நடிகைகளில் யாருடைய நடிப்புப் பிடிக்கும்?

நடிகை கே.ஆர்.விஜயா நடிப்பு ரொம்பப் பிடிக்கும். அப்புறம் ஸ்ரீப்ரியா பிடிக்கும். ஸ்ரீப்ரியா, வாயில்லாப் பூச்சியில் ஒரு ஸீன் மனோரமா மாதிரி ரொம்ப நல்லா நடிச்சிருக்கார். அவரை யாரும் கேரக்டர் கொடுத்துப் பயன்படுத்திக் கொள்ள மாட்டேன் என்கிறார்கள். க்ளாமர் கேரக்டரே கொடுக்கறாங்க. ஸ்ரீப்ரியாகிட்டே கூட கேட்டேன். 'நீ ஏன் 'ஓடிவிளையாடு தாத்தா'வில் அப்படி நடிச்சேன்னு. அதற்கு அவர் அது நல்ல கேரக்டர் தானேன்னு கூறிவிட்டார். 'நவரத்தினம்' படத்தில் கூட அப்படித்தான் போலிருக்கு. க்ளாமர் இருந்தாப் போதும், உடனே ஒரு டிரஸ்ஸை மாட்டி விட்டு அசிங்கப்படுத்திடுவாங்க.

சுஜாதா நீங்க ஃபிலிமோத்சவ் படங்களுக்குப் போகிறீர் களா?

நடிகை நான் எப்படிங்க தனியாக போக முடியும்? எனக்கு ஒரு டிக்கெட் தானிருக்கிறது. இன்னொரு டிக்கெட் கேட்டால் கிடைக்கலே. அதனால்தான் போகலை.

என் மனைவி நீங்க பெங்களூர் வந்தா வீட்டுக்கு வரணும்.

நடிகை கண்டிப்பாக.

விவாதங்கள்

சிவகுமார் – சுஜாதா

சினிமா எக்ஸ்பிரஸ்

நவீன இலக்கியம் சிறகை விரித்துப் பறக்கிற காலம் இது. இந்தக் காலக்கட்டத்துக்கு முழுச் சொந்தக்காரராகத் திகழ்பவர் எழுத்தாளர் சுஜாதா. கிட்டத்தட்ட எல்லா பிரபல வாரப் பத்திரிகைகளிலும் சுஜாதாவின் எழுத்துகள் நடனமாடுவது லட்சக்கணக்கான வாசகர்கள் அவர் எழுத்துகளின் பால் ஈர்க்கப் பட்டு இருப்பதன் அப்பட்டமான அடையாளம். அந்த எண்ணற்ற வாசக ரசிகர்களில் ஒருவரான நடிகர் சிவகுமார், 1982 பிற்பகுதி யில் வெளிப்புறப் படப்பிடிப்பிற்காக ஊட்டி சென்றிருந்தபோது தான் சுஜாதாவின் புத்தகங்கள் சிலவற்றை வாங்கிப் படித்தாராம். ஒவ்வொன்றும் ஒவ்வொரு கோணத்தில் அவரைப் பாதிக்க, சுஜாதாவின் 'டாக்டர் நரேந்திரனின் விநோத வழக்கு' நாடகத்தை சென்னையில் பார்த்தாராம். நிஜ வாழ்க்கையில் நாடகம் பார்த்து தான் தேம்பித் தேம்பி அழுதது அது இரண்டாவது தடவை என்று குறிப்பிட்டார் சிவகுமார். அடுத்தநாள் விடியற்காலையில் ஏதோ ஒரு உத்வேகத்தில் எழுந்து உட்கார்ந்து சுஜாதாவுக்கு ஒரு கடிதம் எழுதினாராம். அன்று தொடங்கிய நட்புப் பாலம் குறைந்த காலத்தில் இத்தனை நெருக்கமாக இருப்பதில் வியப்பு எதுவும் தெரியவில்லை. இந்த நட்புப் பாலம்தான் சிவகுமார் பற்றிய சுஜாதாவின் எண்ணங்கள்தான் இந்தச் சந்திப்புக்கு ஆதாரம்.

குடும்பத் திருமண விஷயமாக சென்னை வந்த சுஜாதாவை இது சம்பந்தமாகச் சந்தித்துக் கேட்டபோது, பிரியத்தோடு ஒப்புக் கொண்டார் சுஜாதா. ‘ஒரு நடிகராக சிவகுமாரை பல வருட காலம் கவனித்து வந்திருக்கிறேன். நண்பர் அமுதவனும் அவரைப் பற்றிச் சொல்லியிருக்கிறார். அடுத்தடுத்து சென்னை வரும்போதெல்லாம் அவரைச் சந்தித்தது, ஒரு முழுமனிதனைச் சந்தித்த சந்தோஷத்தை எனக்குள் ஏற்படுத்தியது. தன்னம்பிக்கை யுள்ளவன், பிறரைப் பார்க்கத் தயங்கமாட்டான் என்பது என் ஆதார சித்தாந்தம். அசாத்திய தன்னம்பிக்கை, நிதானம், நேரான பாதை, வித்தியாசமான பார்வை, ஒழுக்கம், திறமை இப்படி இத்தனையிலும் பிசகில்லாமல் பிசிறில்லாமல் அவர் நடந்து வருவதுதான் பலப்பல புதியவர்கள் நுழைந்து விட்டபோதிலும், தனக்கென்று ஒரு தனி இடத்தை சிவகுமார் இன்னும் பெற்றிருப் பதற்குக் காரணம்’ என்றார் சுஜாதா.

இதுதான் பேசவேண்டும் என்ற வரையறை இல்லாமல், இதற்குள் சுற்றிவர வேண்டும் என்று வட்டங்கள் இல்லாமல் ‘கேள்வி-பதில்’ பாணியிலிருந்து விலகி அங்கங்கே தொட்டுத் தொட்டுப் பிரிந்து, ஒரு யதார்த்தமான உரையாடலாய் அமைந்துவிட்டதுதான் இந்த சந்திப்பின் சிறப்பு. இனி...படைப்பாளிகள் பேசட்டும்!

சுஜாதா தமிழைச் சரியா உச்சரிக்கத் தெரிந்த நடிகர்கள் கொஞ்சம் பேர்தான் இருக்காங்க. உங்க தெளிவான தமிழ் உங்களுக்குப் பெரிய பிளஸ் பாயிண்ட். மேடையில் நல்லா பேசுவீங்க இல்லையா?

சிவகுமார் ஆமாம். மேடையில் ஏறினதுமே, சிவகுமார் இப்ப உங்க கேள்விகளுக்கு பதில் சொல்லுவார்னு சொல்லிடுவேன். ஒரு ஐந்நூறு கேள்விகள் வரும் கூட்டத்துக்கு வந்திருக்கிற முக்கியமானவர்களிடம் கொடுத்து, ‘டீஸண்டான நூறு அல்லது இருநூறு கேள்வி செலக்ட் பண்ணச் சொல்லுவேன். அதை வெச்சுக்கிட்டு நாலு இல்லை, அஞ்சு மணி நேரம் பேசுவேன்.

சுஜாதா சாதாரணமா என்ன மாதிரி கேள்வி வரும்?

சிவகுமார் ஸ்ரீபிரியாவுக்கும், உங்களுக்கும் சண்டையாமேன்னு கேப்பாங்க. வீட்டுல அண்ணன் தம்பி சகோதரிகளுக் குள்ள காலையில சண்டை போடுவோம்.

சாயந்திரமே சேர்ந்துப்போம். அதெல்லாம் கண்டுக் காதீங்க அப்படிம்பேன். சிடியில் இன்னதுதான் பேசணும்னு டிசைட் பண்ணிக்கிட்டுப் போவேன். கூட்டத்தைப் பார்த்து, கூட கைதட்டல் வாங்க ணும்னு, உணர்ச்சிவசப்பட்டுப் பேசறதில்லை. 'சங்கராபரணம்' பத்தி சில நடிக, நடிகைகள் சொன்னதா ஒரு பத்திரிகையில பார்த்தேன். இந்த மாதிரி ஒரு படம் லைஃபிலேயே நான் பார்த்த தில்லை. உலகத்திலேயே பார்த்ததில்லை... அப்படீன்னு ஒருத்தர் சொல்லியிருந்தார். இன்னொரு நடிகை. 'படம் பார்க்கிற வரைக்கும் எனக்கு அழுகையே வரலை. வெளியே வந்ததும் டைரக்டர் விஸ்வநாத் கையைப் படிச்சிக்கிட்டு ஓன்னு கதறி மயக்கம் போட்டுட்டேன்'னாங்க. நானும் படம் பார்த்தேன் சார்! இட் ஈஸ் எ வெரிகுட் ஃபிலிம். நோ டவுட். இந்த அளவுக்கு அவரைக் கடவுளாக்கற மாதிரி படத்துல ஒண்ணும் இல்லை. சில ரேநத்துல இவுங்க ஏன் அப்படிச் சொல்றாங்கன்னு தோணும். ஒருவேளை அவுங்க உணர்வுகள் அப்படி இருக் கலாம்னு சமாதானமாயிடுவேன்.

சுஜாதா பிரிவியூ பார்த்திட்டு அபிப்பிராயம் சொல்றவங் கள்ள நிறையப்பேர் அப்படித்தான் சொல்வாங்க. அவங்க ஒபீனியல்லேர்ந்து ஒண்ணுமே கண்டு பிடிக்க முடியாது. மத்தவங்களுக்கு இல்லாத ஒரு அஸெட் உங்களுக்கு இருக்கு. தட் ஈஸ் பெயிண்டிங். ஒரு ஆர்ட்டிஸ்டோட வியூ பாயிண்ட் இருக்கு பாருங்க. தட் ஹெல்ப்ஸ் ஹிம் எ லாட் இன் அப்ஸர்விங். அதை என்னிக்குமே விட்டுடாதீங்க. திரும்பத் திரும்ப அதை நான் சொல்ல விரும்பறேன்.

சிவகுமார் நானே என்னை ஃபுல்-ஃப்ளெட்ஜட் பெயிண்டரா சொல்லிக்கமாட்டேன் சார். ஏதோ ஒரு எட்டு வருஷம் கத்துக்கிட்டேன். ஒரு பத்திரிகைப் பேட்டிக்காக கோபுலு சாரைப் போய்ப் பார்த்தப்ப, காந்தி, ராதா கிருஷ்ணன் இவங்களை பெயிண்ட் பண்ணி காட்டி னேன். அப்ப அவர் என் கையைப் பிடிச்சு முத்தம் கொடுத்தார். '15 வயசிலேயே நான் நடிக்க

வந்துட்டேன் சார். நான் பெயிண்டராவே இருந்தா பெட்டர்னு ஃபீல் பண்றீங்களா'ன்னு கேட்டேன். அவர் சொன்னார். 'மாடர்ன் வேர்ல்டுல தேவைகள் ரொம்ப ஜாஸ்தியா போச்சு, நீங்க பெயிண்டரா இருந்து புரொஃபஷனலா ஆகும்போது வாழ்க்கைக்கு வேண்டிய அடிப்படைத் தேவைக்கு சம்பாதிக்க முடியாம போயிடும். தேவைகளை ஃபில்-அப் பண்ண பெயிண்ட் பண்ணவே சரியா போயிடும். ஆசைக்கு பெயிண்ட் பண்ண முடியாது. இப்ப கார், பங்களா, புகழ் எல்லாம் இருக்கு உங்ககிட்டே. நடிப்பும் இன்னொரு ஆர்ட்தான். இது வேண்டாம்னு நீங்க ஒரு ஸ்டேஜ்ல ஃபீல் பண்றப்ப எந்தவிதமான நிர்பந்தமும் இல்லாம நீங்க ஆசைப்பட்டதை வரைய முடியும்'ன்னு கோபுலு சார் சொன்னார்.

சுஜாதா 'இன்று நீ நாளை நான்' பார்த்தேன். நல்ல 'டச்சிங்' ஸ்டோரி. பாட்டு ஒண்ணும் இந்தப் படத்துல உறுத்தலை. ஃபார் ஆர்க்யூமெண்ட் ஸேக், படத்துல பாட்டுக்களை எடுத்திட்டு, காமெடியும் இல்லாம ரிலீஸ் பண்ணியிருந்தா, படம் சக்ஸஸ் ஆகியிருக் காதா?

சிவகுமார் இன்னொருத்தர்கிட்டே ஒரு பொருளை விக்கும் போது அவனுடைய தேவைகளை கவனிச்சே ஆகணும். ரஃப்பா ஒரு பதினஞ்சு லட்ச ரூபாய் விடறதுன்னு தீர்மானம் பண்ணிட்டா, நீங்க நினைக் கிறமாதிரி படமெல்லாம் அந்த மாதிரி புரொட்சர்ஸை இப்ப தேட வேண்டியதா போச்சு, தன்னோட சொந்த அபிப்பிராயங்களை விட்டுட்டு, அவனுக்கு என்ன தேவையோ அதை மட்டும் செஞ்சா போதும்கற எண்ணம் ஜாஸ்தியா போச்சு.

சுஜாதா இந்தப் படம் பொறுத்தவரை இது கமர்ஷியல் சக்ஸஸ்ஃபுல் படம்னு சொல்லலாம். அது நிச்சயமா இந்தப் பாட்டுனாலேயோ, காமெடியினாலயோ இல்லை. ஆஸ் எ ஸ்டோரி ரைட்டர், அவனை என்ன பண்ணப் போறாங்கன்னு சஸ்பென்ஸ் கடைசிவரை

மெய்ன்டெய்ன் ஆறது. அதுதான் அந்தப் படத்தோட பலம். அதனால்தான் படம் நல்லா ஓடுதுன்னு நினைக்கிறேன். இந்தப் பாட்டும், காமெடியும் படத்தை விக்கத்தான்னு, சொல்லலாமா?

சிவகுமார் ரொடீன் விஷயங்கள் சிலதுலேர்ந்து தப்பிச்சு வர முடியறதில்லை. இன்னும் சொல்லப்போனா இந்தப் படத்துல 'சில்க் டான்ஸ்' இருந்தாத்தான் வாங்குவோம்'னு சொன்னாங்க. பிடிவாதமா மேஜர் முடியாதுன்னுட்டார். பொதுவா, சினிமாவை விக்கிற பொருளாக்கி, அவங்க தேவை என்னவோ அதை ஃபில்-அப் பண்ற மாதிரி ஆக்கிட்டாங்க.

சுஜாதா இப்ப இன்னொரு படம் பத்தி சொன்னாங்க. லட்சுமி பிரமாதமா செஞ்சிருக்கிறதா சொன்னாங்க. 'உண்மைகள்!'

சிவகுமார் ஆடியன்ஸை 'ரீச்' பண்ணலியே சார்.

சுஜாதா ரீச் பண்ணலியா?

சிவகுமார் ஆமாம். இந்த வாரத்தோட எடுக்கறாங்க. இதுதான் சார் பெரிய சோகம் இதுல. இப்ப ஃபிரண்ட் பெஞ்சை வெச்சுத்தான் படங்கள் டிசைட் பண்றாங்க.

சுஜாதா ஆஸ் பீப்பீள் இன்சார்ஜ் ஆஃப் ஃபிலிம் ஜர்னலிசம், இவுங்க அது எப்படீன்னு சொல்றாங்களே தவிர, ஸொல்யூஷன் சொல்ல மாட்டேங்கறாங்களே? இந்த மாதிரி படங்களைப் பொறுத்தவரை ... கர்நாடகாவுல எர்லி பீரியட்ஸ் பண்ணாங்க. இப்ப பழையபடி மசாலாப் படங்களுக்கே போயிட்டாங்க. கவர்ன்மெண்ட் சப்ஸிடி இருக்கு. நல்லா என்கரேஜ் பண்றாங்க. இங்கேயும் சப்ஸிடி இருக்கு. சில ஸ்மால் புரொட்யூசர்ஸ் லோ பட்ஜெட் பிலிம் டிரை பண்றாங்க. கவர்ன்மெண்டுல ஒரு லட்சம் ரூபாய் வரை தராங்க. அந்த சூழ்நிலை கூட இங்க இல்லை.

சிவகுமார் பத்திரிகைகளோ, பத்திரிகை எடிட்டர்களோ இதுக்கு என்ன பண்ண முடியும்? ரெவ்யூ நல்லா எழுதலாம்.

'தீர்ப்புகள் திருத்தப்படலாம்' விக்கறதுக்கு சிரமப்பட்ட படம். ஆனா யூனிஃபார்மா எல்லா பத்திரிகைகளும் பாராட்டியிருந்தாங்க. டு ஸம் எக்ஸ்டெண்ட் அது ரொம்ப ஹெல்ப் பண்ணியிருக்கு.

சுஜாதா யூ மஸ்ட் கிரியேட எ மூவ்மெண்ட் ஆஃப் தி லோ பட்ஜெட் பிலிம்ஸ். இன் தி ஸென்ஸ்...மெய்னா அவங்களுக்கு ரிலீஸ் ஆப்பர்சூனிடியே இல்லை. ஃபிலிம் அப்ரீஸியேஷன் மூவ்மெண்ட் மாதிரி ஒண்ணு ஆரம்பிச்சு, ஸ்மால் தியேட்டர்ஸ்ல ரிலீஸ் பண்ற வாய்ப்பை ஏற்படுத்தித் தந்தா ஒரு 'அவேர்னஸ்' ஏற்படலாம். இந்த மாதிரி 'நீட்'டான படங்களை ஹிந்தியில் சாய் பரஞ்சியே, ரிஷிகேஷ் முகர்ஜி எல்லாம் பண்றாங்க. அது ஆல் இந்தியா மார்க்கெட், அதுவேற விஷயம். இந்த மாதிரி சில டைரக்டர்ஸ் இங்க வர முடியலைன்னு எனக்குத் தோண்றது. அதே 'தீ'மை எடுத்து சில சமயம் தமிழ்ல பண்றாங்க. அதைக்கூட தமிழ் சினிமா மாதிரியே பண்ணிடறாங்க.

சிவகுமார் இப்ப 'உதிரிப்பூக்கள்', 'நிழல்கள்' மாதிரி படங்கள் பண்ணக்கூட யாரும் அட்டெம்ட் பண்றதில்லை. எது நிச்சயமா போகுமோ அது மட்டுந்தான் செய்றாங்க.

சுஜாதா என்னோட பாயிண்ட் ஆஃப் வ்யூவுல ஃபிலிம் ரெவ்யூன்னா முதல்ல அதனோட கதையைச் சொல்லணும். ஒரே ஒரு ஸீன்ல இப்படிப் பண்றார். அப்படிப் பண்றார்னு பாட்ச் பாட்சா ரெவ்யூ பண்றாங்க, பிரமாதமா ரெவ்யூ தற்ற 'டைம்' மாக்ஸின்ல முதல்ல ஒரு பாராவுல கதை சொல்வான், அப்புறம் நல்ல பாயிண்ட்ஸ், தப்பான பாயிண்ட்ஸுன்னு பிரிச்சு சொல்வான். தட் ஈஸ் தி டைப் ஆஃப் பாலன்ஸ்ட் ரெவ்யூ. இங்க என்ன 30, 20 மார்க், இது தேறாது அப்படீன்னு ஒரு குரூப். இல்லைன்னா அங்க நிழல் விழுது. இங்க டிராலி சக்கரம் தெரியுதுன்னு எழுதுவாங்க. அந்த ஆள் ஏற்கெனவே ஃபீல்டுல இருந்திட்டு அப்புறம் இங்க ஒதுங்கியவரா இருக்கலாம். பெங்களூர்ல

தமிழ்ப்பட ரெவ்யூஸ் பார்த்திட்டுதான் நாங்க படம் பார்ப்போம். வாட் திஸ் ஃபிலிம் ஈஸ் அபவுட்டுன்னே தெரியறதில்லை. இப்ப 'முந்தானை முடிச்சு'ல முருங்கைக்காய் பத்தி சொன்னாங்க, அது என்னன்னு பாத்தவங்களைக் கேக்க வேண்டியிருக்கு. இஃப் யூ ஸே இட் ஈஸ் பேட், யூ டிஸ்கிரைப் இட். அந்த மாதிரி டிரெண்டையே இது தவிர்க்கும். நல்லா இருந்தா அதையும் டிஸ்கிரைப் பண்ணலாமே.

சிவகுமார் நல்ல பாயிண்ட்ஸை சொன்னா சந்தோஷப்படற ரொம்பப் பேர், கெட்ட பாயிண்ட்ஸ் சொல்லும் போது ஜீரணிக்கறதில்லை.

சுஜாதா அது இருக்கவே இருக்கு. தப்பானதுங்கறதை ஒரு அப்ஜெக்டிவ்வா வ்யூ பண்ணா போதும். 'இன்று நீ நாளை நான்' படத்துலேயே ஒரு ஜெர்க் இருந்தது லட்சுமி வந்து கேக்கறப்ப. அவ என்ன சொல்லு வாளோன்னு பதில் சொல்றது ஜெர்க் தான். அப்புறம் என்னதான் சமாளிக்க மழுப்பினாலும் நிச்சயமா ஜெர்க் இருக்கு.

சிவகுமார் ஆஸ் எ ஸ்டோரி ரைட்டர் ஆர் யூ கன்வின்ஸ்ட்?

சுஜாதா ரியல் லைஃப் ஸ்டோரிலேர்ந்து எடுத்து செஞ்சிருக் காங்க. ரியல் லைஃப் ஸ்டோரீஸ் ஆர் அப்ஸர்ட் லைக் திஸ். ரொம்ப எதிர்பாராத விஷயங்கள் இருக்கும். இதுல லாஜிக் உதைக்குது. கோஜென்ஸி இல்லைன்னா ஒண்ணும் பண்ண முடியாது.

சிவகுமார் ஒரிஜினல் கதைப் பிரகாரம் பண்ணியிருந்தா வாங்கு வாங்குன்னு வாங்கியிருப்பாங்க. என்ன சார் வேஷம் பண்ணியிருக்கீங்கன்னு கிழிச்சிருப் பாங்க.

சுஜாதா சில பேர் நல்ல பெண்ணை கல்யாணம் பண்ணியிருப் பாங்க. திடீர்னு இன்னொரு பெண்ணை கல்யாணம் பண்ணிப்பாங்க. இது ரியல் லைஃப்ல நடக்கறது தான். இதை ஃபிலிமா டிஸ்கிரைப் பண்றப்ப எல்லோரையும் திருப்திப்படுத்த முடியாது. இரண்டு பேருக்குமே கொஞ்சம் சபலம் இருந்த மாதிரி அந்த

டிராக்கை கன்டின்யூ பண்ணியிருந்தீங்கன்னா பின்னால இது சரியா இருந்திருக்கும். அப்ப நீங்க ஹீரோவா இருக்க முடியாது. இந்தப் பெண்ணை கல்யாணம் பண்ணிக்கிட்டான். அந்தப் பெண்ணையும் பார்த்துக் கட்டிருக்கான்னு வில்லனா ஆக்கியிருப்பாங்க. அப்படி இருந்திருந்தா ஒரு ஃபேமிலிங்கற பேஸிக் கான்செப்டே அடிபட்டுப் போயிடும். ஏதோ சட்டிலா மானேஜ் பண்ணிட்டாரு.

சிவகுமார் பல வழிகளில் ஜஸ்டிஃபை பண்ணியும் கூட அண்ணியை அப்ரோச் பண்றாங்கற எண்ணமே ஒத்துக்க முடியாதுன்னு டிஸ்டிரிபியூட்டர்ஸ் சொன்னாங்க.

சுஜாதா இது ஒரு பத்து வருஷத்துக்கு முன்னால வந்திருந்த துன்னா பயங்கரமா கிரிடிசைஸ் பண்ணியிருப்பாங்க. இந்த ஸ்டோரி வால்யூவினால இந்தப் படம் ஓடியிருக்கு. இந்த மாதிரி சில படங்கள் ஓடறதுக்கு ... 'சினிமா எக்ஸ்பிரஸ்' மாதிரி எஸ்டாஃப்லிஷ்மெண்ட்ஸ் ஏதாவது பண்ணித்தான் ஆகணும். இதை தயவுசெய்து கொஞ்சம் சீரியஸா திங்க் பண்ணிப் பாருங்க.

சிவகுமார் இப்ப 'மலையூர் மம்பட்டியான்'னு ஒரு படம் வந்திருக்கு. பிரமாதமா போகுது. இது இவ்வளவு நல்லா ஓடும்னு அந்த புரொட்யூசர்ஸே நினைக்கலை.

சுஜாதா இது 'மலையூர் மம்மட்டியா'னுக்கு மாத்திரமில்லை. எல்லாப் படங்களுக்கும் பொது. எது, எப்படி ஓடும்னு யாராலும் சொல்ல முடியாது. யாருக்கும் தெரியாது. குதிரை ரேஸ் மாதிரி.

சிவகுமார் கர்நாடகாவுல நல்ல படங்கள் ஒரு ஸ்டேஜ்ல வந்து பழையபடி மசாலா படங்கள் பாபுலராயிட்ட மாதிரி இங்கேயும் 'அவள் அப்படித்தான்' சமயத்துல கொஞ்சம் 'அவர்னஸ்' இருக்கிற மாதிரி தெரிஞ்சது. திரும்ப 'சகலகலா வல்லவன்' ரிலீஸாகி மசாலா படங்களுக்கு மவுஸ் அதிகமாயிடுச்சு. இது, இந்த டிரெண்ட் மறுபடி மாறும். சைக்கிள் மாதிரி.

சுஜாதா பாஸ்கரோட 'தீர்ப்புகள் திருத்தப்படலாம்' நல்ல சஸ்பென்ஸ் படம். கடைசி வரைக்கும் அந்த சஸ்பென்ஸ் சஸ்டெய்ன் ஆச்சு. என்னோட '24 ரூபாய் தீவு' கன்னடத்துல எடுக்கறாங்க. அது ஒரு ஆன்டி கிளைமாக்ஸ் படம். லோ-பட்ஜெட்டுல முதல்ல எடுக்க இருந்தாங்க. அம்பரீஷ், ஜெயமாலா போன்ற பெரிய ஆர்டிஸ்டுகள் வந்து சேர்ந்தவுடனே அதுவே பெரிய பட்ஜெட் படமாயிடுச்சு. அப்புறமா மெதுவா அம்பரீஷ் அடிபடறதாவது, நாலு அடி அவரும் குடுக்கணும். ஒரு சேஸ் வேணும். அப்படி இப்படீன்னு ஏகப்பட்ட சேஞ்சஸ் பண்ணி எங்கேயோ போயிட்டது. ஒரிஜினல் கதையிலோ விஷயங்கள் ரொம்பக் கொஞ்சம். மீதி எல்லாம் டிபிகல் கமர்ஷியல் சமாசாரங்கள். இந்த மாதிரி பண்ணலேன்னா டிஸ்டிரிபியூட்டர்ஸ் வாங்க மாட்டேங்கறான்னு அவங்க மேல பிளேம் பண்ணாங்க. நான் என்ன சொல்வேன், முதல் படம் அவங்க எடுத்து நல்லா ஓடினா, அதுக்கு பிரஸ்ஸூம் மத்தவங்களும் ஹெல்ப்பண்ணா, அடுத்தது 'ஆஃப்பீட்'டா ஒண்ணு டிரை பண்ணிப் பார்க்கலாம். முதல் முயற்சியை எல்லோருமே ஆதரிக்கணும். டிஸ்டிரிபியூட்டர்ஸூம் அவரோட முதல் படம் நல்லா போச்சேன்னு தைரியமா வாங்குவாங்க. இப்ப 'உண்மைகள்' படம் பத்தி கேள்விப்பட்டேன். கிளாஸ் படம்னு சொன்னாங்க. இந்த மாதிரி படங்களையும் ஜனங்கள் ரொம்ப விரும்பி ரசிக்கிறாங்கங்கற சூழ்நிலையை நாமதான் ஏற்படுத்தித் தரணும்.

சிவகுமார் 'சில்க் ...சில்க்' படம் நல்ல மசாலாதான். ஆனா ஓடலை. சில்க்கை படம் பூரா பார்க்கறதுக்கும் ரசிகர்கள் தயாராயில்லை. ஊறுகாய் மாதிரி தொட்டுக்கணும்னு நினைக்கிறாங்க. அவ்வளவு தான். அதுசரி... 'ஒரே ஒரு துரோகம்' சம்பத்துக்கு இன்ஸ்பிரேஷன் யார்?

சுஜாதா சம்பத்துக்கு எல்லோருமே இன்ஸ்பிரேஷன்தான். திடீர்னு நேத்து ஒருவர் எங்கிட்ட வந்து, நான்தான்

சம்பத்துன்னார். ‘சம்பத்’ மாதிரி ஒரு கேரக்டர் சிம்பதி கிரியேட் பண்றது ஒரு விதத்துல சோகம். அவனுக்கு ஒண்ணும் ஆயிடக்கூடாது. அந்த மாதிரி இருந்தாத் தான். பிழைக்க முடியுங்கறாங்க. இட் ஈஸ் எ பேட் டிரெண்ட். ஆனா என்னால அவனை அப்படியே விட்டுட முடியாது. அப்புறம்தான் எழுதறதுக்கு பர்பஸ் இல்லாமப் போயிடும்.

சிவகுமார் உங்களுக்கு கடவுள் நம்பிக்கை உண்டா? பெர்சனலா என்ன அபிப்பிராயம்?

சுஜாதா நிறைய உண்டு. எல்லாத்துக்கும் மேற்பட்ட சக்தி இருக்குன்னு பெரிய பெரிய விஞ்ஞானிகளே ஒத்துக்கறாங்க. சின்னச் சின்ன விஷயங்கள்... கடவுள் பிள்ளையார், முருகன், கிராம தேவதைகள் போன்ற சைகலாஜிகல் இன்ஃப்ளுயென்ஸா மனுஷன் மனசுல இருக்கே தவிர, இயற்கையோட படைப்புகள் எல்லாமே கடவுள்தான்னு சொல்லு வாங்க. இந்த ஆஸ்பெக்டுல எண்ணங்கள் வேறுபட லாமே தவிர, பொதுவா கடவுள் நம்பிக்கைங்கறது எல்லாருக்கும் இருக்கத்தான் இருக்கு.

சிவகுமார் ‘விந்து பாங்க்’ சமாசாரம் பற்றியெல்லாம் படிச்சிருப் பீங்க. இன்டலிஜென்டா இருக்கிறவன் ஒருத்த னோட ‘ஸிமென்’லேர்ந்து இன்டலிஜென்டா பிள்ளை பிறக்கறது சாத்தியமா? இல்லை, இது பைத்தியக்கார சமாசாரமா?

சுஜாதா டெஸ்ட் டியூப் பேபியோட மொராலிட்டி பற்றி நிறைய பேருக்கு சந்தேகங்கள் இருக்கு. அப்படிப் பிறக்கிற குழந்தைகளுக்கே சரியான ஒரு சூழ்நிலை ஏற்படுமாங்கறது சந்தேகம். ஏன்னா அப்பன் யாருன்னு தெரியாததுனால, அப்படிப் பிறக்கிற குழந்தைகள் இன்டலிஜென்டா இருந்தாலும் உள்ளுக்குள்ள ஃபீலிங் இருக்கும். இயற்கையான முறையில் நாம பிறக்கல, ஏதோ எக்ஸ்பரிமெண்ட் பண்ணிப் பிறந்திருக்கோங்கற ஃபீலிங் இருக்கும். அந்த விதத்துல அதனோட ‘இம்பாக்ட்’ தெரியாம இருக்காங்க.

சிவகுமார் இன்டெலிஜென்டா குழந்தை பிறக்கும்னு உத்தர வாதம் உண்டா?

சுஜாதா கிடையாது. அதுல கோடிக்கணக்கான திசுக்கள் இருக்கு. அதனால அறிவாளியோட பிள்ளை அறிவாளின்னு சொல்ல முடியாது. அந்தக் குழந்தை யோட தாத்தா ஒரு முட்டாளா இருக்கலாம். அதனோட பாதிப்பும் இருக்கலாம். பட், சான்சஸ் ஆர் தேர்.

சிவகுமார் மாடர்ன் கேர்ள்ஸ் பற்றி நீங்க நிறைய கதைகள் எழுதி யிருக்கீங்க. பாரதி பார்த்த புதுமைப் பெண்ணுக்கும், இப்ப இருக்கிற மாடர்ன் கேர்ள்ஸுக்கும் எப்படிப் பட்ட வித்தியாசம் தெரியுது உங்களுக்கு?

சுஜாதா நிறைய வித்தியாசம் இருக்கு. இவங்களுக்கு மனசுல 'மாடர்னிடி' இல்லை. ஜீன்ஸ் போட்டுக்கறது, பாப் மியூசிக் போறது இதெல்லாம்தான் மாடர்னா நினைக்கிறாங்க. 'விமன்ஸ்லிப்'புங்கறது, அவுங்க ஈக்வாலிட்டிதான் கேக்கறாங்களே தவிர - ஈக்வாலிட்டி ஃபார் ட்ரீட்மெண்ட் டு தட் எக்ஸ் டெண்ட் இட் ஈஸ். ரெலவண்ட், பாரதி சொன்னது - 'மாதர் தம்மை இழிவு செய்யும் மடமையைக் கொளுத்துவோம்' அப்படீங்கறது அந்த விதத்துல விமன்ஸ்லிப் கேட்டவர் பாரதிதான்னு சொல்ல லாம். இப்ப வீதியில போற நவீன பெண் 'விமன்ஸ்லிப்'போட ரெப்ரசன்டேஷன்னு சொல்ல முடியாது. உருவத்துலதான் அவங்க மார்றாங்களே தவிர, மனசுல மார்றதில்லை.

சிவகுமார் ஸ்கூல் டேஸ்ல பிரில்லியன்டா இருக்கிறவங்க, எதிர் காலத்துல பிரில்லியன்டா இருக்க வாய்ப்புண்டா? உங்களைப் பொறுத்தவரையில் நீங்க எப்படி?

சுஜாதா நான் ஸ்கூல் டேஸ்ல ரொம்ப சாதாரணம். அதுக்காக இப்ப பிரில்லியன்டா இருக்கேன்னு சொல்லலை. அதுக்கும் இதுக்கும் சம்பந்தமில்லை. பிரபல விஞ்ஞானி இதுக்கும் ஐன்ஸ்டீனைப் பார்த்து அவர் வாத்தியார், நீ உருப்படவே போறதில்லைன்னா

ராம். கணித மேதை ஸ்ரீநிவாஸ ராமானுஜம் ஸ்கூல்ல ஃபெயில் ஆகியிருக்கார்.

சிவகுமார் எழுதறவங்க பொதுவா சொல்லுவாங்க சார்... எனக்குள்ள ஒரு நெருப்பு இருந்திச்சு, எழுத ஆரம்பிச்சேம்பாங்க, நீங்க?

சுஜாதா ஏதோ விளையாட்டா, பொழுதுபோக்கா ஆரம்பிச்சு சீரியஸாயிடுச்சே தவிர ஏதோ பிறக்கிறபோதே எழுதணும்கற ஆர்வம் இருந்தது - மாதிரியெல்லாம் தெரியலை. இப்பக்கூட எதுவும் பெரிசா பண்ணிட்டோம்னு தோணலை. ஏதாவது புதுசா பண்ணணும்கற 'அர்ஜ்' மட்டும் இருக்கு. அதுகூட எழுத்துல மட்டும்தான்னு இல்லை.

சிவகுமார் இன்ஸ்பிரேஷன்னு பார்க்கறப்ப சவுத்ல மார்டனிஸ்ட் யாராவது உங்களுக்கு உண்டா?

சுஜாதா நிறையப் பேர் இருக்காங்க. கு.ப.ராஜகோபாலன் ஆரம்பிச்சு, கல்கி, தேவன், எஸ்.வி.வி. இவங் களோடது எல்லாம் படிச்சிருக்கேன். மாடர்ன் டைரட்டஸ்ல ஜெயகாந்தன், சுந்தர ராமசாமி இவங்க. இப்ப புதுசாவர்றவங்ககிட்ட கூட நான் சொல்லு வேன். இவங்களையெல்லாம் படிச்சிட்டுத்தான் நான் வந்தேன். நான் இப்ப செய்யற புதுமையெல்லாம் 1947லேயே புதுமைப்பித்தன் செஞ்சிருக்கார். அந்தப் புதுமையிலேர்ந்து நாம கத்துக்கலாம். வேறு என்ன புதுசா செய்யலாம்னு தெரிஞ்சுக்கலாம்.

சிவகுமார் பாப்புலர் வீக்லீன்னு சொல்லப்படற எல்லாப் பத்திரிகைகளிலும் தொடர்ந்து நீங்க எழுதிக்கிட்டு வர்றீங்க. ஒரு டைம்டேபிள் போட்டுக்கிட்டு திங்கள் இது, செவ்வாய் இது, புதன் இதுன்னு எழுதும் போது என்னதான் கருவை மனசுல ஃபார்ம் பண்ணிக் கிட்டாலும், கிளாஷ் ஆஃப் தாட்ஸ் வராது?

சுஜாதா அதுமாதிரி வர்றது சாத்தியம்தான். சமயத்துல குழப்பம் வந்து என் மனைவியைக் கேட்பேன். இவன் எந்தக் கதையிலே வரான்னு எனக்கே கொஞ்சம் தகராறு வரும். அப்படி இருந்தாலும், ஒரு

அவுட்லைன் போட்டு வெச்சுக்கறதுனால, ஒரு கதைக்கும் இன்னொரு கதைக்கும் தீம்ல ரொம்ப டிஃபரன்ஸ் இருக்கும். பொதுவா அவுட்லைன் இருக்கிறதுனால பெரிய குழப்பம் எதுவும் வராது.

சிவகுமார் இப்ப, ஆபீஸ்ல வொர்க்ல ரொம்ப இன்வால்வ்மெண்ட் இருந்து, ஹெவியா வொர்க் இருக்கும் போது அன்னைக்கு எழுதவேண்டிய மேட்டர்ஸ் பாதிப்பு ஏற்படுமா?

சுஜாதா நிச்சயமா, அந்த வாரத்து சாப்டர்ல பாதிப்பு இருக்கும்.

சிவகுமார் சாவி ஒரு கேள்வி-பதில்ல எழுதியிருந்தாரு. எல்லா ரைட்டரும் எப்பவும் எழுதிக்கிட்டு இருக்கக் கூடாது. கொஞ்ச நாளைக்கு சும்மா இருக்கணும். சுஜாதா மட்டும் விதிவிலக்குன்னு போட்டிருந்தாரு.

சுஜாதா கேப் குடுக்கறது நல்லதுதான். இப்ப நீங்களே ஒரு படத்துல ஆக்ட் பண்றீங்க. ஒரு வருஷம் சும்மா இருந்தா மறந்து போய்டுவாங்களோன்னு பயம் வந்துடும். இது எல்லா ஃபீல்டுலேயும் இருந்தாலும் ஃபிலிம் ஃபீல்டுல ரொம்ப ஜாஸ்தி. அந்த பயம் இல்லாத வரைக்கும் செல்ஃப் கான்ஃபிடன்ஸ் இருக்கிறவங்க கேப் குடுக்கலாம். இந்த ஜனவரி வரைக்கும் கேப் குடுத்திருக்கேன். எனக்கு ரொம்பப் புடிச்ச விஷயம் சயின்ஸ் கேள்வி-பதில்கள். ரொம்ப இன்ட்ரஸ்டிங்கா இருக்கும் ஒரு பத்திரிகைக்காக அதை மட்டும் இப்ப செய்யறேன். ஒரு அஞ்சாறு மாசம் 'டச்' இல்லைன்னா மறந்து போனா போகட்டும். நிறைய எழுதியாச்சு. இதுக்குமேல என்னன்னு பதில் சொன்னேன்.

சிவகுமார் உங்களை பர்சனலா தெரிஞ்சுக்கறதுக்கு முன்னால, நாவல்ல படிக்கும்போது, ரொம்ப ஜீனியஸாகவும், கொஞ்சம் 'குருக்'காகவும் கேரக்டர்களை டீல் பண்ணும்போது, உங்களை நீங்க பிரதிபலிக்கிறீங்களோன்னு தோணுது. நேர்ல பார்க்கும்போது அப்படி இல்லை. ஒரு வேளை நான் பார்க்கறப்ப அப்படி இல்லாம ஒரிஜினலா அப்படி இருக்கீங்களா?

விவாதங்கள் விமர்சனங்கள் | 95

சுஜாதா நான் கிளாரிஃபை பண்ணிடறேன். ரொம்ப ஜீனியஸ் இல்லை நான். ஆனா கொஞ்சம் குருக். 'குருக்'குங்கறது எரிலேடிங் டெர்ம். எல்லாத்துக்கும் பொருந்தும். கிரியேட்டிவிடிக்கு அது தேவையா இருக்கு. சில பேர் பேசறப்ப அவங்களோட நேர் அர்த்தங்களை விட்டுட்டு, உள் அர்த்தங்களை தேடிக்கிட்டே இருப்பேன்.

சிவகுமார் பொதுவா ஒரு பெயிண்டருக்கும், ஆர்டிஸ்டுக்கும் அப்ஸர்வேஷன் ரொம்ப வேணும்.

சுஜாதா ஒரு ரைட்டருக்கும் அது தேவை. இப்ப ரோட்ல வரும்போது நாங்க வந்துக்கிட்டு இருந்த காருக்கு ரெண்டு கார் முன்னால் ஒரு அம்பாஸடர் போயிட்டு இருந்தது. இவங்க யாரும் இதை கவனிச்சிருக்க மாட்டாங்க. அந்த அம்பாஸடரோட டிக்கியில் ஒரு சைக்கிளை வெச்சிருந்தாங்க. அது ஆடிக்கிட்டே போனதைப் பார்க்கும்போது, ஒரு எழுத்தாள னோட, வ்யூ பாயிண்டுல அந்தக் கார், சைக்கிளைக் கவ்விக்கிட்டு போற மாதிரி இருந்தது. அது மனசுல ஒரு ஓரத்துல ரிஜிஸ்டர் ஆயிடும். பின்னால எப்ப வாவது ஒரு கதையில் அதை நான் யூஸ் பண்ணிப் பேன். யூ மஸ்ட் கீப் யுவர் ஐஸ் அண்ட் இயர்ஸ் ஓபன் தேர் ஈஸ் ஸோ மச் இன் லைஃப். எனக்கு எழுத்துல எழுதறதுல ரொம்ப ஃப்ரீடம் இருக்கு. அவன் மனசுல நினைக்கிறதை நான் சுலபமாக எழுதிட லாம். ஆனா நீங்க அதைச் சொல்றதுக்கு யூ ஹாவ் ஒன்லி தி ஃபேஸ் அண்ட் தி வாய்ஸ்.

சிவகுமார் நீங்க பொதுமக்களை மேடையில் ஒரு அஞ்சு வருஷமா சந்திக்கிறீங்கன்னு நினைக்கிறேன். அவங்க கேள்வி கேட்டு தர்மசங்கடப்பட்ட சம்பவம் ஏதாவது உண்டா?

சுஜாதா அந்த மாதிரி தர்மசங்கடம் வரும். நேஷனல் காலேஜ்ல ஒரு ஸ்டூடண்ட். நீ ஏன்யா பேண்ட் போட்டுக்கிட்டு இருக்கேன்னு கேட்டான். எம்.ஜி.ஆர் புடிக்குமா, சிவாஜி புடிக்குமா? இப்படி யெல்லாம் கேப்பாங்க. பொதுவா எல்லாரும்

கேள்வி கேட்டுட்டு மறந்துடறாங்க. பதிலைப் பத்தி கவலைப்படறதில்லை. அதுக்குள்ள அடுத்த கேள்வி தயார் பண்ணிட்டிருக்காங்க. அதை நான் ஒரு ரைட்டரா அனலைஸ் பண்ணியிருக்கேன். அவனுக்கு தன்னோட குரலைக் கேக்கறதுல ஒரு இன்பம் இருக்கு. நீங்க சொன்ன மாதிரி காலேஜ் மீட்டிங் போறப்ப, கேள்விகளை எழுதிக் குடுக்கச் சொல்லிடுவேன். கான்ட்ரவர்ஸியா இருக்கிறதை எடுத்திட்டு மத்ததுக்கு பதில் சொல்வேன். ஐ ஆம் எ வெரி பேட் ஸ்பீக்கர் ஆன் ஸ்டேஜ். சில சமயங்கள் ரொம்ப இன்டெலிஜென்டா கேப்பாங்க. பதிலும் ஸ்பான்டேனியஸா வரும். மாக்ஸ் முல்லர் பவன்ல, ஒரு மீட்டிங், நீங்க எப்ப எழுதறதை நிறுத்துவீங் கன்னு ஒருத்தர் கேட்டார். ராத்திரி பண்ணெண்டு மணிக்கு நிறுத்துவேன்னு சொன்னேன். இதை 'லாட்டரல் திங்கிங்'னு சொல்லுவாங்க. இதுக்கு குரூக்கட் சென்ஸ் வேணும்.

சிவகுமார் உங்களுடைய டி.வி. நிகழ்ச்சி பார்த்தேன். எல்லாரும் உங்களை கிழிக்கறப்பகூட, சிரிச்சுக் கிட்டே 'இது வரைக்கும் கிழிச்சதுக்கு நன்றி'ன்னு சொல்லிட்டு வந்தீங்க. பொதுவாக இது உங்க சுபாவமா? இல்லை ஒரு விதமான போஸிங்கா?

சுஜாதா அது என் அப்பட்டமான சுபாவம். கோவிச்சுக் கிறதே நம்ம பலவீனம்தான்னு நினைக்கிறேன். என் மனைவி கூட பல சமயங்கள்ல ஏதாவது திட்டுங் களேம்பா, ஸம் டைம்ஸ் இட் ஈஸ் அட்வான்டேஜஸ் நாட் கெட்டிங் புரொவோக்ட். கோவிச்சுக்கிட்டா அப்புறம் நம்மை எல்லாரும் வேடிக்கை பாக்கற மாதிரி இருக்கும்.

சிவகுமார் எங்க வீட்ல இப்ப நான் திட்டலேன்னா, என்னங்க இப்படி சீரியஸா ஆயிட்டீங்கங்கற மாதிரி ஆயிடும். அப்படிப் பழகிப் போச்சு. இப்ப ஒரு படைப்பாளி யோட படைப்புல, அவனோட உள் மனசு ஓரளவு தெரியும்னு சொல்வாங்க, உங்களுடைய படைப்பு கள்ல மெஜாரிட்டி மர்மக் கதைகளும், கொலைக் கதைகளும் துப்பறிதலும் தான். ஃபேமிலி

பேக்ரவுண்ட்ல வர்றது ரொம்பக் கம்மி. உங்க லைன் ஆஃப் திங்க்கிங் இந்தக் கோணத்துலதான்னு நான் சொன்னா அது சரியா?

சுஜாதா ஒரு அடிப்படை விதி இதுல என்னன்னா, நெவர் ரைட் யுவர் ஓன் ஸ்டோரி. அது ஸம்திங் சீக்ரட், பாது காக்கப்பட வேண்டிய ரகசியம். எங்க ஃபேமிலில நடந்த ஸ்டிரேஞ்ச் இன்சிடென்ஸ் எதுவும் எழுதலே. மாட்டேன். தெரிஞ்சவங்க பேரையோ கிட்ட இருக் கிறவங்க பேரையோ யூஸ் பண்ண மாட்டேன். டிஸ்டண்ட் ரிலேஷன்ஸ்ல யாராவது ஏதாவது ஒரு விஷயம் சொல்றபோது அந்த இன்சிடெண்ட்டை யூஸ் பண்ணலாம். 'காயத்ரி' பூனாவில் நடந்ததா எனக்குச் சொல்லப்பட்ட சம்பவம். சொந்த வாழ்க்கையை எழுதவே கூடாது. ஒருவேளை சாகறதுக்கு சில நிமிஷங்கள் முன்னால வேணா எழுதலாம். இது ஸம்திங் பீ கெப்ட் அஸ் எ சீக்ரெட், ஓகே. ரொம்ப நேரமாச்சு. அடுத்த முறை சந்திப்போம்.

சுஜாதா விடைபெற்றுச் சென்றுவிட்ட போதிலும் அவருடைய பாதிப்பு நெடுநேரம் அங்கு இருந்தது நிஜம்.

விவாதங்கள்

கமல்ஹாசன் – சுஜாதா

திரைக்கதிர்

சுஜாதாவைச் சந்திப்பதற்காக 'வறுமையின் நிறம் சிகப்பு' படப்பிடிப்பிலிருந்து மேக் அப்பைக் கூடக் கலைக்காமல் தன் வீட்டிற்கு வருகிறார் கமல்ஹாசன். இந்த சந்திப்பிற்காக பெங்களூரிலிருந்து வந்த சுஜாதா 6.30 மணிக்கு கமல்ஹாசன் வீட்டிற்கு வருகிறார்.

சோபாவில் அமர்ந்து பேசப்போன அவர்களை அவசர அவசர/ மாகத் தடுக்கிறார் புகைப்படக்காரர் ரவி. தரையில் உட்காரும்படி பேசினால் வித்தியாசமாக புகைப்படம் எடுக்கலாமே என்பது அவரது ஆசை. 'நேயர் விருப்பம்' நிறைவேறுகிறது. சந்திப்பு ஆரம்பமாகிறது.

சுஜாதா நான் 'ZEE'ன்னு ஒரு பிரெஞ்ச் ஃபிலிம் சமீபத்தில் பார்த்தேன். அரசியலை மையமா வைச்சிக்கிட்டு ரொம்பப் பிரமாதமாக படம் எடுத்திருக்காங்க. தமிழ்லே ஏன் அரசியலை சம்பந்தப்படுத்தி படம் பண்ணமாட்டேங்கறீங்க?

கமல் உங்களுடைய '24 ரூபாய் தீவு' கதையை 'யாரோ பார்க்கிறார்கள்' அப்படீங்கிற பேர்ல படமா எடுக்க

நினைச்சோம். முடியலே. பண்ண முடியாத சூழ்நிலை இருக்கு. Yes. It was denyed. திடீர்னு அந்தப் படத்தைத் தடை பண்ணிட்டாங்கன்னு வைச்சிக்கங்க. டிஸ்டிரிபியூட்டர்ஸ் மாட்டிக்கு வாங்க. வட்டிக்கு வாங்கிப் படம் எடுக்கிற புரொட்யூசர் காலி. அரசியலை மையமா வைச்சி இங்க படம் எடுக்கிறது கஷ்டம்.

சுஜாதா நான் என்ன கேட்க வர்றேன்னா, அதுமாதிரி புத்திசாலித்தனமாக, சுவையாக ஒரு படம் கொடுத்து ஏ.பி.சி.ன்னு சொல்றீங்களே, அந்த மூணிலும் 'சக்ஸஸ்' ஆக்க முடியுமாங்கிறதுதான். ZEE ஒரு ஆர்ட் ஃபிலிம் இல்லே...

கமல் அது ஆர்ட் ஃபிலிம் இல்லதான்! பெங்களூர் ஃபிலிமோத்சவ்ல நைன்டீன் ஹண்ட்ரட், *(1900)* படம் பார்த்தீங்க இல்லே. எவ்வளவு குதிரை எத்தனை ஆளுங்க என்ன பிரம்மாண்டமா இருந்தது. அதெல்லாம் நம்மளாலே கற்பனைகூட பண்ண முடியாது. நான் சமீபத்தில் பம்பாய் போயிருந்தேன். அவங்க எல்லோருக்குமே கமர்ஷியல் பட போதை தலை வரை ஏறியிருக்கும். Even the cleverest man who knows about film. அவ்வளவு முட்டாள் இல்லே. நம்மகூட உட்கார்ந்து 'டிஸ்கஸ்' பண்ணி நம்மளை Impress பண்ணக் கூடிய ஒரு ஆள் படம் எடுக்கும்போது ஜீனத் அமன் தொடையைக் காட்டித் தான் படம் பண்ண நினைக்கிறார். செருப்பில்லாத வன் நொண்டிக் காலனைப் பார்த்துச் சந்தோஷ படுகிற மாதிரி அவங்களைப் பார்த்து நான் சந்தோஷப்படுகிறேன். தியாகமே கிடையாது. 'தமிழ்ப்பட உலகில் மன்மோகன் தேசாய் மாதிரி வசூல் டைரக்டர்களே இல்லை' என்கிறார்கள். அதுக்காக நாங்க வருத்தப்படலை. என்கிட்ட பாலசந்தர்கள், பாரதிராஜாக்கள் இருக்காங்கன்னா அவ்வளவுதான்' அவங்க மன்மோகன் தேசாய் இல்லே. வெற்றிப்படங்கள் எடுப்பவங்க. அவ்வளவுதான் 'உலகம் சுற்றும் வாலிப'னுடைய டி.சி.ஆர். (கலெக்ஷன் ரிப்போர்ட்) எடுத்துப்

பாருங்க - எந்த பாலசந்தருடைய படத்தை விடவும் அதிகமாக வசூல் பண்ணியிருக்கும்' அப்படீங் கறாங்க. அப்ப நாங்க எல்லாம் மடையர்களா என்றால், இல்லே - கமர்ஷியல் சினிமா பற்றிய உங்களது அறியாமைதான் இதுமாதிரி படங்களை தயாரிக்க வைச்சிருக்கு. 'காமர்ஸ் என்னன்னு உங்களுக்குத் தெரிஞ்ச மறுநிமிடம் நீங்க மன்மோகன் தேசாயா மாறிவிடுவீங்க' என்கிறார் கள். அவங்க இதையெல்லாம் கோபத்திலே சொல்லலே - ஏன் நீங்க 'அவர்கள்' தயாரிக்கணும்? ஏன் 'கல்லுக்குள் ஈரம்' தயாரிக்கணும்? அப்படீன்னு சொல்லிக்கிட்டேயிருக்காங்க.

சுஜாதா வெற்றிகரமான தமிழ்ப்படம் அப்படீங்கறது என்ன? உங்களாலே சொல்ல முடியுமா?

கமல் கமர்ஷியல் வெற்றின்னு சொன்னீங்கன்னா அதில 2 வகை இருக்கு. '16 வயதினிலே' - வெற்றிப்படம் ஆனா அந்தப் படத்தை மிகப் பெரிய இமாலய வெற்றின்னு விநியோகஸ்தர்கள் ஒத்துக்கறதில்லே, - 25 வாரம் ஓடியும். கேட்கும்போது எனக்குக் கோபம் வருது. பாலசந்தர், பாரதிராஜா எல்லாம் அற்புதமான டைரக்டர்ஸ். ஆனா கிராமத்திலே அவங்க படம் அவ்வளவா வெற்றிகரமாக ஓடலே அப்படீங்கறாங்க டிஸ்டிரிபியூட்டர்ஸ். கேட்கற துக்கே கஷ்டமாயிருக்கு. அதுமாதிரி படங்களில் 10 சதவிகிதம் புத்திசாலித்தனம் உள்ள படங்கள். நல்லா வசூல் பண்ணுதுங்கிறது அவருடைய வாதம்.

சுஜாதா ஹிந்தில ராஜஸ்ரீ பிக்சர்ஸ் இருக்கிற மாதிரி தொடர்ந்து ஜனங்களை சரியாகப் புரிஞ்சுகிட்டு வெற்றிப்படம் எடுக்கிறவங்க யாராவது இங்கே இருக்காங்களா?

கமல் 80-லேயிருந்து 90 சதவீதம் வெற்றியைத் தொடர்ந்து கொடுத்தவங்கன்னு இங்கே சொல்லணும்னா தேவர் ஃபிலிம்ஸைத்தான் சொல்லணும்.

சுஜாதா அப்போ ஒட்டுமொத்தமா தமிழ் ரசிகர்களை சரியாகப் புரிஞ்சிகிட்ட ஒரே ஆள் தேவர்தான்.

கமல் இன்னொருவரை சொல்லணும்னா எஸ்.எஸ். வாசன்.

சுஜாதா அன்னிக்கு ஒரு மீட்டிங் போயிருந்தேன். வைத்திய நாதன்னு ஒருத்தர் ஃபிலிம் கிரிட்டிக். அவர் தமிழ் தெரியாதுன்னு இங்கிலீஷ்லே பேசின அவர் கடைசியில 'தமிழைக் கன்னிங்கறாங்க. ஏதாவது ஒருநாள் கல்யாணம் பண்ணிக்க வேண்டாமா, அந்தக் கன்னி?' அப்படின்னார். தமிழ்லே எல்லாத் துறையிலேயும் தமிழ்ப் பண்பாடுங்கறதை வைச்சுக் கிட்டு அதிலேயிருந்து வெளியே வர முடியாம தவிச்சிக்கிட்டிருக்காங்க. சினிமாவில் பார்த்தால் தமிழ்ப் பண்பாடு. தாய்மார்கள் ஆதரவு அப்படீன்னு ஏகப்பட்ட விஷயங்களைப் பார்க்க வேண்டி யிருக்கு. ஒரு படம் தயாராகிக் கிட்டிருக்கும்போது அது வெற்றி பெறுமா, பெறாதான்னு யாராலே யாவது சொல்ல முடியுமா?

கமல் அது முடியும்னா அந்த ஆளை ஐந்து லட்சம் ரூபாய் சம்பளம் கொடுத்து வைச்சிப்பாங்க. ரிலீஸான பிறகு முதல் வாரத்திலே வேண்டுமானால் ஓரளவு தெரியும். ஆனா, படம் எடுக்கும்போது ஒவ்வொரு தயாரிப்பாளரும் பேசறதைக் கேட்டா நீங்க அசந்து போயிடுவீங்க, யாருடையது நியாயமான நம்பிக்கைன்னு சொல்லவே முடியாது. 'பாருங்க சார்! 'ராஜபார்வை' பின்னி எடுத்துடப் போகுது' அப்படீன்னு என்கிட்டே பேசின ஒருத்தர் அடுத்த புரொடியூஸர்கிட்டே போனா அவர் 'கொக்கரக் கோ'ன்னு ஒரு படம் எடுத்துக்கிட்டிருக்கார்ன்னு வைச்சிக்கங்க. அவர், 'என்ன சார், அந்த ஆள் படம் பொங்கலுக்கு வருதாமே. அன்னிக்குத் தான் நம்ம 'கொக்கரக்கோ'வும் வெளியாகுது. அதே தேதியில் ரிலீஸ் பண்ணி அடிவாங்க ஏன் அந்த ஆள் முயற்சி பண்றார். பேசாம நம்ம படம் வந்து ரெண்டு வாரம் கழிச்சி ரிலீஸ் பண்ணச் சொல்லுங்க சார்.' அப்படீன்னு சொல்லுவார். இரண்டையும் கேட்கிற ஆள் இருக்கிறாரே. அவருக்கு மண்டை குழம் பிடும்.

சுஜாதா	ஒரு படம் ஆரம்பிச்சா உடனே 10 லட்சம், 12 லட்சம்னு அதை வித்துடறாங்க. உடனே அந்தப் படத்தைப் பத்தி அவங்க மறந்துடறாங்க. அவங்களுடைய அடுத்த படம், இல்லே அதற்கடுத்த படத்திற்குப் போயிடறாங்க. இன்னும் சரியா சொல்லப் போனா பாடல் பதிவு முடிஞ்ச உடனேயே கூட வித்துடறாங்க. அவங்களைப் பொறுத்தவரை லாபம் வந்துடுது.
கமல்	இல்லே, இதெல்லாம் முன்னே... இப்போ வெல்லாம் படம் சரியில்லேன்னா கடைசிலே பெட்டி எடுக்க மாட்டேங்கறாங்க.
சுஜாதா	படம் ரிலீஸ் ஆகறதுக்கு முன்னாடி படத்தைப் பத்தி தப்பா செய்திகள் வராம இருக்கறதுக்கு பத்திரிகைகள் ஓரளவுக்கு உதவி பண்றாங்க. படத்தை மையமா எழுதறது. அல்லது என்ன மாதிரி இருக்கணும்னு சொல்லாம இருக்கிறது இதிலெல்லாம் பத்திரிகை உதவுவது இல்லையா? அதை வைச்சி வித்திடறாங்க.
கமல்	நீங்க சொல்றதெல்லாம் சரிதான்...ஆனா அதெல்லாம் முன்னால இருந்தது. இப்போ ஒண்ணும் பண்ண முடியாது.
சுஜாதா	அப்படின்னா பத்தாயிரம் ரூபாய் வைச்சிக்கிட்டு படம் ஆரம்பிக்கிறாங்களே...
கமல்	பத்தாயிரம் ரூபாய் வைச்சுக்கிட்டு படம் ஆரம்பிக்கிறது எல்லாம் இப்போ முடியாது சார். ரொம்ப கஷ்டம். முன்னாலே 'உணர்ச்சிகள்'ன்னு ஒரு படம் ஆரம்பிச்சோம். அதனுடைய ரகசியம் யாருக்கும் தெரியாது. ஐயாயிரத்து நூறு ரூபாய் வைச்சுக்கிட்டு அந்தப் படம் ஆரம்பிச்சோம். புரொடியூசர் ஐம்பதாயிரம் ரூபாய் இருக்குன்னவர் தடால்'னு என்னால முடியலே, சும்மா சொன்னேன். இப்படித்தான் சொல்லணும்னு ஒருத்தர் சொல்லிக் கொடுத்தாரு. ஜெயலலிதா கிளாப் அடிக்க வருவாங்கன்னு எல்லாம் சொன்னாரு. யாருமே வரலியே சார்'

அப்படீன்னாரு. பி.ஏ.கிராஜுவேட் வீட்டுக்கு போக முடியாது - தற்கொலைதான் பண்ணிக்கணும் னார். ஐயாயிரத்து நூறு ரூபாய்லே படம் ஆரம்பிச் சோம். அவரே இப்போ வந்தார்னா தற்கொலை தான் பண்ணிக்கணும். வேறு வழியில்லே.

சுஜாதா ரொம்பப்பேர் அடிபட்டாலும் வந்துகிட்டேயிருக் காங்க. அதுக்கு முக்கியக் காரணம் சினிமாவைப் பற்றி இருக்கிற தப்பான அபிப்பிராயமும், அவங் களுக்குள்ளே இருக்கிற சபலமும் தான்...

கமல் சினிமா படம் எடுக்க ஆபீஸ் பிடிச்ச உடனே ஒரு படுக்கையை மூலையில் ரெடி பண்ணி போட்டுக் கிட்டவங்க நிறையப் பேர் இருக்காங்க. ஆனா, அவங்க யாரும் படம் எடுக்கலே.

சுஜாதா அதைத்தான் நான் சொல்றேன். படம் எடுக்க வந்து கொஞ்சநாள் ஜாலியா இருந்தோம்னு போயிட றாங்க. படம் எடுக்காதது பத்தி சின்ன வருத்தம்கூட அவங்களுக்கு இல்லை.

கமல் அதுமாதிரி படத் தயாரிப்பாளர் குறைஞ்சிருப்பாங்க. ‘ஒருதலைராகம்’ வராம இருந்திருந்ததுன்னா அந்தப் படத்தின் வெற்றிக்கு பிறகு ஏராளமான பேர் திரும்ப சினிமாவிற்கு வந்திருக்காங்க. அதில எத்தனை பேர் வெற்றியடையப் போகிறாங்கன்னு தெரியாது. படங்களின் தோல்வி புதுமுகங்கள் சினிமாவிற்கு வர்றதைத் தடுத்திடும். அதுக்கப்புறம் இந்திப்பட உலகம் மாதிரி தமிழும் ‘குர்பானி’ ‘அமர் அக்பர் அந்தோணி’ பக்கம் சாஞ்சிடும். ராமா நாயுடு எல்லாம் ஒண்ணும் முட்டாளில்லை. அவர் வீட்லே பெரிய லைப்ரரியே இருக்கு. சினிமா பற்றி அவருக்கு தெளிவா தெரிஞ்சிருக்கு. சினிமாட்டோ கிராபர் படிக்கிறார். இதெல்லாம் பண்ணிட்டு ‘தில்தார்’ன்னு ஒரு படம் எடுக்கிறார். ‘என்ன சார்! இது மாதிரி படங்களே எடுத்துக்கிட்டு’ன்னா ‘நான் என்ன படம் எடுக்கணும்னு நினைக்கிறீங்க’. ‘அந்த நாளா?’ன்னு கேட்கிறார். ‘இப்ப அது நல்லா ஓடுதே சார்’னு நான் சொன்னதற்கு ‘நான் வாழும்போதே

என் படத்தின் வெற்றியைப் பார்க்கணும்' அப்படீன்னுட்டார்.

சுஜாதா உங்களுடைய 'ராஜ பார்வை' எப்படிப்பட்ட படம்?

கமல் 'குரு' மாதிரி முழுக்க முழுக்க மசாலா படமல்ல அது. படத்தின் கதை, பரீட்சார்த்தமானதில்ல. ஆனால், டெக்னிக்கலாக உயர்ந்த படமாக தயாரிக்க முயற்சி செய்கிறோம். சிம்பாலிசத்தை முழுசா இந்தப் படத்தில் ஒதுக்கி வைச்சிருக்கோம். தப்பித்தவறி வந்தா அது எங்களுடைய பூர்வீக பழக்கமாக இருக்கலாம் ஒரு தெளிவான காதல் கதை. சந்தோஷமான முடிவு. நாங்ககூட நினைச்சோம். இந்த ஹீரோவை கொன்னு பார்த்தா என்னன்னு. சந்தோஷமான முடிவுன்னு தீர்மானிச்ச பிறகு கொல்ல முடியலயேன்னு ரொம்ப துக்கமா இருந்தது. அழுகையா வந்தது. ரொம்பப் பிரமாதமான படமாங்கிறது படம் வெளிவந்ததுக்கப்புறம்தான் சொல்லணும். ஆனா இப்படி ஒரு படம் தயாரிச்சதுக்காக நிச்சயமாக என்னை வருத்தப்பட வைக்காத ஃபிலிம், நீங்களே கேட்டுக்கிட்டிருக்கீங்க. நான் கொஞ்சம் கேள்வி கேட்கறேன். உங்க 'கனவுத் தொழிற்சாலை' சினிமா உலகில் உங்களுக்கேற்பட்ட அனுபவங்கள்தானா? அதில் வர்ற ஒரு கேரக்டர் என்னை மாதிரி இருக்குன்னு கூட சிலர் சொன்னாங்க.

சுஜாதா சினிமா உலகில் எனக்கு ஏற்பட்ட அனுபவங்களின் அடிப்படையை வைச்சிதான் அந்தக் கதை உருவாக்கப்பட்டது. அதனுடைய கதாநாயகன் ஒரு மிக்ஸட் பெர்சனாலிட்டி. அந்தக் கதையில் நான் பார்த்ததையெல்லாம் எழுதிட்டு, பார்த்தது அவ்வளவு தான்னு வந்தபோது முடிச்சிட்டேன். தமிழ்ப் படங்கள்லே பயமுறுத்தறதைக்கூட சரியாகக் காட்டலே ஒரு கொலையாளியைக்கூட சரியாகக் காட்டலே. ஒரு ஆண் அடிக்கப்படறதைக்கூட ரியலிஸ்டிக்காக நாம் இன்றுவரை காட்டலே.

கமல் மெல்ல மெல்ல நீங்க சொல்ற விஷயங்கள் வந்திடும். ஏரிப்ளெக்ஸ் அண்ணாந்து பார்க்கிற

மோகமே இப்போதுதான் குறைஞ்சிருக்கு. அதைத் தெய்வமாக்கி ஆயுத பூஜைக்கு பொட்டு வைக்கற துக்குத்தான் பயன்படுத்திக்கிட்டிருந்தாங்க. இப்ப தான் காமிராவை பயன்படுத்த ஆரம்பிச்சிருக்கோம். டைரக்டர்களுக்கெல்லாம் அந்தக் காலத்தில் ரொம்ப மரியாதைன்னா வேற எவனுக்கும் ஒண்ணும் தெரியாது சார். ராஜா சாண்டோன்னு ஒரு டைரக்டர் இருந்தாரே, அவர் சவுக்காலே எல்லாம் அடிப்பாராம். ஆர்ட்டிஸ்டுகளை, அவரைத் தவிர வேற யாருக்கும் விஷயம் தெரியாது. காமிராவுக்கு முன்னாடி நிக்கிற ஆர்ட்டிஸ்டெல்லாம் ஸ்டேஜ்லே யிருந்து அப்படியே பிடிச்சிக்கிட்டு வந்திருப்பாங்க. அந்தப் பக்கம் திரும்பிப் பார்த்தா, 'அப்படியெல் லாம் பார்க்கக்கூடாது'ன்னுவாங்க. 'ஏன்?'னு கேட்டா 'அதெல்லாம் கேட்கக்கூடாது'ன்னு பதில் வரும். இப்பகூட நான் அஸிஸ்டெண்ட் டைரக்டரா வேலை பார்த்தபோது 'இது ஏன் சார்'ன்னு கேட்டா 'கஷ்டப்பட்டு வா கண்ணா, இதெல்லாம் உடனே சொல்லிட்டா எப்படி?'ன்னு கேட்டாங்க.

சுஜாதா நீங்க எழுதறதெல்லாம் நான் விடாம படிக்கிறேன். உங்க நடை ரொம்ப நல்லாயிருக்கு. எழுதுறதை விட்டுடாதீங்க. எழுத்தாளர்கள் கிட்ட இருக்கிற முதிர்ச்சி உங்ககிட்டே இருக்கு. இன்னும் சரியாகச் சொல்லணும்னா, 'கனவுத் தொழிற்சாலை' எழுதறதுக்கு நீங்கதான் சரியான ஆள்.

கமல் நீங்க எழுதுனதுக்கே அது யாரைப் பற்றி, இது யாரைப் பற்றின்னு எல்லாம் கேள்வி கேட்டுக்கிட்டு இருந்தாங்க. நான் எழுதினா அதைவிட வம்பே வேண்டாம். தவிர நான் ஒரு 'பிம்ப்' பற்றி எழுதினேன்னு வைச்சுக்குங்க. உடனே கேள்வி வரும். 'Have you ever been a pimp' அப்படீன்னு. ஆனா, சுஜாதாகிட்டே அப்படியெல்லாம் கேட்க மாட்டாங்க. சமீபத்திலே 'ஹோமோசெக்ஸுவல்' பத்தி எழுதினேன். உடனே பல பேர் என்னைக் கேட்டுட்டாங்க. நீங்க ஒரு ஹோமோ செகசஸு வலா'ன்னு.

சுஜாதா கதாசிரியருக்கும், நடிகருக்கும் நிறைய ஒற்றுமை இருக்கு. நீங்க பல பாத்திரங்களை ஏற்று நடிக்கி றீங்க. அவங்க குணாதிசயங்களை 'ஸ்டெடி' பண்றீங்க. நாவலாசிரியர் ஒரே நாவலில் எல்லாக் கேரக்டர்களுக்குள்ளும் புகுந்து வரணும். அந்தந்த கேரக்டருக்கு உரிய பாணியில் அவர்களைப் பேச வைக்கணும். அதுக்கு வந்து காதில் விழுறதை யெல்லாம் கவனமா 'கலெக்ட்' பண்ணணும். நான் நண்பர் ஒருவருடன் லண்டன் போயிருந்தப்போ ரோடு ஓரத்திலே ஒரு ஜோடி அழுத்தந்திருத்தமா 'கிஸ்' பண்ணிக்கிட்டிருந்ததைப் பார்த்தேன். எனக்கு ஒரு மாதிரியாக இருந்தது. என் நண்பர் நின்று உற்றுப் பார்த்துவிட்டு 'சாப்பிடறான்யா' என்றார். 'ப்ளூஃபிலிம்' பார்க்க அங்கேயுள்ள ஒரு தியேட்டருக்குச் சென்றோம். திரையில் ஒரு பெரிய கார் வருவதையும், அதிலிருந்து ஒரு அழகான பெண் இறங்குவதையும் காட்டினான். என் நண்பருக்கு ஒரே கோபம். 108 அடி ஃபிலிம் வேஸ்ட். இதிலே வேற 'ஏ' சர்டிபிகேட்' என்று அலுத்துக் கொண்டார். 'பிளேபாய்'ல ஒரு ஜோக் வந்திருந்தத. ப்ளூஃபிலிம் எடுக்கிற டைரக்டர் ஒருவர் ஷூட் பண்றார். 'Cut it' அப்படீன்னுட்டு நடிகர்களிடம் "You please go on' என்கிறார். அதுமாதிரி 'You please go on' தமிழ் படத்தில் உண்டா கமல்?

கமல் இல்லியே! அதெல்லாம் சாயங்காலம் ஷூட்டிங் முடிஞ்ச பிறகு எங்க திறமையிலே நாங்க ஏதாவது சம்பாதிச்சிகிட்டாதான். இப்போ உங்க கதைகள் சில படமான விதமெல்லாம் சரியில்லேன்னு பேட்டி எல்லாம் கொடுக்கற நீங்க ஏன் சினிமாவுக்கு கதை கொடுக்கறீங்க? விட்டுட வேண்டியதுதானே!

சுஜாதா கொடுக்கலேன்னா எடுத்துக்கறாங்க. அது மட்டு மில்லாமல கதையை வாங்கிய உடனே என்ன சொல்றாங்க தெரியுமா? 'ஸ்கிரீன்பிளே மாதிரியே எழுதியிருக்கீங்க. அப்படியே படமாக எடுக்கப் போகிறோம்' அப்படீங்கறாங்க. அதுக்கப்புறம் 'என்ன நீங்க எடுக்கப் போறீங்கன்னு உங்க ஸ்கிரீன்

ப்ளேயைக் கொஞ்சம் காட்டினீங்கன்னா பரவா யில்லையே' என்று கேட்கிற நிலைக்கு நம்மளைக் கொண்டு வந்துடுவாங்க. அப்புறம் 'சி'க்கு போகும் போது, அதுக்குப்பிறகு வராதுன்னு ஆரம்பிப்பாங்க. அதுக்குப்பிறகு தயாரிப்பாளர் நஷ்டத்துக்கு அவங்க அவஸ்தைப்படப் போறாங்களேன்னு எல்லாத் துக்கும் ஒத்துக்கிட்டு சும்மா இருக்க வேண்டியதாகி விடுகிறது.

கமல் 'மழைத்தல்'னு நீங்க ஒரு முறை எழுதியிருக்கீங்க இல்லே. 'பெய்யெனப் பெய்யும் மழை மழைக்கு மெனில் சொல் உன் தாயிடம், நாடு நனையட்டும்' நான் எழுதியிருந்தேன். மழைக்கும்னு சொல்றது ஸ்பெல்லிங் மிஸ்டேக்குன்னுட்டாங்க சார்.

சுஜாதா சொல்லலாம். தவறில்லை.

கமல் சுப்பிரமணிய ராஜுவோ மாலனோ யார்னு ஞாபக மில்லை. 'கீழ்பர்த்தில ஒரு நல்ல நாட்டுக்கட்டை. மனத்திற்குள் அவளை படுக்க வைத்தேன்' அப்படீன்னு எழுதியிருந்தாங்க.

சுஜாதா புதுக் கவிதையில கல்யாண்ஜி எல்லாம்...பிரமாதம். ஒரு வேலைக்காரி சுமாரா இருக்கறவ பெருக் கிட்டிருக்கா 'தரை சுத்தமாயிடுச்சி, மனம் குப்பை யாயிடிச்சி' அப்படீங்கறார். நாலு பக்கக் கதை அந்த இரண்டு வரிகளில் வந்துடறதே!

கமல் இன்னொன்று நான் படிச்சேன். 'கறுப்பு உதடுகளின் வெளிச்ச உளறல்கள்' அப்படீன்னு. என்ன கற்பனை பாருங்க.

சுஜாதா இன்னொரு புதுக்கவிதை நான் படிச்சேன். 'கண்ணீர்' என்ற தலைப்பில். 'இதயத்தில்தானே இடி. இங்கே ஏன் மழை'ன்னு எழுதியிருந்தாங்க. இன்னொருவர் இப்படி 'திருமணங்கள் சொர்க்கத் தில் நிச்சயிக்கப்படுகின்றனவாம். என் கல்யாணம் மட்டும் ஏன் நொச்சிக்குப்பத்தில் நிச்சயிக்கப் படுகிறது.'

கமல்	சினிமா கவிஞர்கள் பலர் பிரமாதமாக பாட்டு எழுதியிருக்காங்க. நான் சினிமா பாட்டுப் புத்தகத்திலேயிருந்தும் கலைஞர் கருணாநிதி வசனம் படிச்சும்தான் தமிழ் நல்லா பேச கத்துக்கிட்டேன்.
சுஜாதா	உங்க மாதிரி ஆளோடு எவ்வளவு நேரம் பேசறதுன்னாலும் நான் தயார்தான். ஆனால் இன்னிக்கு இரவு 9.30 மணி ரயிலில் பெங்களூர் போகணும். ஓகே கமல். இன்னொரு முறை மீட் பண்ணி நாம பேசுவோம்.
கமல்	ஓ யெஸ்! சந்திப்போம். சமீபத்தில் உங்க நாவல் ஏதாவது படமாகுதா?
சுஜாதா	'கரையெல்லாம் செண்பகப் பூ' கதையை டைரக்டர் ஜி.என்.ரங்கராஜன் வாங்கியிருக்கிறார். 'சாவி'யில் நான் எழுதிய 'காகிதச் சங்கிலிகள்' கதையை பஞ்சு அருணாசலம் வாங்கியிருக்கிறார். இன்னிக்கு காலையில்தான் பூசை நடந்தது. ஓகே. புறப்படுகிறேன் கமல் சந்திப்போம்.

விவாதங்கள்

சுஜாதா – கார்த்திகேயன்

குங்குமம்

அறிமுகங்கள் அவசியமானவை. சமயங்களில் இன்றியமை யாதவை. சுஜாதாவை அறிமுகம் செய்வது அபத்தமானது. ஆனால் கார்த்திகேயனுக்கு அவசியமானது.

சந்திப்பு நிகழ்ந்தபோது, பெங்களூர் நகர துணை போலீஸ் கமிஷனர் (சட்டம், ஒழுங்கு) பிறகு அவர் கர்நாடக மாநில டி.ஐ.ஜி. இன்டலிஜென்ஸ் என்ற மிக முக்கியமான பொறுப்பில் இருந்தார்.

பெங்களூர், விநோதங்கள் நிறைந்த நகரம். இந்திய நகரங்களின் இளவரசி. சகலவிதத் தந்திரோபாயங்களிலும் பணம் வெள்ள மெனப் பாய்கிறது. அதனால் நீதிக்குப் புறம்பான நிழல் காரியங் கள் நிறைய. அதனால் தலைவலி போலீஸாருக்கு. கார்த்தி கேயனைப் போல நேர்மையுற்ற அதிகாரிகளால் வலிகள் குறைய வாய்ப்புகள் அதிகம்.

சரியான உயரம், இந்திய மாநிறம், சந்தேகக் கண்கள், வரிசைப் பற்கள், படிய வாரின கேசம், தடிமனான மீசை, புஷ்டியான கன்னங்கள், இலக்கிய ஈடுபாடு, மொழிகள் கற்கப் பற்றுதல். இது தவிர கொங்குத் தமிழில், 'அ, ஆமுங்க, அப்படியே எழுதுங்க' என்று கார்த்திகேயன் சொல்ல, சுஜாதா கேள்வி போடுகிறார்.

‘இந்தியக் காவல் துறையில் ஏராளமான குறைகள் உண்டு சுஜாதா. நம் சட்டங்கள் மிகவும் பலஹீனம் உடையவை. 12 லட்சம் கஞ்சாவுடன் என்னால் பிடிபட்ட ஆசாமி. மறுநாள் காலையில் மெஜஸ்டிக்கில் காலைக் காட்சிக்கு நிற்கிறானே.’

‘ஜனங்கள் அறிவும், கல்வியும் வளர வளர குற்றங்கள் குறையும் அல்லவா?’

‘அதுதான் இல்லை, சுஜாதா, மனிதனின் எளிமையான ஆதர்சத் தேவைகள் தாராளமாகக் கிடைக்கிற வரையும் குற்றங்கள் அதிகமே ஆகும். வாழ இடம், மறைக்கத் துணி, பசிக்கு உணவு இம்மூன்றும் கம்யூனிஸ நாடுகளில் உடனே கிடைத்துவிடுவதால் அங்கு ஏராளமாய் செல்வமும் தாராளமாய் வறுமையும் இணை கோட்டில் இருக்கிறது. இது ஒரு முரண்பாடு. அதனாலேயே குற்றங்கள் அதிகமாகக் காரணம்.’

‘ரஷ்ய மொழி உங்களுக்கு எங்ஙனம் பரிச்சயமாயிற்று.’

‘மாஸ்கோவில் இந்தியன் எம்பஸியில் first secretary ஆக 3 வருடங்கள் இருக்க நேரிட்டது. காவல் துறை செயல்படும் முறையைப் பார்த்து அயர்ந்தேன். பார்ட்டி ஒன்றில் டெபுடி மினிஸ்டர் ஒருவர் பியர் சாப்பிட இயலாது என்று பிடிவாதித்தார். அப்போதுதான் எனக்கு மிகுந்த சிரமத்தின் பெயரில் கார் ஓட்ட லைசென்ஸ் கிடைத்துள்ளது. ஆல்கஹால் அதிகமாகி, சாலை விதிகளை எங்காவது மீறிவிட்டால் என் கதி அவ்வளவே என்றார். அவர்களின் Criminology மிக நவீனமுற்றவை. சட்டத்திற்கு சத்தியமாகக் கண்கள் கிடையாது. கம்யூனிஸ நாடுகளில் மட்டுமே இது சாத்தியம் சுஜாதா. இம்மாதிரி நேர்மையான செயல்முறைகள் எங்கே பார்த்தாலும் மிகுந்த சந்தோஷத்தை ஏற்படுத்துகின்றன இல்லையா?’

‘மாஸ்கோ நினைவுகள் வேறென்ன?’ - சுஜாதாவின் கேள்வி.

‘நிறைய மசக்கையில் வேக வைத்த நிலக்கடலை கேட்ட மனைவியை மெடர்னிட்டி வார்டில் சேர்க்கையில் நெற்றியில் வைத்திருக்கும் குங்குமத்தைப் பற்றி அடுக்கடுக்காக கேள்விகள் கேட்கும் நர்ஸுகள். ஒருதடவை சேலை கட்டினால் எவ்வளவு நாட்கள் அதிகபட்சமாய் அவிழ்க்காமல் இருக்க முடியும் என்று கேட்ட உக்ரைனிய லேடி டாக்டர். பிளாஸ்டிக் முகங்களில் மென் மனிதர்கள். எதிர்காலக் கவலையற்ற ஆரோக்கியக் குழந்தைகள்.

விதிமுறைகளைக் கனவிலும் மீறாத வாகன ஓட்டிகள். நாடுதான் தெய்வமென்கிற மாந்தர்கள், வாங்கின சுதந்திரத்தின் விலையை உணர்ந்த மக்கள், மக்களின் தேவைகளைக் கவனித்துக் கவனித்துச் செயல்படுகின்ற நல்லரசாங்கம். மற்ற தேசங்களை விட்டுவிட்டு ஜார் வீழ்ந்ததை மட்டும் பாடின பாரதி தெய்வீகக் கவிஞன், சுஜாதா!

அனுமந்த நகர் என்பது Residential Area. பேட்டை. ரௌடிகள் ஒன்றாய்ச் சேர்ந்து ஜனங்களை ஹிம்சித்து வந்தார்கள். வலுச் சண்டைக்குப் போவது, அந்த சண்டையில் கத்தி ஏந்துவது என்றெல்லாம் அட்டகாசம் செய்துவந்தனர். போலீசார் அலுத்துப் போயினர் பகுதி மக்களுக்கு இவர்களிடம் பய உணர்ச்சியும், போலீசார் மீது அவர்ஷனும் ஏற்பட்டு விட்டிருந்தது. நிகழ்ச்சி நாளன்று இக்கும்பலை கடைக்காரர்கள் எதிர்க்கையில் கலவரம் பற்றிற்று. அனாவசியமாக ஒரு கல்லூரி மாணவிக்குக் கத்தி ஏறி கை முறிந்தது.

ஜனங்கள் கொதித்து போலீஸ் ஸ்டேஷனைச் சூழ்ந்தனர். தகவல் அறிந்து விரைந்தேன், வீடு வீடாகத் தேடிப் பதுங்கி இருந்த ரௌடிகள் இழுத்து விலங்கிட்டேன். தெருத் தெருவாக இழுத்துப் போய், 'இந்த முகங்களை நினைவு கொள்ளுங்கள். இதில் யாராவது மீண்டும் உங்களுக்கு சிரமம் கொடுத்தால் உடனே நேரடியாக எனக்கு டெலிபோன் செய்து தகவல் சொல்லுங்கள்' என்று சொன்னதும் ஜனங்கள் அமைதியுற்றார்கள். இந்த முறை நல்ல பலனளித்தது.'

'கர்நாடக போலீஸ் துறை எவ்விதம் செயலாற்றுகிறது?'

'மிகவும் சிறப்புடன், அரசு நடத்த இன்றியமையாதது போலீஸ் துறை என்பதை அறிந்த முதல்வர் குண்டுராவ். நாங்கள் நிர்பந்தங் கள் இல்லாமல் தன்னிச்சையாக செயலாற்ற விட்டிருக்கிறார். வெளி மாநில போலீஸ் அதிகாரிகள் இங்கு வருகையில் எங்கள் செயல்படுமுறை அவர்களுக்கு மிகுந்த ஆச்சரியத்தை ஏற்படுத்து கிறது. இதென்ன சுஜாதா, நீங்களே கேட்டுக் கொண்டு இருக்கிறீர் கள்? நான் உங்களைக் கேட்கவா?'

'ஓ யெஸ்' என்கிற சுஜாதா, சேரை நகர்த்தி தயாரானார். சிற்றுண்டி, டீ, திருப்பிப் போடப்பட்ட கேஸட், இடைவிடாமல் ஒலிக்கிற டெலிபோன். மென்மையாக ரஷ்ய அனுபவங்களை திருமதி சுஜாதாவிடம் விவரிக்கின்ற திருமதி கார்த்திகேயன் இடுக்கில்

ஒளிந்து முரண்டுபிடிக்கிற ஆறு வயதுப் பெண்குழந்தை காஞ்சனா - இவைகளுக்கிடையில் இப்போது கார்த்திகேயனின் கேள்விகள்.

'சுஜாதா, உங்கள் பிரபலத்திற்குக் காரணம்.'

'நான் கதையை அநாவசியமாக வளர்த்துவதில்லை. முதல் வரியில் கதையைச் சொல்லிவிடுகிறேன். வர்ணனைகளை மிகவும் நவீனப்படுத்துகிறேன். நிறைய விஷயங்களைச் சேகரித்து அப்புறமாய் எழுதுகிறேன்.'

'நீங்கள் விரும்புவது எதை?'

'புத்தகங்கள் படிப்பதை. அடுத்ததாக, பகல் சாப்பாட்டுக்குப் பிறகு ஒரு சின்னத் தூக்கம்.'

'கதைக்கான விஷயங்கள் எங்கு கிடைக்கின்றன?'

'எல்லா இடத்திலும் எனக்குக் கதைகள் காத்திருக்கின்றன.'

'எப்படி ஒரு பொறுப்பான வேலையில் இருந்து கொண்டு இவ்வளவு எழுத முடிகிறது?'

'பதினாறு வருடமாய் எழுதுகின்றேனா, இப்போது அது ஒரு உபதொழிலாகிவிட்டது.'

'எப்போது எழுதுகிறீர்கள்?'

'லீவு நாட்களில். ஒரு சின்ன மேஜையில் அல்லது காரின் பின் ஸீட்டில்.'

'உங்களின் பிரபலத்தினால் ஃபாக்டரிக்கு இடைஞ்சலா?'

'இல்லை. எழுத அனுமதி வாங்கி உள்ளேன். பாதுகாப்புத் துறையைச் சேர்ந்த நிறுவனமாதலால் சில சமயங்களில் யோசிப்பார்கள். மாக்ஸ் முல்லர் பவனில் ஏற்பாடு செய்திருந்த கலந்துரையாடல் ஒன்றில் பேச அனுமதிக்கச் சற்றுப் பின்வாங்கினார்கள்.'

'உங்கள் எழுத்துக்கு உங்கள் மனைவி எவ்விதம் உதவுகிறார்?'

'நல்ல கேள்வி. என் முதல் வாசகி அவளே. எழுதினதில் ஏற்படும் கவனக்குறைகளைக் கண்டு சொல்லி விடுவதால் தவறுகளைத் தவிர்க்க சௌகரியமாக இருக்கிறது.'

'நான் நேரில் பார்க்கிற நிகழ்ச்சிகளெல்லாம் உங்கள் கதைகளைத் தூக்கிச் சாப்பிட்டுவிடும்படியானவை சுஜாதா.'

'நான் டெபுடி கமிஷனராகி வந்த சமயம் கிட்டத்தட்ட ஹாங்காங் நகரமாய் இருந்தது பெங்களூர். கன்னாபின்னாவென்று காசை இறைத்துகட்டிய ஹோட்டல்கள். நுழைந்தால் போதும், ஆச்சரியங்கள் பலப்பல. வாடிக்கையாளர்களை அடையாளம் கண்டுகொள்ளுகிற ஹோட்டல் அதிபர்கள். போலீஸ் ஆசாமி என்று அறிந்தால் போதும், மறைவிடத்து பஸ்ஸரைத் தொடு கிறார்கள். உடனே நிழலான சமாசாரங்கள் நடக்கிற அறைகள் காலியாகிவிடும். தீவிரமாகத் தேடியதில் புகை போக்கிக் கூண்டில் பெண்கள், வாட்டர் டாங்கில் தண்ணீரில் நீச்சலடித்து ஒளிந்திருக்கிற பெண்கள். நாற்றம் எடுக்கிற சாக்கடைச் குழாய் களில் ஒருவர் இருப்பதே கஷ்டம். அந்தக் குறுகலான இடத்தில் 3 பெண்கள்.

இவர்களிடம் ஏராளமான கதைகள் உண்டு. ஒரு பெண்தான் ஒன்றுக்கு 20 முறை உபயோகமாகிறாள். இதில் கிடைப்பது சுமார் 400 ரூபாய். ஹோட்டல் அதிபருக்கு. ஆனால், அந்தப் பெண் பெறுவது மாதம் 200 சம்பளம். சாப்பாடு, ஜாகை. இவர்கள் சம்பளம் வாங்கினதும் என்ன செய்கிறார்கள்? 'அன்புள்ள அம்மா' அல்லது அப்பாவிற்கு மகள் எழுதுவது, இத்துடன் சம்பளம் வாங்கினதும் ரூபாய் 150 அனுப்புகிறேன்' என்று எழுதுகிறார்கள்.

இவர்களைக் கோர்ட்டுக்கு அழைத்துப் போனால் சிரித்துக்கெண்டே ஃபைன் கட்டிவிட்டு வெளிவந்து மீண்டும் அதே தொழில். ஒரு பெண்ணிடம் நான் கேட்டேன். 'ஏன் அம்மா, பெண்கள் சரணாலயத்திற்குப் போய்விடேன். அதே சாப்பாடு ஜாகை அங்கே உண்டு அல்லவா?'

'அதற்கு என்ன சொன்னாள்?'

'ஓயெஸ், போகிறேன் சார். ஆனால் என் வீட்டிற்குப் பணம் அனுப்புவது யார்?' என்றாள்.

சட்டத்தை என்போர்ஸ் செய்வதோடு அபலைப் பெண்கள் மானத்தோடு வாழவும் வழி செய்ய வேண்டிய பொறுப்பு சமுதாயத்தின் பொறுப்பு - என்று நான் நினைக்கிறேன் சுஜாதா.'

விவாதங்கள்

சுஜாதா – வாசகர்கள்

மாலை முரசு

சேலம் மெட்ரோ ஜேசீஸ் சங்கத்தினர் ரோட்டரி ஹாலில் 'சுஜாதாவுடன் ஒரு நாள்' என்ற கலந்துரையாடல் நிகழ்ச்சி ஏற்பாடு செய்து இருந்தனர். இந்த விழா (ஞாயிற்றுக்கிழமை) காலை 10 மணிக்கு சங்கத் தலைவர் ரங்கராஜா தலைமையில் தொடங்கியது. இதில் பிரபல தமிழ் எழுத்தாளர் சுஜாதா கலந்துகொண்டார். அவரை ரவீந்திரன் அறிமுகப்படுத்தினார்.

சரமாரியாக ரசிகர்கள் கேள்விக் கணைகளைத் தொடுத்தனர். அவற்றில் சிக்கலான சில கேள்விகளும் இருந்தன.

ஆனால், எழுத்தாளர் சுஜாதா அவற்றுக்கு, 'டாண்...டாண்' என்று பதில் கொடுத்தார். அவற்றில் சில சுவைபட இருந்தன.

கேள்வி தாங்கள் ஏன் பெண்ணின் பின்னால் ஒளிந்து இருக்கிறீர்கள்?

பதில் ஒரு பெண்ணின் பின்னால் இவ்வளவு உயரமான நான் மீசையையும் வைத்துக் கொண்டு எப்படி மறைந்து இருக்க முடியும்?

கேள்வி உங்கள் கதைகளில் ஆங்கில வாடை உள்ளது. நீங்கள் ஆங்கில நாவல்களைக் காப்பி அடிப்பதாகச் சொல்கிறார்களே?

பதில் சம்பிரதாயமான கேள்வி. அதோடு பிற்போக்கான கேள்வி.

பிரபல பத்திரிகைகளில் எழுதும் எனது எழுத்தில் காப்பியாக ஒரு லைன் இருந்தால்கூட திருப்பி அனுப்பிவிடுவார்கள். ஆனால், இதுவரை எனக்கு எதுவுமே திரும்பி வரவில்லை.

கேள்வி பத்திரிகை வளர்ச்சியில் இளைஞர்களிடம் நீங்கள் எதை எதிர்பார்க்கிறீர்கள்?

பதில் இளைஞர்களிடம் முதன்முதலாகப் படிப்பைத் தான் எதிர்பார்க்கிறேன். எழுதுவது 3-வது 4-வது இடம்தான் முதலிடம் படிப்புதான்.

கேள்வி உங்கள் எழுத்தில் பிரதான நோக்கம் என்ன? சமூக நோக்கமா?

பதில் எழுதுகோலின் நோக்கம்!

கேள்வி குறள் போன்ற இலக்கியங்களை நீங்கள் ஏன் தொட வில்லை?

பதில் பஸ்ஸுக்கு பஸ்தான் அவை இருக்கே?

கேள்வி யாருடைய கதையைப் படித்து எழுத்தாளன் ஆனீர்கள்?

பதில் தற்செயலாகத்தான் எழுத்தாளன் ஆனேன்.

கேள்வி தமிழ் எழுத்துக்களில் ஏதேனும் மாறுதல்களை விரும்புகிறீர்களா?

பதில் தமிழ் மொழியில் எழுத்துகளில் மாறுதல்கள் இயல்பாகத்தான் ஏற்பட வேண்டும்.

கேள்வி புதிய எழுத்தாளர் ஆக என்ன தகுதி வேண்டும்?

பதில் நன்றாகக் கேக்கணும். நன்றாகப் படிக்கணும். விஷ யங்களை நல்லா கிரகிக்கக்கூடிய ஆற்றல் வேண்டும்.

கேள்வி	தமிழ்ப் பத்திரிகைகளில் குழந்தைகள் படிக்கக் கூடாத கதைகள் வெளிவருகின்றனவே?
பதில்	அவற்றைக் குழந்தைகளைப் படிக்க விடாதீர்கள்.
கேள்வி	எழுத்தாளர் ஜெயகாந்தனைப் பற்றி...?
பதில்	தேர்ந்த எழுத்தாளர், நன்றாக எழுதுவார்.
கேள்வி	ஒரே நேரத்தில் 100க்கு மேற்பட்ட சிறுகதைகளையும், நாவல்களையும் எழுதுகிறீர்களாமே, இயந்திரமாக மாறிவிட்டீர்களா?
பதில்	ஒருவகையில் தொடர்ந்து எழுதுவது சிரமம் தான். 1963ம் ஆண்டில் இருந்து எழுதத் தொடங்கி விட்டேன். அந்த அனுபவம் எனக்குக் கைகொடுக்கிறது. அப்படி எழுதுவது நல்லதல்ல.
கேள்வி	உங்கள் கதைகளுக்கு ஜெயராஜ் மட்டும்தான் ஓவியம் வரைய வேண்டுமா?
பதில்	உங்களுக்கு ஓவியம் வரையத் தெரியுமா?
கேள்வி	மீண்டும் சினிமாவுக்குக் கதை தருவீர்களா? சினிமா படம் எடுப்பீர்களா?
பதில்	மீண்டும் சினிமாவுக்கு கதை தருவதை நிறுத்தி விட்டேன். சினிமாவே எடுக்கமாட்டேன். சினிமா பற்றி 'கனவுத் தொழிற்சாலை' கதையில் சொல்லி வருகிறேன்.
கேள்வி	கதைகள் காப்பி அடிக்கப்படுகிறதே?
பதில்	காப்பி அடித்து கதை எழுதுவது தவறு. தனித்தனி பாணியை அமைத்து எழுத்தாளர்கள் எழுத வேண்டும்.
கேள்வி	சடசடக் என்று கதையை முடித்து விடுகிறீர்களே?
பதில்	ரொம்பப் பேர் இதை சொன்னாங்க. கதை நீளம் அதிகமாக போகாது இருக்கவும் மற்றும் சில காரணங்களுக்காக சீக்கிரமே முடித்து இருக்கிறேன்.

இப்போது எனது 'கனவுத் தொழிற்சாலை' கதையில் நான் அப்படி செய்யவில்லை. நிதானமாகப் போகிறேன்.

கேள்வி கதைகளில் செக்ஸ் எந்த அளவுக்கு இடம் பெற வேண்டும்?

பதில் செக்ஸ் வலுக்கட்டாயமாக இடம் பெறக் கூடாது.

கேள்வி உங்களுக்குப் பிடித்த நாவலாசிரியர் யார்?

பதில் தமிழில் சுந்தர ராமசாமி, ஆங்கிலத்தில் ஜான் பவுல்ஸ்.

கேள்வி பிடித்த தமிழ் நாவல்கள்?

பதில் சுந்தர ராமசாமி எழுதிய 'ஒரு புளிய மரத்தின் கதை,' நீலபத்மநாபன் எழுதிய 'தலைமுறைகள்', கி.ராஜ நாராயணன் எழுதிய 'கோபல்ல கிராமம்.'

விமர்சனங்கள்

சுய விமர்சனம்

1. லைட் ரீடிங்

கலர் கலராக ராதாவோ யாரோ அட்டையில் போட்டோ போட்டுவரும் தமிழ்ப் பத்திரிகைகளில் ஒன்றின் நிருபர் சென்னை புத்தகச் சந்தையில் ஒரு அம்மாளைச் சந்தித்து, ‘என்ன என்னவோ புத்தகங்களை (வாங்கி) வைத்துள்ளீர்களே, சுஜாதா புத்தகம் உங்களுக்குப் பிடிக்காதா?’ என்று கேட்டதற்கு, நடுத்தர வயது, நெற்றியில் அழகான பொட்டு, இடக்கையில் வாட்ச், அமைதியான முகம், வித்தியாசமானவர் என்று நிருபருக்குப் புலப்பட்ட அந்தப் பெண்மணி, ‘நல்ல புத்தகங்களைத்தான் விலை கொடுத்து வாங்கற பழக்கம். சுஜாதா லைட் ரீடிங்தான். அவருக்கே தெரியும்’ என்றாராம். எனக்கு இந்த மாதரசியைப் பிடித்திருக்கிறது. இவர் காசு கொடுக்காமல் என்னைப் படித்திருக்கலாம், அல்லது அக்கம் பக்கத்தில் என்னைப் பற்றிக் கேள்விப்பட்டிருக்கலாம் (‘சுஜாதாவா? அவர் லைட்ரீடிங்னா?’) எப்படியும் குறிப்பிட்ட இடக்கையில் வாட்ச் அணிந்த இந்த இண்டலக்ச்சுவல் ஸ்ரீமதி எனக்கு ‘உங்கள் படைப்பினால் என் மனம் புண்பட்டுவிட்டது’ என்று கடிதம் எழுதவே மாட்டார் என்பதில் எனக்கு சந்தோஷம்.

காரணம் நான் இதுவரை எழுதிய 'லைட்ரீடிங்'கினால் நேர்ந்த சில விளைவுகள் - ஏறத்தாழ இருபது வருஷங்களுக்கு முன்னால் வெளியான 'பாலம்' என்ற சிறுகதையைப் பற்றி இன்னும் எனக்கு மிரட்டல் கடிதங்கள் வந்து கொண்டிருக்கின்றன. ஒருவர் என்னைக் கொல்லும் உத்தேசத்துடன் பெங்களூரில் என் விலாசம் தேடிக் கொண்டிருந்தார். 'ஜேகே' என்று ரொம்ப லைட்டாக ஒன்று எழுதினேன். அதைப் படித்துவிட்டு ஒரு பெண் நக்ஸல் இயக்கத்தில் சேர்ந்துவிட்டதாகவும், அவளை மீட்க உடனே வழி சொல்லும்படி அந்தப் பெண்ணின் அண்ணன் ஒரு ராத்திரி என் வீட்டுக்கு வந்து சத்தம் போட்டார். 'சிவப்பு கருப்பு வெளுப்பு' என்று குமுதத்தில் தொடங்கிவிட்டு புறப்பட்ட நாடார் கலகம் பிரசித்தம். 'பாண்டியா புறப்படு' என்று பொதுக்கூட்டங்கள் அமைத்து, ஆயிரக்கணக்கில் காப்பிகளை எரித்து, கையை வெட்டுவேன் என்று எனக்கு தினம் போன்கால் வந்து, தமிழில் இத்தனை திட்டு வார்த்தைகள் இருப்பதை அப்போது வந்த கடிதங்களிலிருந்து தான் தெரிந்துகொண்டேன். வெட்கப்படாமல், கை முழுசாகத் தேவையாக இருந்ததால் அந்த நாவலை நிறுத்திக் கொண்டு விட்டேன்.

மனம் புண்பட பலர் பேனாவைத் திறந்து வைத்துக் காத்துக் கொண்டிருந்த அந்த வேளையில் செங்கல்பட்டு மாவட்ட நாட்டுப் பாடல்களிலிருந்து -

'தாலிக்கு அரும்பெடுத்த தட்டானும் கண்குருடோ
சேலைக்கு நூலெடுத்த சேணியனும் கண்குருடோ
பஞ்சாங்கம் பார்த்த பார்ப்பானும் கண்குருடோ'

என்கிற அழுத்தமான ஒப்பாரிப் பாடலை ரத்தம் ஒரே நிறத்தில் மேற்கோள்காட்டிவிட்டு கடைசி நிமிஷத்தில் அதை பிரஸ் வாயிலிருந்து பிடுங்கி நீக்கச் சொல்லிவிட்டேன். ஒரு சிறு கதையில் 'தட்டான்' என்று ஒரு வார்த்தை வந்து, பொற்கொல்லர்கள் சங்க செயலாளர் மிரட்டல் கடிதம் எழுதியிருந்தது ஞாபகத்துக்கு வந்து விட்டது. பொற்கொல்லர்கள், நூல்கலைஞர்கள் பார்ப்பனர்கள் மூவரையும் சந்திக்க நான் அப்போது தயாராக இல்லை.

'வைரங்கள்' என்ற நாவலில் மருத நிலத்தவர் கோபம் கொண்டு மருத மலரில் தலையங்கம், கண்டனம் எழுதியிருந்தார்கள். ஒரு

விஞ்ஞானக் கதையில் எதிர்கால ராணுவத்தைப் பற்றி எழுதி யிருந்ததை அம்பது பேர் கையெழுத்திட்டு மறுப்புத் தெரிவித் தார்கள். போலீஸ் அதிகாரி ஒருவர் ஒரு கதையைக் கோபித்திருக் கிறார்.

ரொம்ப லைட்டாக எழுதியிருந்த 'சிவந்த கைகள்' என்கிற கதையில் தப்பு செய்து தப்பித்தவனுக்கு கலைந்த பொய்கள் என்று தொடர்ச்சி எழுதி தண்டனை கொடுத்து விட்டேன் என்று அந்தப் புத்தகத்தை சுக்கு நூறாகக் கிழித்து ஒருவர் எனக்கு பார்சல் அனுப்பியிருந்தார். 'ஆனந்த விகடன்' தொடர்கதையில் காதலி காதலனை ஏமாற்றிய அத்தியாயத்துக்கும் இதே கதிதான்.

வஸந்த் என்கிற லைட்டான கதாபாத்திரத்தை பஸ்ஸில் பார்த்த வர்களும் இருக்கிறார்கள். அவன் மார்பில் குண்டடிபட்டபோது 'வஸந்தைக் காப்பாற்று. சுஜாதாவை ஆஸ்பத்திரிக்கு அனுப்பு' என்று தந்தி வந்தது. அவன் கல்யாணம் செய்து கொள்ளப் போவ தாக இருந்த போது, 'வேண்டாம்' என்று ஒரு பெண் தந்தி யடித்திருந்தார்.

'விடிவதற்குள் வா' என்று சமீபத்தில் எழுதிய தொடர்கதையால் ஆர்.எஸ்.எஸ். இயக்கத்தினர்களிடமிருந்து 'ஓம்ஓம்' என்று போட்டு தினத்துக்கு பதினைந்து கார்டுகள் வந்து மிரட்டின. மணற்காடு என்பதை மண்டைக்காடு என்று கொண்டு விஷயம் 'ஸப்ஜுடிஸ்' என்று ஒரு வக்கீல் நோட்டீஸும் ஐயாயிரம் பேர் பெங்களூர் வந்து தர்ணா செய்யப்போவதாகவும் எழுதியிருந்தார் கள். எலெக்ஷன் வந்துவிட்டதால் அதை ஒத்திப் போட்டு விட்டார்கள். கதை அதற்குள் முடிந்து விட்டது.

'பாரிஸ் தமிழ்ப்பெண்' என்கிற கதையின் விளைவாக அந்தப் பெண் எங்கே இருக்கிறாள்; அவளை சந்தித்து நல்ல முறையில் வளர்க்க ஏற்பாடு செய்கிறோம் என்று பாரிஸிலிருந்தும், பெண் குழந்தைகளை விற்பதை நிறுத்துவதற்காக பொதுவாக ரிட் போட்டிருக்கும் கடலூர் வக்கீலும் விவரம் கேட்டு எழுதியிருந் தார்கள். 'நகரம்' கதையால் மதுரை ஆஸ்பத்திரி டீன் மேல் விவரம் கேட்டு அரசாங்கப் பொறுப்பில் கடிதம் எழுதியிருந்தார். 'காகிதச் சங்கிலிகள்' கதாநாயகனுக்கு சிறுநீரகம் தானம் செய்யப் பலர் முன்வந்தனர். ஒருத்தர் டெலிபோனில் வருத்தப்பட்டு அழுதார்.

மங்கையர் மலர் தொடர்கதையில் 'குறவன்' என்கிற வார்த்தை உரையாடலில் வருவதை சித்தனார் (குறவர் ஜாதியின் ஒரு பிரிவு) வகுப்பைச் சேர்ந்த ஒரு டாக்டர் கோபித்துக் கொண்டிருந்தார்.

'லைட்ரீடிங்' எழுதும் எனக்கே இந்த நிலைமை என்றால் அந்த 'வித்தியாசமான' அம்மாள் விரும்பும் ஹெவி எழுத்தாளர்கள் பாடு எப்படி இருக்கும் என்று நினைத்துப் பார்க்கவும் பயமா இருக்கிறது.'

விமர்சனங்கள்

சுய விமர்சனம்

2. ஒரு நாள் டைரி

முந்தின இரவின் 'பார்ட்டி' கண்களில் கனக்க எழுதியிருக்கிறேன். புது வருஷத்தில் எது புதுசு என்று புரியவில்லை. கடந்த வருஷத்து சங்கடங்களை எல்லாம் மறைத்துவிட்டுப் புதிய நம்பிக்கைகளை உண்டாக்கிக் கொள்ள ஒரு சவுகரியமான செயற்கை மைல் கல்.

என் இந்த வருஷ வைராக்கியம் புகை பிடிப்பதை நிறுத்துவது போன இது வருஷத்திலும் இதைச் செய்து பதினைந்து நாட்கள் தாக்குப் பிடித்தேன். இம்முறை எத்தனை நாட்கள்? படித்த ஜோக் ஞாபகம் வருகிறது. புகை பிடிப்பதனால் ஏற்படும் கான்ஸர் தீமைகளைப் பற்றி ஒரு புத்தகத்தில் பயங்கரமாகப் போட்டிருந்தான். நடுங்கிப் போய் உடனே நிறுத்திவிடத் தீர்மானித்து விட்டேன். புத்தகங்களைப் படிப்பதை!

குளித்துவிட்டு மடக் மடக்கென்று முழுங்கிவிட்டு, துல்லிய நீல வானத்தின் கீழ் சைக்கிளில் அலுவலகம் செல்கையில் உற்சாகமாக உணர்கிறேன். பலர், ஹாப்பி நியூ இயர் சொல்கிறார்கள். இவர்களில் சிலரை அடுத்த ஹாப்பி நியூ இயரில் தான் மறுபடி பார்ப்பேன்.

ஒன்பது மணிக்கு இன்ஜினீயர்களுக்கு வகுப்பு எடுக்கையில் சிகரெட் குட்டிக்காததன் ஆரம்பப் போராட்டங்கள் உடம்பில் புறப்படுகின்றன. எதையாவது மென்று சுறுசுறுப்பாக இருந்து, குளிர்ந்த தண்ணீர் எப்படியோ சமாளிக்கிறேன்.

மாலை வீட்டுக்கு வந்ததும், பெங்களூர் ரேடியோவுக்கு சிறுகதை அனுப்ப வேண்டிய அவசரம் ஞாபகம் வருகிறது. தபால் ஆபீஸைக் கடைசி நிமிஷங்களில் அடைகிறேன் வழக்கம்போல.

திரும்புகையில் கொஞ்சம் ஹாக்கி, கொஞ்சம் டென்னிஸ் பார்த்துவிட்டு வருகையில் கிளப் மாடியில் சிறுவர்கள் கராத்தே பழகுகிறார்கள். என் மகன்கள் உட்பட 'கியா கியா' என்று காற்று எதிரியுடன் போராடிக் கொண்டிருக்க, நான் வீட்டுக்குத் திரும்ப, ஒரு இளைஞன் காத்திருக்கிறான். முன்பே வந்திருக்கிறானாம். ஆதர்சா ஃபிலிம் இன்ஸ்டிடியூட்டில் படித்தவனாம். சென்னைக்குப் போய் 3 மாசம் இருக்கப் போகிறானாம். சினிமா டைரக்டர்களிடம் அறிமுகம் வேண்டுமாம்.

'அன்புள்ள, ஆந்திரப் பிரதேசத்து, கறுப்பான, பற்பல போட்டோ படங்கள் பிடித்துக் கொண்டிருக்கும் இளைஞனே, ஏன் ஆகாசக்கோட்டைகள் கட்டி வீணடித்து ஏமாற்றத்தை நோக்கி ஓடுகிறாய்... பேசாமல் 'பொம்மசமுத்ராவில் வயலில் போய் வேலை ஏதாவது செய். பணம் கிடைக்கும்' என்று சொல்லாமல் ஜகா வாங்கி ஏதேதோ நயமாகப் பேசி மழுப்பி அனுப்புகிறேன்.

அவன் சென்றதும் அப்பாவுக்குப் புத்தகம் படித்துக் காட்டு கிறேன். (ராமாயணம், குர்-ஆன், ஜென் பவுத்தம்)... அம்மா சென்ற வருஷம் இதே தேதி இருந்ததைப் பற்றி மெதுவாகச் சொல்கிறார். வயிற்றில் அந்த திடீர்த் தாக்குதல் ஏற்படுகிறது. மறப்பதற்கு சட்டென்று எழுந்து வந்துவிடுகிறேன்.

கோகுலாவிற்குப் போய் காய்கறி வாங்குகிறோம். ஸ்டோருக்குப் போய் அரிசி, காபிப்பொடி, அவரவர்களுக்குக் கொடுக்க வேண்டிய பணத்திற்கு செக்குகள் விநியோகம்...

இரவில் ரொட்டிச் சாப்பாடு...

'கோமா' என்கிற புத்தகத்தைப் புரட்டி பத்துப் பக்கம் படிக்க...தூக்கத்திற்குள் செருகி... கீற்று போல் ஓரத்தில் ஒரு சந்தோஷம்...இன்று முழுவதும் நான் புகை பிடிக்கவில்லை. மற்றபடி ஒரு சாதாரணமான தினம்.

விமர்சனங்கள்

சுய விமர்சனம்

3. எழுதுவதையே நிறுத்திவிடலாம் போல் இருக்கிறது

சுஜாதா சற்றுத் தளர்ந்து இருக்கிறார். நிகழ்ந்தவற்றில் மனது வெறுப்புற்று இருக்கிறது. முகம் அதனைச் சட்டென்று காட்டு கிறது. வீட்டில் இருந்து இரவு ஒன்பதுக்கு சாப்பிடுவதற்காக ஆபீஸர்ஸ் கிளப்பிற்குப் போகையில்,

'முதன் முறையாக நானும் ஒரு பாடம் கற்றுக் கொண்டேன்' என்கிறார் சுஜாதா.

'உங்களுக்கு யார்மீதும் கோபம் இல்லையே?'

'நிச்சயமாக இல்லை.'

'நிகழ்ச்சிகளினால் பாதிப்பு ஏற்பட்டு இருக்கிறதா?'

'இல்லை. ஆனால், வருத்தம் ஏற்பட்டு இருக்கிறது.'

'வருத்தம், தீர்மானங்களை உண்டுபண்ணுமே.'

'ஆம். எழுதுவதை நிறுத்திவிடலாமா என்கிற யோசனையே தீர்மானமாக ஏற்பட்டுள்ளது.'

இது கொடுமை. வனவாசத்திற்கு நிகரான கொடுமை. அப்படி ஏற்படின் நஷ்டமடைவது ப்ரிய வாசகர்களும் வாசகிகளுமே. ரீல் சுத்துகிற ஊதாரிகள் இதில் குளிர் காயலாம்.

'சாப்பாடு முடிந்து வீடு திரும்பல். டேபிள் முழுக்க கண்ணீர்ப் பூக்களுடன் கடிதங்கள். நாடார் சமூகத்தின் இளைஞர் தனராஜ் உங்கள் வேதனையை நான் அறிவேன். எனக்குக் கதறி அழ வேண்டும் என்று தோன்றுகிறது.'

'தெற்கு நோக்கிப் புரவியை உறையூர் வழியாகச் செலுத்தினார். பெரும்பிடுகு முத்தரையர் என்கிற சரித்திரங்களே எமக்கு சாசுவதம். அவற்றில் இருந்து விமோசனமே கிடையாது' என்கிறார் அடையாறு காமராஜ் அவின்யூ ரகுநாதன்.

நிகழ்ச்சிகள் தீவிரமுற்று நாளின் முன்னிரவு சென்னை செல்கிற தன் இரு பையன்களையும் ஸ்டேஷனுக்கு அனுப்ப ஸிடி ஸ்டேஷனுக்கு வருகிற சுஜாதா துணை தேடுகிறார். ஏசி ஸ்லீப்பர் கோச்சில் எதிர்பார்த்தில் போகவேண்டும். சுஜாதாவிடம் மைக்ரோ ப்ராஸஸர்ஸ் (மினி கம்ப்யூட்டர்) கற்றுக்கொள்கிற இன்ஜீனியர் மாணிக்கம் நான் அழைத்துப் போய் சேர்ப்பிக்கிறேன் என்று பொறுப்பை ஏற்கிறார். ஒரு சிறு குறிப்பு: மாணிக்கம் மதுரையைச் சேர்ந்தவர். தந்தையின் பெயர் திரு சண்முகக்கனி நாடார்!

நான் அறிந்தது.

தவறு அவர்கள் மேல் இல்லை. நிகழ்ச்சிகளை இறைவணக்கத்துடன் ஆரம்பித்தவர்கள் பப்பட்ஷோ நடத்தித் தற்காலிகத்திற்கு சந்தோஷமுற்று இருக்கிறார்கள். சூத்ரதாரிகளுக்கு இதயம் என்று ஒன்று இருந்தால் அது பேசும்.

விமர்சனங்கள்

புத்தக விமர்சனம்

1. சுந்தர ராமசாமியின் 'ஜே.ஜே.சில குறிப்புகள்'

சுந்தர ராமசாமியின் 'ஜே.ஜே.சில குறிப்புகள்' தமிழில் புதிய வடிவங்களைக் கொண்ட நாவல். ஒரு குட்டியை ஏக காலத்தில் ஒன்றுக்கு மேண்பட்ட குட்டன்கள் காதலிக்கும் தொடர்கதை களை, 'மாய காம உறுப்புக்களை மாட்டிக் கொண்டு அவ்வுறுப்பு களை ஓயாமல் தம்மேல் உரசிக்கொண்டிருக்கும் அற்பங்கள்' எழுதும் 'தமிழ் சீதபேதி' சூழ்நிலையில் ஆழ்ந்திருக்கும் நம் வாசகர்களுக்கு இதன் வடிவம் லேசில் கைக்கடங்காது. அகப் படாது. சுந்தர ராமசாமி இந்த நாவலை இரண்டு பாகங்களாக எழுதியிருக்கிறார். முற்பகுதி ஜே.ஜே. என்கிற ஒரு எழுத்தாள னின் அரைகுறையான வரலாறு போலவும் தெரியும். சற்று நுட்பமாக கவனித்தால் வேறு பரிமாணங்கள் தென்படும் பகுதி. இரண்டாம் பகுதியில் ஜே.ஜே.யின் வாழ்க்கைக் குறிப்புகள் பற்றிய ஒரு சிறு அறிமுகத்துடன் அவன் நாட்குறிப்புகளிலிருந்து விவரமான எடுத்துக்காட்டுகள் தந்திருக்கிறார். மூன்று அனு பந்தங்கள். முதல் அனுபந்தத்தில் இந்தக் குறிப்புக்களுக்கு தூண்டுதலாக இருந்த சேர்த்தலை கிருஷ்ண அய்யரைப் பற்றிய சில விவரங்கள். (சங்க கால வார்த்தைகளிலேயே எழுதப்பட்ட நாவலாக இருந்தாலும் தினத்தந்தி போலப் படிக்கக்கூடியவர்).

இரண்டாம் அனுபந்தத்தில் ஜே.ஜே. எழுதிய புத்தகங்களின் பட்டியல். மூன்றாவதில் ஜே.ஜே.யின் குறிப்பிட்ட மூன்று புத்தகங்கள் தமிழில் மொழிபெயர்த்து வரவேண்டும் என்று ஆசையைத் தெரிவித்திருக்கிறார்.

ஜே.ஜே. ஒரு மலையாள எழுத்தாளன். கிறிஸ்தவப் பிறப்பு. மலையாள இலக்கியச் சூழ்நிலையில் வளர்ந்தவன். கியர்காடையும் நிஜின்ஸ்கியையும் மலையாளத்தில் தந்தவன். அருமையான தச்சன். ஓவியன், நல்ல கால்பந்து ஆட்டக்காரன், கம்யூனிஸத்துடன் சீண்டியவன், நண்பன், மனிதநேயன், சாப்பாட்டுக்கு கஷ்டப்படுபவன், நிறைய சிந்திப்பவன், ஈரோடு ரயில்நிலையத்தில் ஓமனக் குட்டியின் கவிதைத் தொகுப்பை சன்னலுக்கு வெளியே வீசி எறிந்தவன், மூல்லைக்கல் மாதவன் நாயரின் எளுத்தை வெறுப்பவன் 'மாட்டுக்கு சொறிந்து கொடு. அது நல்ல காரியம். மனிதனுக்கு ஒரு போதும் சொறிந்து கொடுக்காதே. சக மனிதனை ஏமாற்றாதே.'

சுந்தர ராமசாமி மிகவும் சிரத்தையுடன் இந்த மலையாள எழுத்தாளனுக்கு நகமும் சதையும் ரத்தமும் கொடுக்கப் பிரயாசைப்பட்டிருக்கிறார். அவன் நூர்ஜஹான் ஓட்டலில் ப்ரெட் பட்டர் ஜாம் சாப்பிட்டது. நாடகத்தில் நடித்தது, அவன் எழுதிய ஒரே நாடகம் (அரிஸ்டோ டோஃபேன்ஸீன் தவளைகளுக்கு நிகரான நாடகமாம்). அவன் படுத்திருந்த ஆஸ்பத்திரி. (எர்ணாகுளம் அரசாங்க மருத்துவமனை). அவன் வீழ்த்திய வியாதி (ஸிர்ரோஸிஸ் ஆஃப் தி லிவர்). இறந்த தேதி (ஆல்பெர் காமு விபத்தில் மாண்டதற்கு மறுநாள்). நுணுக்கமாக இந்த கற்பனை எழுத்தாளனுக்கு உயிரும் வடிவமும் அற்புதமும் மேம்பாடும் சிந்தனையும் தருகிறார். யார் இந்த ஜே.ஜே? அவனை அந்நிய மலையாள இலக்கிய சூழ்நிலையில் காட்டுவதற்குக் காரணம் என்ன? எனக்குத் தோன்றிய காரணம் சுந்தர ராமசாமியின், மலையாளம் தொட்ட நாகர்கோவில் பின்னணிதான். அது அவருக்கு ஹோம்கிரவுண்ட் சூழலாக இருந்தாலும் அதில் காட்டப்படும் மனிதர்களின் மறு பிரதிகள் தமிழிலும் இருக்கிறார்கள். பொறாமைகளும் பாசாங்கு எழுத்துகளும் தமிழிலும் இருக்கின்றன. மனிதநேயத்துக்கு பாஷை இல்லை. இருந்தும் இந்த ஜே.ஜே.யை நம்மிடமிருந்து அந்நியப்படுத்தும் முயற்சி நாவல் முழுவதும் தெரிகிறது. 'அவன் நூல்கள் நூற்றாண்டின் இறுதிக்குள் தமிழில் மொழி பெயர்த்து வந்தால் அது நம் மொழி செய்த பாக்கியமாகும்' மிகுந்த சிரத்தையுடன் நம்மிடமிருந்து அந்நியப்

படுத்திக் காட்டப்படும் ஜே.ஜே. வேறு யாருமில்லை சுந்தர ராமசாமிதான்! இந்த நாவல் முழுதும் சுந்தர ராமசாமி இரண்டு வடிவங்களில் கூவுகிறார். ஜே.ஜே.யைப் பற்றி எழுதும் சுந்தர ராமசாமி, ஜே.ஜேயாக விரும்பும் சுந்தர ராமசாமி நான் ஆக வேண்டியதை ஜே.ஜே. ஆகி ரத்தமும் சதையுமாக என் முன் நிற்கிறான்' - நாவலில் இந்த வரி இல்லாவிட்டாலும் ஜே.ஜே. சுந்தர ராமசாமிதான் என்பதை ஜே.ஜே.யின் நாட்குறிப்புகளில் தென்படும் நடை கருத்து இவைகளில் இருக்கும் லயம் காட்டிக் கொடுத்து விடுகிறது. நான் மேலே குறிப்பிட்ட இருவகை சுந்தர ராமசாமிகளின் முதல்வரை எனக்குப் பிடித்திருந்தது. ஜே.ஜே.யைப் பற்றி எழுதும்போது தன்னைப் பற்றிய சில நிஜக் குறிப்புகளைத் தருகிறார். சின்ன வயசில் சகோதரி ரமணியுடன் மரப்பாச்சி விளையாட்டு, சத்தியானந்தாவின் ஆசிரமத்தில் சிகிச்சை. திருச்சூர் கோபாலன் நாயர், சேர்த்தலை கிருஷ்ணய்யர், சம்பத், ஆனந்தவல்லி அம்மா போன்றவர்களைப் பற்றி அடிக் குறிப்புகள் கோட்டயம் முன்சிபாலிட்டிக்கு தண்ணீர் லாரி வந்தது... இந்த வருணனைகளில் எல்லாம் சுந்தர ராமசாமியின் உன்னிப்பான பார்வையும் அடுத்த வரியை எதிர்பார்க்கவே முடியாத ஆச்சரியமான தமிழ்நடையும் மிக மிக நிசமாக இருக் கையில் ஜே.ஜே.யின் சூழ்நிலையையும் அவன் அட்டகாசப் பேச்சுகளையும் அவனுக்கு நிகழ்ந்த சம்பவங்களையும் அவன் இறந்தபிறகு நிகழ்ந்த இரங்கற் கூட்டங்களையும் விவரிக்கும் போது கொஞ்சம் பாசாங்கும் செயற்கைத் தன்மையும் தென்படு கின்றன.

சுந்தர ராமசாமி ஜே.ஜே.யை ஒரே ஒரு முறைதான் சந்திக்கிறார். ஒரு வாக்கியம்தான் பேசுகிறார்கள். அவன் இவரைக் கேட் கிறான். 'சிவகாமியம்மாள் அவளுடைய சபதத்தை நிறைவேற்றி விட்டாளா?' நாவலில் பெரும் பக்தியும் ஜே.ஜே.யைப் பற்றி நண்பர்களிடம் தெரிந்தவர்களிடமும் மனைவியிடமும் விசாரித்து, சேகரித்து குறிப்புக்களாக எழுதியிருக்கிறார். ஒரு வேளை சுந்தர ராமசாமி ஜே.ஜே.யை கிட்டே போய் தொட்டுப் பார்த்தால் அந்த வடிவம் கலைந்துவிடுமோ என்கிற பயமும் தயக்கமும் தெரிகிறது.

நூலில் பல பகுதிகளை மேற்கோளாகக் காட்டும் விருப்பம் இருந்தாலும் ஜே.ஜே.யை நீங்கள் படிக்கத் தூண்டும் வகையாக சில வரிகளை மட்டும் தருகிறேன். 'ராணி மங்கம்மாளிடம்

விவாதங்கள் விமர்சனங்கள் | 129

சேனாதிபதியாக வேலை பார்த்தவர் எழுத்தாளர் மாநாட்டுக்கு ஏன் வந்தார் என்று நினைக்கும்படி உடம்பு.'

(சரித்திர நாவல் எழுதுவதற்காக கோட்டாறில் நடந்த சண்டையைப்பற்றி திருச்சூர் கோபாலன் நாயர் கேட்க!)

'கோட்டாறு என் வீட்டுக்கு ஒரு மைல் தூரத்தில் தான் இருக்கிறது. எனக்கு நன்றாகத் தெரிந்த இடம். ஆனால், அங்கு சண்டை நடந்த தாமே. எனக்குத் தெரியாது. சத்தியமாகத் தெரியாது. இப்போது அங்கே கமிஷன் மண்டிகள், மிளகாய் வத்தல் நெடி அடிக்கும் பாதசாரிகளைப் பற்றி சிறிதும் கவலைப்படாமல் குறுக்கும் நெடுக்கும் லாரிகளும் அவிழ்த்துப்போட்ட வண்டிகளுமாக இருக்கும் மணிகண்டப் பணிக்கர் கடைக்கு அடுத்த சந்துதால் சிறுநீர் கழிக்க வசதியானது. அதுபோல ஏற்ற இடம் அந்த பிராந்தி யத்தில் கிடையாது. விதவிதமான ஆண்குறிகளைப் பார்த்து அலுத்துப் போன குழந்தைகள் அங்கு ஆனந்தமாக விளையாடிக் கொண்டிருக்கும். பகவதிப் பெருமாள் கடையில் புடைத்த; தூசி தும்பு அகற்றிய மளிகை கிடைக்கும். நிறுவை சரியாக இருக்கும் தொலைபேசி எண் 94. குப்புத் தரகனார் கடையில் சுத்தமான தேங்காய் எண்ணெயும் நல்லெண்ணையும் கிடைக்கும். தொலை பேசி எண் 113. சண்டை நடந்ததாமே கோட்டாறில்! எனக்குத் தெரியாது.'

'இந்நூல் இந்திய இலக்கியங்கள் அனைத்தையும் நம் மக்கள் கற்றுத் தேறும் பொற்காலத்திற்கு இட்டுச் செல்லும் நுழைவாயி லாகும்' என்று சுந்தர ராமசாமியே கூறாமல் இருந்திருந்தால் நாம் அதைச் சொல்லியிருக்க முடியும்.

அசோகமித்திரன் புருவங்களை உயர்த்தும் நோக்கத்துடன் நான் ரூபிக் க்யூபை ஆறு நிமிடங்களில் போட முடிவதை சொல்லிக் கொள்ள விரும்புகிறேன். (சென்ற இதழ் - சில நிரூபணங்கள்) ரூபிக் போடுவதற்கு முக்கியமான தேவைகள் சில இருக்கின்றன. முதலில் ஒவ்வொரு பக்கத்தையும் பேர் வைக்க வேண்டும். ஒரு பக்கம் ஒழுங்காக வரவேண்டும். அதன் பின் அந்தப் பக்கத்தின் எதிர்ப்பக்கத்தின் மூலைகளைக் கொண்டுவந்து விட்டால் பாக்கி சட்டென்று வந்துவிடுகிறது. எங்கள் தொழிற்சாலையில் ஒரு இன்ஜினீயர் ஒரு நிமிஷத்தில் போடுகிறான். அவனைப் பார்த்து எனக்குப் பொறாமை ஜே.ஜே-யைப் பற்றி நான் எழுதினதை ஒருவர் எனக்கு அதை சரியாகப் படிக்காமல் விமர்சனம் எழுதி

வீட்டீர்கள் என்று கடிதம் அனுப்பியிருந்தார். நான் எழுதியது விமரிசனம் இல்லை. அந்தப் புத்தகத்தை முழுவதும் படித்ததும் எனக்குத் தோன்றிய கருத்துக்களே. ஒரு நாவல் அல்லது சிறுகதை. அது படிக்கப்படும்போது எழுதியவன் எண்ணியது அத்தனையுமே புரிந்துகொள்ளப்படுகிறது என்பதில்லை. ஒரு நாவலை பரிபூரணமாகப் புரிந்து கொள்கிறவன் அதன் ஆசிரியன் ஒருத்தன் மட்டுமே. படிப்பவன், தன் தகுதிக்கேற்பத் தான் புரிந்து கொள்கிறான். ஜே.ஜே.யைப் போலவே சமீபத்தில் சில நாவல்களான 'கிருஷ்ணப் பருந்து' - மாதவன், 'அவன் ஆனது', 'கந்தசாமி, 'பிறகு' பூமணி இவைகளைப் பற்றி எழுத இருந்தேன். மூன்றும் நான் படித்து, ஒவ்வொரு விதத்தில் ரசித்த புத்தகங்கள். இப்போது அதையெல்லாம் சொல்லித்தான் ஆகவேண்டுமா என்று தோன்றுகிறது. ஜே.ஜே.க்குப் பின் வந்த கடிதம் காரணம், எனவே மற்றொரு புத்தகத்தைப் பற்றி எழுதுகிறேன்.

புத்தக விமர்சனம்

2. அ.மு.ப.வின் 'பத்தொன்பதாம் நூற்றாண்டில் தமிழ் உரைநடை வளர்ச்சி'

பேராசிரியர் அ.மு.பரமசிவானந்தம் எழுதிய 'பத்தொன்பதாம் நூற்றாண்டில் தமிழ் உரைநடை வளர்ச்சி' மயிலை சீனி வேங்கடசாமி அவர்கள் தமிழ் உரைநடை வளர்ச்சி பற்றி நூற்றாண்டு நூற்றாண்டாக நிறையவே எழுதிவிட்டார். இதில் என்ன புதுசாக இருக்கப்போகிறது என்று தயக்கத்துடன் தான் படித்தேன். இருக்கிறது. பத்தொன்பதாம் நூற்றாண்டின் சில அரிய தமிழ் அறிக்கைகள். 1814ம் வருஷத் தமிழுக்கு உதாரணம்.

'இங்கிலீசு சாதியார் தங்கள் ஆயுதங்களினாலடைந்த செய்த சந்தோஷங்களையும் 'போனபாற்தெயின்' (Bonaparte) தாழ்த்தப் படுதலையும் நினைவு கூர்ந்ததற்காக இங்கிலீசு துரைத்தனத்தின் சினேகிதரும் படைத் துணைவருமாகிய தஞ்சாவூர் சீர்மை மகாராசா சக்கிரபதி சரபோசி மகாராசா அவர்கள் இந்த உப்பரிகையைக் கட்டி வைத்தார்கள். சகம் சூ அ mw 1814' - இப் புத்தகத்தில் தமிழ் நாவல், நாடகம், பஞ்சதந்திரக் கதைகளைப் பற்றியெல்லாம் வழக்கமான விவரங்கள் தரப்பட்டிருந்தாலும் அந்தக் காலத்து அன்றாட நடைமுறைத் தமிழன் உதாரணங்கள் தான் என்னைக் கவர்கின்றன. உதாரணத்திற்கு ஒரு கமிசேரி யாட்டு விளம்பரம்:

‘இதனால் பிரசித்தப்படுத்துகிறதென்னவென்றால் செனவரி முதல் வருகிற மாதம் முதல் வருகிற வருஷத்துக்குத் தேவையான முதல் தரம் நாட்டரிசியும் இரண்டாம் தரம் தெற்கித்தரிசியும் வெள்ளைச் சர்க்கரையும் உப்பும் பறா பண்ணுவதற்கான குத்தகை சூ ஆ mw உ தமிழ் வருடம் நவம்பர் மாதம் யருஉ திங்கள் கிழமை பகல் பன்னிரண்டு மணிக்கு இந்த ஆபீசில் பிரசித்தமான யேலம் போட்டு யேலத்தில் இத்தகைய குறைந்த விலையாக கேழ்வரகுறவருக்கு கமிசேரி துரையவர்கள் ஒத்துக் கொண்டதின் பேரில் குத்தகை கொடுக்கப்படும்.’

இந்த அரசாங்க அறிக்கை இப்போதைய அரசின் அறிக்கைகளை விட சற்றுத் தெளிவாக இருக்கிறது என்று தோன்றுகிறது. இன்றைய அறிக்கைக்கு ஒரு உதாரணம்.

‘இவ்வலுவலகத்திலுள்ள பின்கண்ட பழுதுபட்ட அறை கலன் களை மாலை 4 மணிக்கு இவ்வலுவலக முற்றத்திலே எல்லோரும் அறிய ஏலம் விடப்பெறும். ஏலம் கேட்பவர்கள் முன் கூட்டியே ரூ.10 பிணையும் கட்டி தங்கள் பெயரைப் பதிவு செய்து கொள்ள வேண்டும். உச்சக்கேள்வி கேட்பவருக்கு ஏலம் விடப்பெற்றதும் அவர் முழுத் தொகையையும் கட்டி பொருட்களை அப்புறப்படுத்த வேண்டும். அறைகலன்கள் தொலை அச்சுப்பொறி கணிப்பம்.

(கை) ஞானவல்லி (அலுவல் பெயர்)

விமர்சனங்கள்

புத்தக விமர்சனம்

3. கொங்கு நாட்டுப்புறப் பாடல்கள்

கொங்கு நாட்டுப்புறப் பாடல்கள் இரண்டாம் தொகுப்பு, கிருட்டினசாமி, சிரமப்பட்டு சேர்த்தது. அதிலிருந்து ஒரு உதாரணம். ஊர்: அக்ரகாரம், பாடியவர்: சரசுவதி, சேகரித்தவர்: புலவர் துரைசாமி.

தபால் தபால் வீரப்பா
என்னெக்கிடா கல்யாணம்
மாசம் பொறக்கட்டும்
மல்லிகைப்பூ மலரட்டும்
எம்.ஜி.ஆர் சண்டை
பார்வதி கொண்டை
கொளத்தில கொக்கு
கோலப்பீயை நக்கு!

தபால்காரரைக் கேலி பண்ணிப்பாடுவதாம் இந்தப் பாட்டு நிச்சயம் ஏட்டில் எழுதாத நாட்டுப் பாடல்கதான். சமகாலத்துப் பெயர்கள் நாட்டுப் பாடலுக்குள் சட்டென்று ஏறிவிடுவதைப் பற்றி ஆராய்ச்சி செய்ய ஒரு பிஹெச்டி வாய்ப்பு இருக்கிறது.

விமர்சனங்கள்

புத்தக விமர்சனம்

4. ஐந்நூறு தாலாட்டுப் பாடல்கள்

மதராஸ் புத்தகச் சந்தைக்கு ஒரு நாள் சென்று பனியனைக் கழற்றிக் கொடுக்கிற வரைக்கும் புத்தகங்கள் வாங்கினேன், மழையாக இருந்தாலும் உற்சாகம் குறையாமல் புத்தகங்கள் விற்கும் கிரியா ராமகிருஷ்ணனின் ஆர்வத்திலிருந்து கொஞ்சம் கடன் வாங்கிக் கொள்ள வேண்டும் போல இருந்தது. பெரும் பாலும் ராமகிருஷ்ணனிடத்திலும், சிறுபாலும் மற்ற புத்தகக் கடைகளிலும் (கழகம், பாரி நிலையம், என் சி பி எச், ஆக்ஸ்போர்டு) வாங்கின புத்தகங்களைப 'பற்றி இந்தப் பகுதிகளில்' தொடர்ந்து எழுத உத்தேசித்திருக்கிறேன். நான் எழுதப் போவது விமர்சனமில்லை. அந்தப் புத்தகங்கள் நல்ல புத்தகங்களா மோசமான புத்தகங்களா என்கிற சர்ச்சையல்ல. அவைகளை நான் என்னுடைய சொந்த சந்தோஷத்துக்காக தேர்ந்தெடுத்ததி லிருந்தே என்னைப் பொறுத்தவரையிலும் அவை நல்ல புத்தகங்களே. எனக்கு அந்தச் சந்தையில் கிடைத்த ஒரு ஆச்சரியம், தமிழில் இத்தனை புத்தகங்கள், இத்தனை வேறுபட்ட விஷயங் களைப் பற்றிக் கிடைத்ததே. டாக்டர் ஆறு அழகப்பன் (அண்ணாமலைப் பல்கலைக்கழகம்) ஐந்நூறு தாலாட்டுப் பாடல் களைத் தமிழாக்கம் மற்றும் தமிழர்கள் வசிக்கும் வேறு மாநிலங்கள், வேறு நாடுகளிலிருந்து சேகரித்து வெளியிட்டிருக்கிறார்.

விமர்சனங்கள்

புத்தக விமர்சனம்

5. வனாந்திரப் பூக்கள்

'பச்சரிசிச் சோறும்
பாதி நாள் பட்டினியும்
லஜ்ஜை கெட்டு வாழுறப்போ
லெட்சுமணன் வந்து பிறந்தாயோ'

என்று படிக்கும்போது கண்ணில் நீர் ததும்புகிறது. 'வனாந்திரப் பூக்கள்' என்று செங்கோ அவர்கள் கோவை இருளர்களைப் பற்றி சமூகவியல் பார்வையில் புத்தகம் எழுதியிருக்கின்றார்.

'ஞாயிறு, செவ்வாய், வியாழக்கிமைகளில் வழக்கமாக பறைக் குளித்தல் நடைபெறும். பூசாரி அன்று சாயங்காலம் குளித்து விட்டு இரவில் ஒன்றும் சாப்பிடாமல் பட்டினி இருப்பார். ஊர் அடங்கிய நேரத்தில் பூசாரியும் ஒரு பெண்ணும் சாமி அறைக்குள் போய் தேங்காய் பழம் மற்ற பொருள்களையும் வைத்துக் கும்பிடு வார்கள். சாமி கேட்க வருகிறவர்கள் சாமி அறைக்கு வெளியே உட்கார்ந்து கொள்கிறார்கள். பூசை முடிந்ததும் விளக்குகள் அணைக்கப்பட்டு அந்தப் பகுதி இருட்டாக்கப்படுகிது. ஊது பத்தியைக் கூட அணைத்துவிடுகிறார்கள். பூசாரி ஒரு பிரம்பையும் முறத்தையும் எடுத்துக் கொள்கிறார். முறத்துடன்

ஒரு இரும்புச் சங்கிலியும் சேர்ந்த அமைப்புக்கு மூச்சுப் பெட்டி என்பது பெயர். சங்கிலியால் முறத்தை தடதடவென்று பூசாரி அடிப்பார். அங்குள்ள பெண் தன் கையில் காய்ந்து உலர்ந்த கரை புரடைக்குள் குன்று மணிகளைப் போட்டு அடைத்த அமைப்பை 'ஜலக் ஜலக்' என்று ஆட்டுகிறாள். சற்று நேரத்தில் பூசாரிக்கு சாமி, அதாவது அருள் வருகிறது.'

விமர்சனங்கள்

புத்தக விமர்சனம்

6. உரைநடை வளர்ச்சி

‘உரைநடை வளர்ச்சி’ என்னும் பேராசிரியர் வானமா மலையின் புத்தகத்தில் தமிழ் உரைநடை பற்றிய முதற்சான்றுகள் கி.மு. இரண்டாம் நூற்றாண்டளவில் செதுக்கப்பட்ட பிராமிக் கல்வெட்டுகள்தான் என்றும், இலக்கியத்தில் உரைநடையின் முதல் எடுத்துக்காட்டுகள் சங்க இலக்கிய செய்யுள்களில் அடிக் குறிப்புகள் என்றும் தெரிகிறது. ஆரம்ப கால உரைநடைக்கு ஒரு உதாரணம் ‘பொருள் வயிற் பிரிந்த தலைவன் பருவம் உணர்ந்த நெஞ்சிற்கு உரைத்தது’ இப்போது கூட சிலர் இப்படித் தான் உரை நடை எழுதிக்கொண்டிருப்பது வசீகரமான விஷயம். ‘காகிதத்தில் ஒரு கோடும்’ போடும் ஆத்மா நாம் கண்ணாடிச் சிறைக்குள் கண்ணாடிச் சிறையிலிருந்து ‘என் கால்கள், என் நடை, என் சதுரம்’ என்று முதுகைத் திருப்பிக் கொள்கிறார்.

விமர்சனங்கள்

புத்தக விமர்சனம்

7. வேர்ச்சொற் கட்டுரைகள்

ஞா. தேவநேயனின் வேர்ச்சொற் கட்டுரைகளில் நகரம் ரகரம் இரண்டிலும் காலத்தால் முந்தியது ரகரமே என்றும் 'அர்' என்கிற வேர்ச்சொல் அறுத்தல், வெட்டுதல் என்கிற பொருளிலிருந்து அரங்கு என்கிற வார்த்தை, அறுக்கப்பட்ட அல்லது தனியாகப் பிரித்து அமைக்கப்பட்ட கட்டிடப்பகுதிக்கும், அதிலிருந்து அரங்கம் என்கிற சொல் ஆற்றிலிடையிலிருக்கும் தீவுக்கும் (ஆற்றிடைக்குறை) சிலப்பதிகாரத்தில் சொல்லப்பட்டு ('ஆற்று வீயரங்கத்து' சிலப் 10:156) அதிலிருந்து சிறப்புப் பெயராக ஆற்று நீரால் அறுக்கப்பட்ட திட்டாகிய எங்களூருக்குப் பெயர் வந்தது (திருவரங்கம்) என்று படித்தபோது சந்தோஷமாகியிருந்தது.

விமர்சனங்கள்

புத்தக விமர்சனம்

8. பாரதியின் பெயர்க்கோவை

'வெளியிடுவதற்காக நான் தேர்ந்தெடுத்திருக்கும் நூல்களில் பெரும்பாலானவை உரைநடையிலான கதைகள், நெஞ்சைக் கொள்ளை கொள்ளும் பான்மை வாய்ந்தவை. தெள்ளிய இனிய நடையில் அமைந்தவை. ஜனங்களுக்குப் பிடித்தமான நடையழகும் சொல்லழகும் கொண்டவை. அதே சமயம் பரிசுத்தமானவை. காவிய ரஸனை பொருந்தியவை. எக்காலத்திலும் இருக்கக்கூடியவை வசன நூல்கள். ஒவ்வொன்றும் எட்டணாவகிதமும் கவிதை ஒவ்வொன்றும் கூடியமட்டில் நான்கணா விகிதமும் விலை வைக்க உத்தேசித்திருக்கிறேன் ஆகையால் தயவு செய்து அச்சுச் செலவு வகைகளுக்காக உங்களால் முடிந்த ஒரு தொகையைக் கடனாக அனுப்புங்கள். நான் பெறும் தொகைகளுக்கு ஸ்டாம்பு ஒட்டின புரோ நோட்டு கொடுக்கிறேன். மாதத்திற்கு இரண்டு சதவிகிதம் தாராள வட்டி கொடுக்கிறேன்.' சீனி விசுவநாதன் தொகுத்திருக்கும் 'பாரதியின் பெயர்க்கோவை' புத்தகத்தில் வெளியாகியிருக்கும் இந்தக் கடிதப் பகுதி மகாகவி சுப்பிரமணிய பாரதியார் 1920ல் மதுரை ஸ்ரீநிவாச வரதாச்சாரியாருக்கு எழுதிய ஆங்கிலக் கடிதத்தின் மொழிபெயர்ப்பு.

விமர்சனங்கள்

பத்திரிகை விமர்சனம்

தமிழில் வார, மாதப் பத்திரிகைகளின் எண்ணிக்கையை யாராவது கணக்கெடுத்திருக்கிறார்களா தெரியவில்லை. எடுத்திருந்தால், எனக்கு வரும் கீழ்காணும் பத்திரிகைகள் அந்தக் கணக்கில் இருக்கின்றனவா? அப்போஸ்தல எதிரொலி, தமிழ்ப்பூக்கள், கீதாசார்யன், நெற்றிக்கண், ஹிந்துமித்திரன். கணையாழி வாசகர்களுக்கு இந்தப் பத்திரிகைகளிலிருந்து கொஞ்சம் கொஞ்சம் எடுத்துக்காட்ட விரும்புகிறேன்.

அப்போஸ்தல எதிரொலி - 'இவ்விதழ் சற்று தாமதமாக வருவதற்கு வருந்துகிறோம். வரும் நாட்களில் இவ்விதம் ஆகாமல் தவிர்க்க ஜெபிக்கிறோம்' - துணையாசிரியர் பேனா கடைசிப் பக்கம்.

ஸ்தூலித்த மனுஷன் என்ற பெயர் பெற்றவர் யார்? யாருடைய வழி முள்வேலிக்கு சமானம்? பரலோகத்தில் காட்சியிடுகிற மூவர் யாவர்? போன்ற இருபது கேள்விகளுக்கு பதிலளித்தால் பரிசு நூறு ரூபாய். இரட்சிக்கப்பட்டு ஞானஸ்தானம் பெற்று ஊழியம் செய்ய வாஞ்சையுள்ள வாலிபர்களுக்கு வேதாகமக் கலாசாலையில் வேதபாடங்கள் கற்றுத் தரப்பட்டு உணவு

உறைவிடமும் இலவசமாக அளிக்கப்படும் என்று விளம்பரிக் கிறது இப்பத்திரிகை.

அடுத்து அல்கோபர் சவுதி அரேபியாவிலிருந்து வெளியிடப் படும் **தமிழ்ப் பூக்கள்** என்னும் போட்டோ ஸ்டாட் பத்திரிகை. ஆசிரியர் தாஜ். இதில் இரண்டாம் பக்கத்தில் கணையாழிக்கு ஒரு இலவச விளம்பரம் கிடைத்திருக்கிறது. 'தமிழ் இலக்கியத்தின் தென்றல்' என்றும் 'அறிவுக்கு அபாரத் தீனி'யென்றும் கணையாழி புகழப்படுகிறது. 'நாட்டு வைத்தியம்' என்கிற தலைப்பில் ஒரு கட்டுரைப் போட்டியை அறிவிக்கிறது பத்திரிகை. கட்டுரைத் தலைப்புகள். 'வேலையில்லாத் திண்டாட்டத்தை ஒழிப்பது எப்படி,' 'அரசியல்வாதிகளிடம் இருந்து நம் நாட்டைக் காப்பாற்று வது எப்படி,' நீங்கள் கலந்து கொள்ள விரும்பியிருந்தால் 'தெளிவாய் சிந்தனைக்குரிய கருத்துகளை இலக்கிய நடையில் எழுதவேண்டும்' மற்ற பக்கங்களில் சவுதி மன்னர் காலீத் ஐபின் அப்துல் அஜீஸ் அவர்களுக்கு புதுக் கவிதை அஞ்சலி. மணிமுடி யின் பதில்கள் பெருநாள் வாழ்த்து, காதலிக்காத கதாநாயகி இல்லாத சிறுகதை, (பிச்சைக்கார நாய்கள்) முதலியவைகளைக் காணலாம்.

கீதாசார்யன்: தென்னாட்டார் சம்பிரதாயத்தை நிலைநாட்டும் உத்தேசம் கொண்ட வைஷ்ணவப் பத்திரிகை ஆசிரியர் எம்.ஏ.வெங்கட கிருஷ்ணன் எம்.ஏ., எம்.ஃபில், இதில் ஸ்ரீ வைஷ்ணவம், கண்ணன் கதைகள், பெரியாழ்வார் பெருநிலை நாதமுனிகள் போன்ற கட்டுரைகளைக் காணலாம். ஜாதகப் பரிவர்த்தனைத் திட்டத்தின்படி பிரம்மச்சாரிகளையும் கன்னிகை களையும் சுருக்கமாக 'ஜி 1286 வாதூல மூலம்' (2) 4-8-60 (பி.எஸ்.ஸி) வீணை தெ.5,3' போன்று வரிசைப்படுத்தியிருப் பதைப் பார்க்கலாம். வ-வடகலை, தெ-தென்கலை, வேறு கலைக்கு ஆக்ஷேபணை இல்லை. வே.வேலைக்குப் போகும் பெண் வேண்டும் என்கிற அடிக்குறிப்புகளையும் பார்க்கலாம். 'ஸுதர்சனம் பதிலும்,' சுவாரஸ்யமானவை.

நெற்றிக்கண் (சிறப்பாசிரியர் தமிழருவி மணியன்) தமிழக ஜனதா கட்சியின் பத்திரிகை, நடிகை ஜெயலலிதாவுக்கு கடலூர் மாநாட்டில் அதிக முக்கியத்துவம் கொடுக்கப்பட்டதைப் பற்றிய 'மணியன் பதில்களில்' 'இந்திரசித்துவின் நாகபாசத்தில் ராமனின் படைமயங்கி கிடந்ததுபோல கோடம்பாக்கத்து பவுடர் மினுமினுப்பில் தமிழகமே மயங்கிக் கிடப்பதை

சொல்கிறார். பெருந்தலைவர் பிறந்த நாளில் இரண்டாமாண்டு துவக்க விழாவிற்கு வாசகர்களை அழைத்து, 'முதுகிலும் தட்டலாம். தலையிலும் குட்டலாம் என்கிறது பின்பக்க விளம்பரம்.

ஹிந்துமித்திரன் விசுவ ஹிந்து பரிஷத் வெளியிடும் மாத இதழ். கொஞ்சம் செயலான பத்திரிகை அட்டைப் படம், அச்சமைப்பு எல்லாம் நேர்த்தியாக இருக்கிறது. அமிருதாஞ்சன் விளம்பரம் கூட இருக்கிறது.

சமீபத்தில் மதமாற்றங்களைப் பற்றிக் கவலைப்பட்டு நிறைய கட்டுரைகளை வெளியிட்டிருக்கிறது. நிறங்களைப் பற்றி ஒரு சுவாரஸ்யமான கட்டுரை இருக்கிறது. காதல், துணிவு, வீரம், கோபம், கொடுமை இவைகளை சிவப்பு நிறம் சுட்டும், நம்பிக்கை, நேர்மை, மகிழ்ச்சி, புகழ் பெருந்தன்மை இவற்றை நீலநிறம் குறிக்கும். ஸ்டெல்லா மேரிஸ் போன்ற கிறிஸ்தவக் கல்லூரிகள் ஹிந்துக்களைப் புறக்கணிப்பதைச் சுட்டிக்காட்டி பாக்கிஸ்தானில் சரித்திர புத்தகங்களில் இருக்கும் தவறுகளையும் சொல்கிறது. முகமதுபின் காசிம், கஜினி முகமது ஆகியவர்கள் இந்தியாவில் காட்டுமிராண்டிகளை ஒழித்துக் கட்டிய புண்ணிய சீலர்களாம்.

வங்காளத்தில் காளி பூஜையின்போது முஸ்லீம்களைப் பிடித்து வந்து காளிக்கு பலிபோடத் துவங்கினார்களாம்.

எனக்கென்னவோ இந்தமாதிரி குறிப்பிட்ட நோக்கம் கொண்ட பத்திரிகைகள் நம் பிரபல வாரப்பத்திரிகைகளை விட படிக்க சுவாரஸ்யமாக இருக்கின்றன.

விமர்சனங்கள்

சமூக விமர்சனம்

1. பெங்களூரில்

பெங்களூரில் ஒரு மூலையில் இருந்தாலும் பல பேர் வீடு தேடி வருகிறார்கள். போட்டோ எடுத்துக் கொள்கிறார்கள். கொஞ்ச நேரம் உள்ளங்கையைப் பார்த்துக் கொண்டு உட்கார்ந்துவிட்டு விஷயத்துக்கு வருகிறார்கள். 'நான் கூட சின்ன வயசில கதையெல்லாம் எழுதிக்கிட்டு இருந்தங்க. இப்ப நேரம் கிடைக்கிறதில்லை. காலேஜ் மாகஸின்ல எழுதியிருக்கேன். அப்புறம் முரசில பொங்கல் கட்டுரை ஒண்ணு வந்திருக்கு.'

இதற்கெல்லாம் ரொம்ப மையமாகத் தலையாட்டும் வித்தையை சமீபத்தில் கற்றுக் கொண்டிருக்கிறேன். முன்பெல்லாம் 'அப்படியா ரொம்ப சந்தோஷம்' என்று சொல்லி மாட்டிக் கொள்வேன். உடனே அவர் சக எழுத்தாளர் ஸ்தானத்துக்கு வந்து பக்கத்தில் உட்கார்ந்து கொண்டு 'பார்க்கிறீர்களா?' என்று 1976ம் வருஷத்து மஞ்சள் நியூஸ் பிரிண்ட்டை எட்டாக மடக்கியதை பைக்குள்ளிலிருந்து எடுத்து 'தமிழ் பொங்கல்' என்கிற கட்டுரையை (தொடர்ச்சி ஒன்பதாம் பக்கம் எட்டாம் பத்தி) படிக்கக் காத்திருப்பார். படித்து முடித்ததும் இந்த கதையைக் கொஞ்சம் பார்த்துருங்களேன் என்று பைக்குள் மறுபடி கைவிட்டு பதினாறு பக்கம் ஃபுல் ஸ்காப் தாள்களை எடுப்பார்.

இவர்களுக்கெல்லாம் உதவியாக இப்போது ஒரு அகராதி தயாரித்துக் கொண்டிருக்கிறேன்.

இந்த அகராதி தயாரிக்க எனக்கு அதிக சிரமமிருப்பதில்லை. வார, மாதப் பத்திரிகைகளைப் புரட்டி பிரபல, அபிரபல, எழுத்தாளர்களின் படைப்புகளை மேலாகப் பார்த்தால் போதும் (சுஜாதா உட்பட) உடனுக்குடன் சொற்றொடர்கள் கிட்டும். இந்தக் கதைகளில் எல்லாம் நாயக நாயகிகளுக்கு அடிக்கடி அலை மோதும். அப்படி மோதாத சமயம் ஆனந்தத்தில் மிதப்பார்கள். மனம் புண்படாத வகையில் சிலர் பேசுவார்கள். அல்லது உள்ளத்தைத் தைக்கும்படி தொடும்படி ஏதாவது சொல்லிவிடுவார்கள். பெரும் அதிர்ச்சிக்கு ஆளாகி ஏதோ இனம் தெரியாத ஒன்று உள்ளத்தின் அடித்தளத்தில் குறுகுறுக்க, எண்ணங்களுக்கு வடிகால் கிடைக்காமல் மலைத்து ஸ்தம்பித்து நிற்பார்கள். என்ன செய்வது என்று சரிவரத் தெரியாமல் வியர்வையால் தொப்பலாய் நனைந்து சில சமயம் தாறுமாறாகவும் நடந்து கொள்வார்கள். ஜன்னலுக்கு வெளியே பார்வையை ஓட்டும்போது, சிந்தனையைத் தூண்டும் வகையில் எதையாவது காணும்போது, ஆவல் பிறந்து எல்லாம் மறந்து நண்பர்கள் புடை சூழ சினிமாவுக்கு போவார்கள். இதயத்தில் கை வைத்துச் சொல்லுங்கள். எல்லாக் கதைகளிலும் இந்த வார்த்தை அமைப்புகளைப் பார்த்திருக்கிறீர்கள் அல்லவா? இல்லை என்று நிரூபித்தால் பத்து ரூபாயை உங்கள் கையில் அழுத்தத் தயார்.

சமூக விமர்சனம்

2. கேரளத்தில்

சமீபத்திய விஜயத்தில் நான் கண்ட சில காட்சிகள் கேரளத்தில் மட்டுமே பார்க்கக்கூடியவை.

கொச்சி பழைய கலெக்டர் ஆபீஸில் ஒரு பிரஸ்கான்ஃபரன்ஸ் போது சன்னலுக்கு வெளியே பார்வையை ஓட்டி 'நான் பார்த்தது வயசான யானை, அது மருந்தோ ஏதோ சாப்பிட பிடிவாதமாக மறுக்கிறது. பக்கத்தில் இருக்கிற பாகன் இரும்புப் பூண் வைத்த தடியால் அதன் முழங்காலில் ஓங்கி அடிக்கிறான். யானை தலையைத் தலையை ஆட்டிக் கொண்டு மதன் கார்ட்டூன் போல கண்களில் ரொம்ப சோகத்துடன் வேண்டாத பச்சிலையை விழுங்குகிறது. சின்ன மனுஷன், பெரிய யானை அவனை சவட்டிப் போடுவதற்கு அதிக நேரமாகியிருக்காது. அப்படிச் செய்யவில்லை.

டிக்கெட் எடுத்து வைப்பின் கரைக்கு ஃபெர்ரி மூலம் பிரயாணம் செய்யும் அனுபவம். டிபிக்கல் கேரளா டீஸல் படகின் மாடியில் பீடி குடித்துக்கொண்டு டிரைவர், கீழே இன்ஜின் ரூமில் ஒருத்தன். அவன் மணியடிக்க இங்கே இவன் கியர் கர்ர்ர்க் என்று மாற்றுகிறான். டிரெட்ஜர்கள் அமைத்த செயற்கைத் தீவுகள்.

தினம் தினம் கடல் கடந்து ஆபீஸுக்குப் போகும் குடை வைத்துக்கொண்டு, தலை முடியாத பெண்கள்.

பரூர் அருகில் ஓட்டுப் பதிவு ஸ்தலம் அமைக்க ஒரு மிஷனரி பள்ளிக்குச் சென்ற போது அங்கிருந்த கன்னிமாடத்து கிறிஸ்தவ ஸ்திரீகள் வியப்புடன் எங்களை நோக்கி ஓடி வருவதைப் பார்த்தேன். Nun Running!

முந்திரப்பருப்பை ரோடில் கூறுகட்டி விற்கும் கிழவிகள், 'உங்கள் ஓட்டுப்பதிவு இயந்திரத்திற்கு என்ன மைக்ரோ பிராஸஸர் உபயோகிக்கிறீர்கள்?' என்று படு கிராமத்தில் என்னைக் கேட்ட டப்பா கட்டு இளைஞன், பதிவு இயந்திரத்தை சரியாக இயக்கத் தெரியவில்லை என்று வருத்தப்பட்டு அழுத டீச்சரம்மா. இருபத்தைந்து கிலோ மீட்டர் மோட்டார் சைக்கிளில் வந்து இயந்திரத்தின் புதுமைக்காக ஓட்டுப் போட்ட ஆல்வாய் இளைஞன், ஒல்லியான படகில் மிகவேகமாகக் கடந்து வந்த முடவன், தேர்தலில் தோற்றுப் போனது தெரிந்ததும் கண்களில் கண்ணீருடன் வந்து இன்ஜினீயர்களை வாழ்த்திய அரசியல்வாதி, கொச்சி முத்தமிழ்ச் சங்கத்துக்குத் தலைவரான தமிழில் தேர்ந்த விஷ்ணுதான் (சிந்திக்காரர்).

கேரளத்தில் பற்பல ஆச்சரியங்கள்.

விமர்சனங்கள்

சமூக விமர்சனம்

3. நியூயார்க்கில்... உழக்கில் கிழக்கு மேற்கு

நியூயார்க் தமிழ்ச் சங்கத்தின் குமரேசன் வரவேற்பு கொடுப்பதைப் பற்றிப் பேசினார். 'உங்க மாதிரி முன்னணியில் இருக்கிற தமிழ் எழுத்தாளர்களுக்கு வரவேற்பு கொடுக்கலைன்னா எப்படிங்க? அது தமிழர்களாகிய நாம எல்லோரும் பெருமைப்படக்கூடிய விசயம் இல்லைங்களா?' என்றார். அழைப்பிதழ் அனுப்பிச்சு எல்லாரையும் கூப்பிடறதா இருக்கோம்...கொஞ்சங்கூட்டம் தான் குறைவா இருக்கும். இந்த மாதிரி இலக்கியக் கூட்டங்களுக்கெல் லாம் கணிசமா, வரமாட்டாங்க. அவங்கவங்க க்வீன்ஸ் ப்ருக்லின் ந்யூ ஜெர்ஸி எல்லா இடத்தில் இருந்தும் வரணும் இல்லைங்களா, அதுக்காகத் தான் என்ன செய்யறோம். இண்டியா அப்ராடில் ஒரு நியூஸ் போட்டுர்றம். அப்புறம் வந்துங்க 'நெற்றிக் கண்ணு'ன்னு தமிழ் சினிமா காட்டரோம். கூட்டத்தை அதனுடைய இடை வேளையில் வைச்சுக்கலாம்னு உத்தேசம். நீங்க தப்பா எடுத்துக்கக் கூடாது இலக்கியக் கூட்டம்னா.'

'சரிங்க, அதான் சொல்லிட்டீங்களே.'

'அப்புறம் இன்னொரு சின்ன விசயங்க?'

'என்னங்க?'

‘நீங்க என்ன எழுதியிருக்கீங்க? நாவலா, சிறுகதையா!’

‘பலதும் எழுதியிருக்கேங்க.’

‘அதைக் கொஞ்சம் விவரமா சொல்லிட்டீங்கன்னா பயோ டேட்டா தயாரிச்சு அனுப்ப உபயோகமா இருக்கும்.’

‘ஆகட்டுங்க.’

அவர்களைச் சொல்லிக் குற்றமில்லை. அமெரிக்காவில் வாழும் தமிழர்கள் எல்லோரும் அவசரத்தில் இருக்கிறார்கள். சப்வேயைத் துரத்தும் அவசரம். டிராஃபிக்கைத் தவிர்க்கும் அவசரம். பொது வாகவே தமிழ்நாட்டிலிருந்தும் தமிழ்ப் பத்திரிகைகளிலிருந்தும் கொஞ்சம் ஆரோக்கியமாக விலகியே இருக்கிறார்கள். ‘அங்கிருந்து வரவழைக்கிறதுன்னா ரொம்ப காசாகுங்க. அதனால் உறவுக்காரங்க அப்பப்ப வர்றப்ப பழைய இஷ்யூங்களை கொண்டாந்து போடுவாங்க. அதைப் படிச்சிட்டிருப்போம். நீங்க எதில எழுதுறீங்க?’

‘சரியாப் போச்சு. உங்ககிட்ட எந்த வருசத்து இஷ்யூ இருக்குது?’

‘செப்டம்பர் எழுவத்தாறு எழுவத்தி ஏழு.’

தமிழர்கள் நிறையப்பேர் டாக்டர்களாக இன்ஜினீயர்களாக இருக்கிறார்கள். இரண்டு கார், சூடான வீடு, வீடியோ என்பது எல்லோருக்கும் பொதுமூச்சு, கொத்துமல்லி, முருங்கைக்காய் என்று சில அபூர்வமான விஷயங்கள் டிபார்ட்மெண்ட் ஸ்டோரில் கிடைத்தால் போன் பண்ணிக் கொள்கிறார்கள். பெண்கள் பெரும்பாலும் வேலைக்குப் போகிறார்கள். ஆண்களைவிட பத்திரமாக கார் ஓட்டுகிறார்கள். கணவன்மார் ‘என்ன முதலாளி சௌக்கியமா’ போன்ற படங்களை வீடியோவில் கண்கொட்டா மல் பார்த்துக் கொண்டிருக்கிறார்கள்.

எங்கெங்கே தமிழர்கள் இருக்கிறார்களோ அங்கங்கே தமிழ்ச் சங்கங்கள் இருக்கின்றன. ஆனால், சடுதியில் சண்டை போட்டுக்கொண்டு பிரிந்து விடுகிறார்கள். போட்டி தமிழ்ச் சங்கம் ஆரம்பித்து உழக்கில் கிழக்கு மேற்கு பண்ணுகிறார்கள். நியூயார்க்கில் மூன்று சங்கங்கள் உள்ளன; வாஷிங்டனில் இரண்டு, டெட்ராயிட்டில் இரண்டு. கோவில் கட்டுவதற்கும் இந்திய சூழ்நிலையை கோவில்களில் அப்படியே கொண்டு வருவதற்கும் நிறைய செலவழிக்கிறார்கள். ஹ்யூஸ்டனில்

மீனாட்சி, நியூயார்க்கில் பிள்ளையார், பிட்ஸ்பர்கில் கேட்கவே வேண்டாம்; வாஷிங்டனில் ஒரு கோஷ்டி பிரதிஷ்டை பண்ண அலைந்து கொண்டிருக்கிறது. என்னைக் கோயிலுக்கு அழைத்துச் செல்வதில் பல பேர் அதிக ஆர்வம் காட்டினார்கள். நான் இந்த ஊருக்கு கோவில் பார்க்க வரலை என்று சொல்லிப் பார்த்தும் கேட்கவில்லை.

பலர் திரும்பி வரும் யோசனையை இன்னும் கைவிடவில்லை. 'எப்படிங்க இருக்கு இண்டியா? திரும்பி வரலாமா? காஸ் கிடைக்கிறதுக்கே ஆறு வருசம் ஆகும்னு சொல்றாங்களே. அப்புறம் டெலிபோனுக்கு மூணு வருஷம் ஆகுமாம்! இங்க அரை மணியில் கொண்டு வெச்சுருவான். ரெண்டு மாடல்தான் கார் இருக்காம். அப்புறம் எல்லாத்துக்கும் லஞ்சம் குடுக்கணு மாமே? போன வருஷம் வந்திருந்தபோது அப்பா! உங்க இண்டியன் ஏர்லைன்ஸ்? ஹாரிபிள்ங்க! என்னங்க திரும்பி வரலாங்களா, இப்படி இருக்கறப்ப' என்று திரும்ப வராமல் இருப்பதற்கு காரணங்களை ஏற்படுத்திக் கொள்கிறார்கள். 'இங்கிருந்து வரப்ப நிறைய எதிர்பார்ப்புகளை கழற்றி வெச்சுர ணும். ஆனா, நீங்க முக்கியமா கவனிக்க வேண்டியது உங்க பிள்ளைங்களை! அவங்களை எந்த கலாசாரத்தில் வளர்க்கறீங்கங் கிறது முக்கியம்...

தமிழர்களுக்கு அங்கே ஒரு கலாசார நெருக்கடி இருப்பதை சுத்த மாக உணர முடிகிறது. திரும்பி வருவதை ஒத்திப்போட்டுக் கொண்டே செல்கிறார்கள். அவர்களிடம் நிறைய சம்பாத்திப்ப தால், ஒருவிதமான குற்ற உணர்ச்சியும் இருக்கிறது. அதைப்பற்றிச் சொன்னால் கோபப்படுகிறார்கள். ஆனால், இத்தாலியர்களைப் போலவோ ஜெர்மானியர்களைப் போலவோ அங்கு ப்ரஜா உரிமை வாங்கியவர்கள் தம்மை அமெரிக்கனாக உணர்வதில்லை.

அங்கேயே பிறந்து வளர்ந்த இளைய தலைமுறை இந்தியர்கள் சதா 'கம்'மென்று கொண்டு 'டல்லஸ்' போன்ற டி.வி.காட்சியில் ஆழ்ந்திருக்கிறார்கள்.

அவர்களைப் பற்றித்தான் எனக்குக் கவலையாக இருக்கிறது.

விமர்சனங்கள்

சமூக விமர்சனம்

4. டில்லி

டில்லிக்கு ஆபீஸ் வேலையாக அடிக்கடி வரும் போது ஒவ்வொரு முறையும் கவலைப்படுவதற்கு புதுசாக விஷயங்கள் கிடைக்கின்றன. இம்முறை இளைஞர்கள் தயாள்சிங் காலேஜில் எலெக்ஷனில் ஜெயித்த ராஜ்சிங் தன் படத்தையும் இந்திராவின் படத்தையும் மூவர்ண மூன்று ஏக்கர் போஸ்டர்களில் அச்சடித்து கம்பம் கம்பமாய் ஒட்டியிருக்கிறான். திருநெல்வேலி ஜில்லா சங்கரன் கோவிலிலிருந்து வந்து, சென்னையில் கலர் பிராஸஸிங் செய்து பிழைக்க முடியாத செல்வராஜ், டில்லிக்கு வந்து அய்யர் மெஸ்ஸில் மேஜை துடைக்கிறான். புதிதாகப் பிறந்த புஷ்பம் போன்ற அந்த பஞ்சாபிப் பெண் ஸவுதி எக்ஸடென்ஷன் ஷாப்பில் நவீனத்திலிருந்து வெளிப்பட்டு ஆட்டோ ரிக்ஷாக் காரன் வீட்டுக்குக் கொண்டு விட மறுக்க, அருகே கண்களில் ரேப் தெரிய சிவத்துக்கொண்டு காத்திருக்கும் இரானியனின் வரவேற்பை ஏற்று அவனுடன் மோட்டார் சைக்கிளில் செல் கிறாள். சாக்பீஸில் ரூட் எழுதிய பஸ்ஸில் ஸீட்டைவிட்டு நகராத கண்டக்டர் கரோல்பாக் போகிறது என்று சொல்லி பூசாரோடில் நடுக்காட்டில் சிரித்துக்கொண்டே என்னை இறக்கி விடுகிறான். கடைகள் மூடினபின் மெல்லிய இருட்டில் இளைஞர்கள் சின்ன

சின்ன முடிச்சுக்களாக ஒருவர் பஞ்சாபியில் திட்டிக் கொண்டு அடிக்கடி இடுப்புக்கு கீழ் உதைத்துக்கொண்டு விளையாடிக் கொண்டிருக்கிறார்கள்.

நம்பிக்கை தரும் இளைஞர்களையும் சந்திக்க முடிகிறது. தங்கியிருக்கும் ஓட்டலில் இரவு ட்யூட்டிக்கு வரும் ரிசப்ஷன் இளைஞன் ஓம்பிரகாஷ் ஆறுமாதகாலமாக நைட்டூட்டி செய்கிறான். 150 கி.மீ. தூரத்தில் இருக்கும் பானிபட் ஜங்ஷனிலிருந்து தினம் வருகிறான். ஏழு மணி நேரம் போக வர பிரயாணம் மட்டும். மாலை ஏழுக்கு வீட்டிலிருந்து கிளம்பி பத்தரைக்கு டில்லி வந்து ட்யூட்டி பார்த்துவிட்டு காலை எட்டரைக்கு புறப்பட்டு முற்பகல் 11 மணிக்கு வீடு திரும்புகிறான். மறுபடி மாலை, ஏழு எட்டு வயதில் (ராணுவத்) தந்தையை இழந்தவன். தம்பியைப் படிக்க வைத்து, தங்கைக்கு கல்யாணம் செய்வித்து 24 வயதில் குடும்ப பாரம் அத்தனையும் நெற்றிச் சுருக்கங்களாகத் தெரிகின்றன. பானிபட்டில் வீடு கட்ட ஒரு சின்ன ப்ளாட் வாங்கிப் போட்டிருக்கிறான். அடுத்த வருஷம் ஏஷியா 82ல் சர்க்கார் காண்டிராக்ட் எடுக்க நண்பனுடன் மனுப்போட்டிருக்கிறான். நிச்சயம் முன்னுக்கு வந்துவிடுவான். பணம் சேர்த்து விடுவான். அதன்பின்தான்...இவனைப் பற்றி கவலையாக இருக்கிறது.

விமர்சனங்கள்

சமூக விமர்சனம்

5. விமானத்தில்

இங்கிருந்து சென்னைக்கு வர போயிங் விமானத்தில் அரை மணியாகிறது. மாலை 5.30க்கு ஃப்ளைட் நாலே காலுக்கு அலுவலகத்திலிருந்து வந்ததும் நகர ஏர்லைன்ஸிற்கு டெலிபோன் செய்தேன். அதிர்ஷ்டவசமாக நம்பர் கிடைத்தது. ஒரு பெண் சுருக்கமாக 'இன்றைக்கு மட்டும் ஃப்ளைட் எட்டு மணிக்குப் புறப்படுகிறது. எதற்கும் வீட்டிலிருந்து கிளம்புமுன் ஒருமுறை விமான நிலையத்துக்கு டெலிபோன் செய்து விசாரித்துக்கொள் ளுங்கள்' என்றாள். 'எட்டுமணி என்றால் அதற்கு முன்பே கிளம்ப சாத்தியம் உள்ளதா?' என்று கேட்பதற்குள் வைத்துவிட்டாள்.

என்னுள் கவலை ஜூஸ்கள் சுரக்க ஆரம்பித்தன. 5.30 ஃப்ளைட்டை எட்டு மணிக்குப் புறப்படும் என்று சொன்ன இவள் எந்த அதிகாரத்தில் சொன்னாள்? என்று கவலைப்பட்டு முடிப்பதற்குள் ஐந்தாகிவிட்டது. இனி புறப்பட்டால் கூட அரைமணிக்குள் விமான நிலையம் போய்ச் சேர முடியாது. எட்டு மணி என்று அறிவித்தபின் அதற்கு முன் புறப்படமாட்டார்கள்.

சுமார் 6.30க்கு விமான நிலையத்தின் எண்களைச் சுழற்றினேன். 566018 முதல் தடவை 56 இரண்டு எண்களை சுழற்றிமுடித்த

உடனே ரிங்டோன் கேட்டது. இரண்டாவது முயற்சியில் முழு எண்களையும் வாங்கிக்கொண்டது, அதன் பின்? காற்று! High and bry என்று ஒருவிதமான சப்தமும் கேட்காத மௌன நிலை. மேல்நாட்டு எக்ஸ்சேஞ்சுகளில் லட்சத்தில் ஒருமுறைதான் இம்மாதிரி நிகழுமாம். அடுத்த தடவை முயன்றபோது ரிங்டோன் கேட்டது. கூடவே என்கேஜ்ட் ஒலியும் கேட்டது. இதில் எதை நிஜம் என்று எடுத்துக் கொள்வது என்று சற்று நேரம் தவித்தேன். மறுபடி நிதானமாக சுழற்றிப் பார்த்தேன். அடித்தது. யாரும் ஐந்து நிமிஷத்துக்கு எடுக்கவில்லை. ஏர்போர்ட்டில் எடுக்காமல் இருப்பார்களா. ஒரு வேளை நம்பர் தப்பாக இருக்குமோ என்று 197 முயன்றேன். காற்று மறுபடி 566018 என்கேஜ்ட் சற்று முன் யாரும் எடுக்காமல் அடித்துக்கொண்டே இருந்தது. திடுதிடுப் பென என்கேஜ்ட். மறுபடி 197...ஐந்து நிமிஷம் அடித்தது.

'நமஸ்கார் டைரக்டரி என்க்வயரி?'

'மிஸ். இண்டியன் ஏர்லைன்ஸ் ஏர்போர்ட் நம்பர் வேண்டும்.'

'ஃபைவ் டபிள்ஸிக்ஸ் ஸீரோ ஒன் எய்ட்' என்றாள் சட்டென்று பரிச்சயமான சந்தேகம் போலும்.' ஆனால் அதை சுழற்றினால் ஒருமுறை அடிக்கிறது ஒரு முறை.

'ட்ரை 199 அஸிஸ்டன்ஸ் ப்ளீஸ்' என்று வெட்டினாள். 199ஐ முயன்று பார்த்து மறுபடி காற்று. ஆள்காட்டி விரல் சற்றே வலிக்க, பிரம்பு விரலால் 566018 காற்று மறுபடி 56லேயே ரிங் ரிங் விசிறிக் கடாசிவிட்டு நேராக பையை எடுத்துக்கொண்டு ஆட்டோ பிடித்து ஏர்போர்ட் சென்றேன். எல்லாம் அங்கே போய் விசாரித்துக் கொள்ளலாம் என்று. 7.40க்கு ஏர்போர்ட் சேர்ந்தேன். 'மெட்ராஸ் ஃப்ளைட் 10.20க்கு புறப்படும்' என்று கவுண்டரில் சொல்லி நாலு பிஸ்கட் கொடுத்தார்கள்.

'என்ன ஆச்சு?'

'ஹைட்ராலிக் லீக் சின்ன ரிப்பேர்தான்! ஹைதராபாத் ஃப்ளைட்டில் இன்ஜினீயர்கள் வருகிறார்கள். வந்து சேர்ந்ததும் புறப்பட்டுவிடும்.'

'ஹைதராபாத் எப்போது வரும்?'

'நாப்பது நிமிஷம் லேட், 9.20க்கு எதிர்பார்க்கிறோம்.'

'பின் எப்படி எட்டு மணிக்கு கிளம்பும் என்று சொன்னீர்கள்?'

'போன் பண்ணச் சொன்னோமே இல்லையா?'

'ஆம், ஆனால்...!'

'போன் பண்ணியிருக்கலாமே நீங்கள்? போன் எதற்கு இருக்கிறது?'

நான் ஓரத்தில் போய் உட்கார்ந்தேன். காத்திருந்தேன். மெட்ராஸ் ஃப்ளைட் சரியாக இரவு 11.55க்கு புறப்பட்டது.

'முன்னேற்றம் என்பது ஒரு கையால் எதையோ கொடுத்துவிட்டு இன்னொரு கையால் மற்றொன்றைப் பறிப்பது' என்று கம்யூனிகேஷன்ஸ் இன்ஜினியரிங் இன்டர்நேஷனல் என்கிற பத்திரிகையில் சமீபத்தில் தலையங்கத்தில் எழுதியிருக்கிறார்கள்.

விமர்சனங்கள்

சமூக விமர்சனம்

6. கே.ஜே.ஆஸ்பத்திரியில்

சென்னை கே.ஜே. ஆஸ்பத்திரியில் ஸி.டி.ஸ்கேனர் என்னும் நவீன இயந்திரத்தைப் பார்த்தேன். ஒரு நுட்பமான எக்ஸ்ரே கதிரை வைத்துக் கொண்டு உடலின் சம்பந்தப்பட்ட பாகத்தை ஆராய்ந்து, வெளிப்படும் கதிரின் வெளிச்ச வித்தியாசங்களை ஒரு கம்ப்யூட்டரை வைத்துக்கொண்டு பகுத்து, ஒரு மெல்லிய ஸ்லைஸ் துண்டம்போல அந்த இடத்தின் உள்ளமைப்புப் படத்தை டெலிவிஷன் திரையில் வரைந்து காட்டும் சாதனம் இது. சாதாரணமாக எக்ஸ்ரே படங்களால் பார்க்கவே முடியாத உள் உபாதைகளை எல்லாம் இது புட்டுப்புட்டு வைத்து விடுகிறது. பத்து வருஷத்துக்கு முன் கம்ப்யூட்டர் இயல் இந்த சாதனத்துக்குத் தயாராகவில்லை. சமீபத்திய முன்னேற்றத்தின் நேர்விளைவு இந்த சாதனம். மருத்துவத்தில் எலெக்ட்ரானிக்ஸின் ஆவேசமான பிரவேசத்தைப் பற்றிப் படிக்கும்போது பயமாக இருக்கிறது.

'ஸை பார்க்' என்கிற புதிய உயிரமைப்பைப் பற்றிப் பேசுகிறார்கள். (ஸைபர்னெட்டிக் ஆர்கனிஸம் என்பதன் மரூஉ) இன்றைய தேதிக்கு மனித உடலின் அங்கங்களில் எத்தனை செயற்கையாக அமைக்கமுடியும் என்று பாருங்கள். டேக்கரான்

ரத்தக்குழாய்கள், ஸெராமிக் இடுப்பு இணைப்புகள், எவர்சில்வர் எலும்புகள், சிலிக்கோன் மார்பகங்கள், பிளாஸ்டிக் கண் லென்ஸுகள், நிஜமே போல இயந்திரக் கைகால்கள், செயற்கை சிறுகுடல்கள், இதயத்தைத் துரிதப்படுத்தும் பேஸ்மேக்கர்.

ஆராய்ச்சி செய்து கொண்டிருப்பது : பிளாஸ்டிக் இருதயங்கள், செயற்கை சுவாசப்பைகள், உள்ளே விதைக்கக்கூடிய சிறுநீரகங்கள், சுரப்பிகள், ரப்பர் எலும்பு இணைப்புகள், பிளாஸ்டிக் சருமங்கள்.

மன உடல் வியாதிகளுக்கு கம்ப்யூட்டர் உதவி செய்யும் டயக்னாஸ்டிக்ஸ் ஜெனட்டிக் இன்ஜினீயரிங் என்று ஒரு புதிய சாஸ்திரம் அசுர சாத்தியங்களை 1990க்களில் காட்டுகிறது. நம் பாரம்பரிய ரகசியங்கள் அடங்கியிருக்கும் டி என் ஏ ஸெல்களின் கட்டிட அமைப்பை மாற்றி கட்டுப்படுத்தப்பட்ட பிரஜைகளை உருவாக்க முடிகிற அபார வித்தையைத் தொட ஆரம்பித்திருக் கிறார்கள். (இந்த ஜெனட்டிக் இன்ஜினீயரிங் பற்றி தனிப்பட்ட முறையில் எழுதுகிறேன்).

நூற்றாண்டின் இறுதிக்குள் மனிதன் தன் உடலின் எல்லா அங்கங்களையும் புதுப்பித்துக்கொள்ள முடியும் என்று சொல்கிறார்கள். உங்கள் குடும்ப சரித்திரத்தில் இதயநோய் இருக் கிறதா? கவலை வேண்டாம். ஹார்ட் அட்டாக் வருவதற்கு முன்பே பிளாஸ்டிக் இருதயம் மாற்றி அமைத்துக் கொள்ளலாம். நாற்பது வயசாகி முகத்தின் தசைகள் சுருங்க ஆரம்பித்து விட்டனவா? முதுமை தெரிவதற்குள் இமிடேஷன் சருமம் அமைத்துக்கொண்டு சதா ஜீனத் அம்மனாக வாழலாமாம்.

Total Hrosthesis என்கிறார்கள். இதை தாமஸ் எடிஸன், உடல் என்பது மூளையைத் தாங்கிக் கொள்வதற்கு ஒரு கருவி, அவ்வளவுதான் என்று சொன்னது இப்போது நினைவுக்கு வருகிறது. இப்படி எல்லா அங்கங்களும் மாற்றி அமைக்கப்பட்ட மனிதன் அதே பழைய மனிதனா? மூளைதான் மனிதன். மூளையையும் மாற்றிவிட்டால் தான் அவன் வேற்று மனிதன் ஆகிறான். மூளையை முழுவதும் சுழற்றி வேறு மாட்டுவது அவ்வளவு எளிதில் சாத்தியமில்லை. இ எஸ் பி (எலக்ட்ரானிக் ஸ்டிமுலேஷன் ஆஃப் ப்ரெய்ன்) என்று ஒரு கோஷ்டி அலைகிறது. மூளைக்குள் சின்னச் சின்ன மின் ஊசிகளை சொருகி சின்ன வயது ஞாபகங்களையும் பற்பல வினோத உணர்ச்சிகளையும் செயற்கையாக ஏற்படுத்திக்

கொண்டிருக்கிறார்கள். சிலர் பயப்படுகிறார்கள். இயற்கை அமைத்ததை மனிதன் மாற்றலாமா. இதனால் ஏற்படப் போகும் குழப்பத்துக்கு, சரித்திர மாற்றத்துக்கு யார் பதில் சொல்வது?

Thou shalt not let thy cattle gender with a diverse kind thou shalt not sow thy field with mingled seed என்று பைபிளில் சொல்லியிருப்பதை யாரும் கவனிப்பதாகத் தெரியவில்லை.

விமர்சனங்கள்

சமூக விமர்சனம்

7. கல்கி வீட்டுக் கல்யாணம்

கல்கி ராஜேந்திரன் புதல்வி சீதாவின் கல்யாண ரிசப்ஷனில் ஏவி.எம். புல்வெளி எழுத்தாளர்களால் நனைந்திருந்தது. சிறுகதைகள் நாற்காலிகளை நிரப்பத் தொடர்கதைகளும், மாத நாவல்களும் சந்தனப் பேலாவில் விரல்களை முக்கின. சந்ததிகளின் சந்திப்பில் வ.வே.சு.அய்யரிலிருந்து நாளைய மாலன் வரை பேசப்பட்டனர். மந்திரிகள் பளிச் வந்தார்கள். பளிச் சிரித்தார்கள். பளிச் சென்றார்கள்.

செம்மங்குடியைக் கடந்து மாடிப்பக்கத்து உணவு சாத்தியங்களை நோக்கி நகர்ந்தேன்.

'என்ன சார் ஆச்சு?'

'என்ன?'

'அதான் அந்த சிலை விவகாரம்.'

'ஏன் சார் பசி வேளையிலே?' என்று சாவி அழைத்துச் செல்கிறார். மாடியில் குமுதம் பகாளபாத் ஸ்டேஜில் இருக்கிறது. கிருஷ்ண மூர்த்தி சமையலில் புதுசு புதுசாக அயிட்டங்கள் வருகின்றன. திசைகள், மயன், முத்தாரம்.

புல்வெளியில் சமுத்திரம். ராஜேந்திரகுமாரின் கைகளை உயர்த்தின நமஸ்காரம். அனந்தின் 'அப்பவே சாப்பிட்டாச்சே' ரா.கி.ரங்கராஜனின் 'ராட்சசன்யா நீ?'

எனக்கு நாலாயிரம் ரூபாய் கட்டணம் என்று நெற்றியில் எழுதியிருக்கும் ஒருவர் என்னை அணுகி 'க்ளாட் டு மீட்யூ! நான் உங்க கதைகளைப் படிக்கிறதில்லை?'

'அப்ப எதுக்கு கிளாட் டு மீட் யூ!'

'என் ஒய்ஃப்தான் படிப்பா! அதோ அங்கே தெரியறா பாருங்கோ!'

அவர் காண்பித்த திசையில் 300 ஒய்ஃபுகள்.

அத்தனை எழுத்தாளர்களை ஒன்றுசேரச் சந்தித்த அந்தக் கணத்தில் என். எஸ்.எஃப் கிளையில் ஒரு 'தாட்' நிரடுகிறது.

'திடுதிடுப்பென்று எல்லோரையும் இரான் பண்ணிக் கடத்திக் கொண்டு ஆயிரம் மைல் சென்று கண் காணாத ஒரு தண்ணியில்லாத ஸாரி பேப்பர், பேனா, போஸ்ட் ஆபீஸ் இல்லாத தீவில் பணயக் கைதிகளாக ஒரு வருஷம் வைத்துவிட்டால் தமிழ்ப் பத்திரிகை உலகம் என்ன ஆகும்' என்று வஸந்தைக் கேட்டேன்.

'ஒண்ணும் ஆகாது. எல்லாப் பத்திரிகையும் ஜாம் ஜாம்னு நடக்கும். புதுசா இன்னும் ரெண்டு பத்திரிகை வரும்' என்றான்.

விமர்சனங்கள்

சமூக விமர்சனம்

8. 400 குதூகலங்கள் (கல்லூரியில்)

கை சுளுக்கிக் கொள்ளப் பல வழிகளில் ஒன்று திருச்சி ரீஜினல் இன்ஜினீயரிங் காலேஜின் செப்டம்பர் விழாவில் கடைசி நாள் பரிசளிப்பில் கலந்து கொள்வது எனச் சமீபத்தில் அறிந்து கொண்டேன்.

நான்கு நாட்கள் சென்னை மற்றும் அண்டை மாநிலங்களிலிருந்து நூற்றுக்கணக்கான மாணவ மாணவிகள் (சுமார் நானூறு) வரவழைத்துக் கொட்டம் அடித்து - ஸாரி - விழாக் கொண்டாடி விட்டு இறுதியில் என்னை மேடையேற்றினார்கள். பரிசளித்துப் புன்னகைத்துப் புன்னகைத்து பெங்களூர் திரும்பும் வரை புன்னகையைக் கழற்றக் கஷ்டமாக இருந்தது.

ஆர்.இ.ஸி.திருச்சிக்கு அருகே என்று சொன்னால் நம்பாதீர்கள். கொஞ்சம் நடந்தால் தஞ்சாவூர் வந்துவிடும் என்று தோன்றுகிறது. அமைதியான சுத்தமான காம்பஸ். முதல்வர் மணிசுந்தரம் எனக்குச் சுற்றிக் காட்டினார். அங்கங்கே துண்டுக் காகிதம் ஒன்றிரண்டு இருந்தால் எடுத்துப் பைக்குள் போட்டுக் கொள்ளும் சுத்தப் பிரியர் மாணவத் தலைவர் வீரபத்திரன். மொத்தமே என்னிடமே ஏழு வார்த்தைகள் தான் பேசினார். ஆனால், கலந்து கொண்ட மாணவி களின் பெயர்களைப் பொறுத்தவரையில் நல்ல ஞாபகசக்தி.

விழா எப்படி? என்னைக் கவர்ந்தது மாணவ மாணவியரின் முகங்களில் தெரிந்த அத்தனை பாவங்கள் தாம்.

எல்லாம் சரிதான். மாணவர்கள் எப்படிப் படிக்கிறார்கள்? ஆர்.இ.சி. கல்லூரி அருகே இருக்கும் பி.எச்.இ.எல். நிறுவனத்துடன் ஒரு புதுமையான ஒப்பந்தம் செய்து கொண்டிருக்கிறது. பி.எச்.இ.எல். நிறுவனத்தின் சுமார் ஒரு கோடி ரூபாய் செலவழித்து வாங்கிய ஐ.சி.எல்.கம்ப்யூட்டர் ஒன்றை நிறுவியிருக்கிறார்கள். அங்கிருந்து ஐந்து கிலோ மீட்டர் தூரம் டெலிபோன் இணைப்பு சாதனங்கள் அமைத்து பெரிய கம்ப்யூட்டருடன் தொடர்பு கொண்டு மாணவர்களுக்கு கம்ப்யூட்டர் இயலை இங்கிருந்தே கற்றுக் கொடுக்கச் செய்திருக்கும் ஏற்பாட்டிற்கு திரு.மணிசுந்தரத்தைப் பாராட்ட வேண்டும். இந்தியாவில் முதன்முறை இது

'பட்டி மன்றத்தில் பேசினால்
படுசீரியஸ் விவாதம் செய்த
விஷயம்! தற்கொலைக்கு
நமக்கு உரிமை இருக்கிறதா.
இல்லையா? இருக்கிறது என்று
எத்தனை அழுத்தமாக
விவாதிக்கிறார் பாருங்கள்.
இசை நிகழ்ச்சிகளில்தான்
என்னமாய் ஈடுபாடு, இந்த
மாதிரி அனுபவித்து தபலா
முழுக்க யாருக்காவது வருமா?
தப்பித் தவறிப்
பரத நாட்டியம் ஆடினாலோ
விசிலோ விசில், Good fun
பாப் மியூசிக்குக்கு
மாணவிகள் கூட
நடனமாடத் துவங்கி
விடுகிறார்கள்.

விசில் அடிப்பதில் இவ்வளவு தினுசு இருக்கிறதா என்று வீணைக் கச்சேரியின்போதுதான் தெரிந்து கொண்டேன். மதிக்காமல் பவ்யமாக வீணை வாசித்த பெண்ணைப் பாராட்ட வேண்டும்.

விமர்சனங்கள்

சினிமா விமர்சனம்

1. தமிழ்ப் படங்கள்

நிழல்கள்

மூன்று இளைஞர்களின் கதை இது. ஒருவன் இசைத்திறமை உடையவன். மற்றொரு இளையராஜாவாக வேண்டும் என்று ஆசையுடன் சான்ஸ் கேட்டு ஆர்மோனியத்துடன் அலையோ அலைகிறான். (அங்கங்கே இடது கை வயலின் வாசிக்கிறான்). அதிர்ஷ்டம் அவனுடன் கண்ணாமூச்சு ஆடுகிறது. கடைசியில் வெறுத்துப்போய் கடலில் வாத்தியத்தை விசிறிக் கடாசிவிட்டு பைத்தியமாகச் சிரிக்கிறான்.

இரண்டாமவன், மனுப்போட்டு மனுப்போட்டு இன்டர்வ்யூக்களாக அலைகிறான். (வேலை கிடைக்குமா?) இடையிடையே எதிர்வீட்டுப் பெண்ணைக் காதலிக்கிறான். அவளும் இவனைக் காதலிக்கிறாள்.

மூன்றாமவன், அதே வீட்டு மொட்டை மாடியிலிருந்து அதே பெண்ணைக் காதலித்து ஒருவகையான டிஃபோகஸ் மானசீகத்தில் அவளுடன் குடித்தனமே நடத்திக் குழந்தை பெற்றுக் கொண்டு பெயரும் வைத்து விடுகிறான். வானம் என்

நண்பன் என்கிறான். அடிக்கடி காலேஜ் கட் அடித்துவிட்டு, கஞ்சா அடித்துவிட்டு கடற்கரையில் ஸ்லோமோஷனில் ஓடு கிறான். வீணை கற்றுக்கொள்ள ஆசைப்பட்டு அகலமாக இறந்து போன வித்வானின் மகள் கற்றுத் தரும் காதலை உணராமல் முதல் பெண்ணுக்கே அலைகிறான். அவள் தன்னைக் காதலிக்க வில்லை என்று தெரிந்தும் அவளைக் கற்பழிக்க சின்னதாக முயற்சித்துவிட்டு மனசு மாறி அவள் பிடித்திருந்த கத்திமேல் விழுந்து சிவப்பாகிறான்.

இதனிடையில் இரண்டாமவனின் அப்பா இறந்து போய் அதற்கு பண உதவி செய்துவந்த ரிக்ஷாக்காரன் மகன் விபத்தில் அடிபட்டு விட அவனைக் காப்பாற்ற மருந்து வாங்க, இவன் வட்டிக் கடையில் பணம் கேட்க, கடைக்காரன் மறுக்க, அவனைக் கொன்று பணத்தைக் கொண்டு வருவதற்குள் சிறுவன் இறந்து போய்விட, காதலியிடம் ஓடிப்போக, அவள் அப்போதுதான் மேற்சொன்ன கற்பழிப்பிலிருந்து மீண்டு வருகிறாள். இருவரும் தம் பாடப் புத்தகங்கள் எரித்துத் தமிழில் மந்திரம் சொல்லி அந்த அக்கினித் தீயில் ரத்தத் திலகமிட்டுத் திருமணம் செய்துகொண்டு பளப்பள என்று ஜீப்பில் ஜெயிலுக்குப் போகிறார்கள். சத்தியமாக இதுதான் கதை.

எழுத்தாளர்களுக்கு எழுத்துப்போல பாரதிராஜாவுக்கு சினிமா என்னும் பாஷையில் ஒரு நடை ஏற்பட்டிருக்கிறது. அதன் அம்சங்கள் சில:

ஒன்று: அடிக்கடி ஸ்லோமோஷன்.

இரண்டு: பாடல் படமாக்கப்படும்போது சமர்த்தாக அறைக்குள் பாடிக் கொண்டிருப்பவர்கள் திடீர் என்று வெட்டவெளியில் அல்லது கடற்கரையில் ஓடுவது.

மூன்று: டைட்டோ டைட்டான க்ளோஸ் அப்களில் ஒரு கண், உதடு, மூக்கு நுனிகள் இத்யாதி.

நடையை நான் குறை சொல்லவில்லை. அளவுடன் இருந்தால் அது கவிதை நடை, 'புதிய வார்ப்பு'களில் அது அளவுடன் இருந் தது. இந்தப் படத்தில் திகட்டுகிறது. உடன் சில கவலைக்கிட மான அம்சங்கள் பாரதிராஜாவில் கலந்துவிட்டன. 'மாத்தி மாத்திப் பேசினாலும் என்னை மாத்த முடியாது,' 'வேலை

கிடைக்காது; ஓலைதான் கிடைக்கும்' போன்ற வசனங்கள். 'நீ செஞ்சது கொலையில்லை' போன்ற இடங்களில் பின்னணியில் காந்தி படம் புத்தர்! பாரதிராஜா நிச்சயம் இதைவிட புத்திசாலித் தனமாகச் செய்யக்கூடியவர்.

அதற்குச் சான்றுகள். இந்தப் படத்திலேயே பல இடங்களில் இருக்கின்றன. வசனங்களின் உதவியே இன்றி மிக அழுத்தமாக visual ஆக கதை சொல்ல முடியும் என்பதற்கு உதாரணம் வீணை வித்வானின் மரணம் காட்டப்படும் விதம். வாசலில் செருப்புகள், உள்ளே கவலை முகங்கள், வித்வானின் மார்பில் கோத்த விரல்கள், மகன், மகள், அனாதை வீணை என்று சட்டென்று சில ஃப்ரேம்களில், வார்த்தையின்றி நெஞ்சைத் தொடுகிறார். படத்தில் வரும் மற்ற மரணங்களில் நம் மனம் அதுபோல ஈடுபடாமல் இருப்பதற்குக் காரணம் சொல்கிறேன். அதற்குமுன் இளையராஜா. இந்தப் படத்தின் ஒரு சிறப்பான அம்சம் பின்னணி இசை, இளையராஜா, மேற்கத்தி கர்னாடக இசைகளின் சரியான கலவையைக் கண்டுபிடித்துவிட்டார், பீத்தோவனுடன் கேதாரம், மாயாமாளவ கௌள போன்ற ராகச் சாயல்களை ஆச்சரியகரமாக இழைக்கிறார். கடற்கரைப் பாடலில் சில இடங்களில் மெய் சிலிர்க்கிறது.

இந்தப் படம் நம் மனத்தைப் பாதிக்காத காரணம் படத்தின் ஆதாரமான பிரச்னை வறுமையா, காதலா என்பதைத் தீர்மானிக்காத ஸ்க்ரிப்டின் பலகீனமே. வறுமை, வேலை யில்லாத் திண்டாட்டம், சமூகப் பிரச்னைகளைக் காட்டு வதற்கு பாரதிராஜாவின் சினிமா நடை தோதுபடவில்லை. காதல் கண்களால் பேசுவது. பின்னணியின் 'லலலல' கையைப் பிடித்துக் கொண்டு கடற்கரையில் மெல்ல ஓடுவது போன்றவைகளை ராஜா நிறையவே அளித்துவிட்டார்.

பஸ் ஸ்டாண்டில் நிற்பவர் எவரையும் நடிகராக்கிவிடமுடியும் என்கிற அபாரமான தன்னம்பிக்கையையும் பாரதிராஜா சற்று கட்டுப்படுத்த வேண்டும் என்று தோன்றுகிறது. இதில் தோன்றும் புதியவர்களில் நடிப்பில் கொஞ்சம் நினைவிருக்கிறவர் ராஜசேகர் ஒருவர்தான். பெண்களுக்கு கண்கள் மட்டும் போதும் என்பதும் டைரக்டரின் சித்தாந்தம் போலும்.

●

எங்க ஊர் கண்ணகி

சீமாதான் கண்ணகி,
எங்க ஊர் யார் ஊர் தெரியவில்லை.
ஆனால் டிபிக்கல் சினிமா கிராமம்,
பச்சைப் பசேல், குளிக்கும்
கன்னியர், பண்ணையார், இருமும்
பஞ்சாயத்துக்காரர் ஏறக்குறைய
காலியான தெருக்கள்,
சில பல வெத்து குண்டர்கள்
குருக்கள், அவர் மடிசார் மனைவி
(நல்ல வேளை வயசானவள்)
அவர் மகன் (சீர் திருந்தியவன்)
சீமாவுக்கு அநியாயத்தைக்
கண்டால் அலர்ஜி
சரிதா ரேப் செய்ய
வசதியாக குருட்டுப் பெண்;
மாதவி கலர்ப்படம் எடுக்கத்
தோதாக வண்ண சாரிகளை
வாய்க்கால் கரையில்
உலர்த்தும் வண்ணார ... ஸாரி
சலவைத் தொழிலாளிப் பெண்.
இந்த 'வித்தியாசமான'
கதாபாத்திரங்களை
வைத்துக்கொண்டு பாலசந்தர்
பண்ணியிருக்கும்
கதையின் அம்சங்கள் இவை:
ஒரு டபுள் ரேப்பைச் சேர்த்து
நான்கு ரேப் ஸீன்கள்
இரண்டு புதுமைகள்...
ஒரு நாய் துகிலுரிப்பது!
ரேப் செய்யப்படும் கிராமத்து
அபலைகளுக்கு அதிலிருந்து
தப்பிக்க ஒரு சுலபமான வழி

சொல்லித் தரப்படுவது ...
ரேப்பனின்...யைத்
தக்க சமயத்தில்...விட்டால்
அவன் அய்யோ அய்யோ
என்று அலறி அடித்துக் கொண்டு
ஓடியே போய் விடுவான்...
படத்தின் தரமான
நகைச்சுவைக்கு இது ஒரு
உதாரணம்.
இட்லிக் கடையில் காசு
கொடுக்காமல் வம்பு செய்கிறவன்
முகத்தில் கொதிக்கும்
எண்ணெய் கொட்டுதல்
சிகரெட்டிலிருந்து சரிதா ரேப் வரை
பகிர்ந்து கொள்வது.
பிள்ளை அப்பாவைக் கொல்லும்
காட்சி, போலீஸ் கான்ஸ்டபிள்
கோயில் சுவரில்
ஒன்றுக்கிருக்கும் காட்சி,
பசித்த நாய் ஒரு மென்னியைக்
குதறிச் சிவப்பாக எதையோ
எடுத்துச் செல்லும் காட்சி,
கொல்லப்பட்ட கதாநாயகன் உடல்
சாத்துக்குடிப் பழங்களுக்குள் ஒளித்து
வைக்கப்படும் காட்சி - என்ன
ஆச்சு பாலசந்தர் சார்! எதற்காக ஒரு
படத்தில் இத்தனை ஷாக் கொடுக்க
முயற்சி! இத்தனை கோரமான
அம்சங்கள் இருந்தும் தியேட்டரில்
ரசிகர்கள் சிரிக்கிறார்களே, அவர்கள்
மௌனத்தையும் நாற்காலி முனை
நகக் கடிப்பையும் சம்பாதிக்க
முடியவில்லையே? காரணம்...

ஏகப்பட்ட கதை!
மூன்று காதல்கள். குருக்கள் பையன் சலவைத் தொழில் பெண்ணைக் காதலித்துக் கல்யாணம் செய்து கொள்கிறான்.
'அய்யரோ! அய்யர் வீட்டு அம்மா!' என்று சரளமாகப் பேசும் வசனம். ஆற்றங்கரைக்குச் செல்லும் போது 'சலவைத் தொழிலாளி; ஆகிவிடுவது டாக்டர் எம்.என்.ஸ்ரீனிவாஸுக்கு முக்கியமான தகவல் (வசனம் அனந்து) போலீஸ் கான்ஸ்டபிள் டூயட் பாடும் வரை சீமாவிடம் காதல் செய்துவிட்டு தக்க சமயத்தில் மாதவி விதவையாகி அய்யர் குடும்பத்தால் அங்கீகரிக்கப்பட்டு, மாமி செய்யும் காசளவுப் புரட்சியில் நெற்றியில் திலகமிடப்பட்டுக் காத்திருக்க காதலை பீட் மாற்றி மாதவியை மணக்கிறான். சீமா கோவித்துக் கொண்டு தூக்குப்போட்டுக் கொண்டு தொங்க நினைக்கும் சமயத்தில் (சஸ்பென்ஸ்) அவள் கண்ணகிக் கடமைகள் அழைக்க திரும்ப ஊருக்குள் செல்கிறாள். தமிழ் சினிமாவின் வியாபாரத் தேவைகள், ஒரு நல்ல டைரக்டரையும் விவரமறிந்த அவர் உதவியாளரையும் எவ்வளவு தூரம் கொச்சைப் படுத்தும் என்பதற்கு இந்தப் படம் மற்றொரு உதாரணம்.

●

மீண்டும் கோகிலா

*க*தையை ஒரு தபால் தலையின் பின்புறத்தில் எழுதிவிடலாம். மணி ஒரு Bristless லாயர், கோகிலாவுடன் ஒழுங்காகக் குடித் தனம் நடத்தாமல் நடிகை காமினியுடன் அசடு வழிகிறான். சில சிக்கல்கள், சமாதானம் - சபலம்.

திராணியற்ற இந்தக் கதையை டைரக்டர் ஜி.என்.ரங்கராஜன், வானத்தில் ஏரோப்ளேன் தெரிய மொட்டை மாடியில் யோகாசனிக்கும் கமலைக் காட்டும் - ஆரம்ப காட்சியிலிருந்தே சுவாரஸ்யமாகச் சொல்கிறார். அங்கங்கே கதாபாத்திரங்களை நிறுத்தி 'இவர் தான் யக்ஞராம் சுப்ரமணி' 'இவர் ஆத்துக்கா...' 'இது அவர் பொண்ணு மஞ்சு...அவர் செஞ்ச ஒரே ஒரு உருப்படியான காரியம்...' என்று பின்னணிக் குரலில் மெல்லிய நகைச்சுவையுடன் அறிமுகம்... இந்த உத்தியைப் படத்தில் மற்ற பகுதிகளிலும் அவ்வப்போது உபயோகித்திருக்கலாம். (சமீபத்தில் நான் மிகவும் ரசித்த International velvet என்ற படத்தில் இந்த முறையை எப்படி உபயோகிக்க வேண்டும் என்பதற்குப் பாடம் கிடைக்கிறது)

சினிமா ஷூட்டிங்கில் மழையில் நனைந்து பாடும் தீபாவையும், சுதாகரையும் பார்த்துவிட்டு அதே காட்சியை வீட்டிற்கு வந்து மனைவியை பக்கெட் தண்ணீரில் நனைத்து, தன்னையும் நனைத்துக்கொண்டு முயற்சிப்பதாலும், தொன்று தொட்ட தமிழ் சினிமா அம்சங்களான சண்டைக் காட்சி, டூயட் போன்றவை களில் சில சுய கிண்டல் நகைச்சுவை அம்சங்களை இயல்பாகப் புகுத்துவதிலும், கமல் தன் புத்திசாலித்தனத்தைக் காட்டுகிறார். ஒரு மிடில் கிளாஸ் பிராமணக் கோழையை அனாயாசமாகச் சித்தரிக்கிறார். அவர் நடிப்புக்கு ஸ்ரீதேவி ஈடுகொடுத்து கூடவே அழகாகவும் இருக்கிறார். (யாருக்குத்தான் அந்த இடுப்பைக் கிள்ளத் தோன்றாது?)

தீபாவின் அறிமுகத்தின்போது உச்சரிக்கப்படும் செந்தமிழ் வசனங்கள் ரேகாவுக்காக எழுதப்பட்டவை போலும், 'ரேகா நடித்திருந்தால்?' என்ற கேள்வி அடிக்கடி எழும். பின்னணியில் தீபா அழகாக கச்சிதமாக நடித்திருக்கிறார்.

அனந்துவின் திரைக்கதை இயல்பாக இருக்கிறது. (ஆபீஸ்ல ஈ அடிக்கிறதைப் பத்தி இவரால் ஒரு புஸ்தகமே எழுத முடியும்.

இவர் ஜானவாசத்தின் போது கார்ல போய் ஏறின போதே எனக்குச் சந்தேகம் வந்தது!)

இளையராஜாவின் பின்னணி இசை கதையின் நளினமான நகைச்சுவைக்கு உதவுகிறது. சபலத்தின் போது மிருதங்கம் - 'கோவிந்தா' என்று பேசும் சின்தஸைஸர். வசன ஒலிப்பதிவு பல இடங்களில் இரைச்சலாக இருக்கிறது.

கதையின் முக்கிய பாத்திரங்களில் யதார்த்தமான நகைச்சுவை இருக்கும்போது தேங்காய் சீனிவாசன், சுருளிராஜன் போன்ற வர்களின் மிகைப்படுத்தப்பட்ட நகைச்சுவை தேவையில்லை. பிராமணர்களைப் பற்றி தற்போது எடுக்கப்படும் படங்களில் - மூன்றாவது ஃப்ரேமிலேயே மடிசார் புடவையைக் கழற்றிவிட்டு சோரம் போகும் கதைகள் மலிந்த இந்த நாட்களில் மென்மை யான, நம்பக்கூடிய பாத்திரங்களின் சின்ன சபலங்களையும், அவைகளை மன்னிப்பவர்களையும் யாருக்கும் உறுத்தாமல் சித்தரித்த பிராமணரல்லாத ரங்கராஜனைப் பாராட்ட வேண்டும்.

விமர்சனங்கள்

சினிமா விமர்சனம்

2. இந்திப் படங்கள்

36 செளரிங்கீ லேன்

தமிழ்ப் புத்தகங்களுக்கு ஒரு மாதம் ஓய்வு கொடுத்துவிட்டு கொஞ்சம் சினிமாப் பார்க்கலாம். அபர்ணா சென்னையில் பல வருஷங்களுக்கு முன் நடிகையாகப் பார்த்திருக்கிறேன். சத்யஜித்ராயின் 'தீன் கன்யா' வில் ஒரு கன்யாவாக இன்னும் என் மனதில் டீன் ஏஜ் ஊஞ்சல் ஆடுகிறார். இப்போது அபர்ணா திரைப்படக் கலையில் முன்னேறி டைரக்டராகியிருக்கிறார். சசிகபூரின் 'பிலிம்வாலாஸ்' தயாரித்த '36 செளரிங்கீ லேன்' என்னும் ஆங்கிலப்படம், ஆங்கிலோ இந்தியர்களின் இரண்டும் கெட்டான் நிலையை, மிஸ் ஸ்டோன்ஹம் என்னும் விளையாட்டுப் பெண்களுக்கு ஷேக்ஸ்பியர் சொல்லித் தரும் வயதான ஸ்கூல் டீச்சரின் கோணத்திலிருந்து ஆராய்கிறது.

அவள் தனிமை தப்பவிட்ட இளமைக்காதல், அவளை ஆஸ்திரேலியாவுக்கு அழைக்கும் உறவுக்காரப் பெண்ணின் வாராந்தரக் கடிதங்கள், வயதானவர்கள் இல்லத்தில் இருக்கும் பழுத்த சகோதரன் - இவர்கள் மூலம் அவள் குரூரமான தனிமை ஆச்சரியமாகச் சொல்லப்படுகிறது. இந்தத் தனி வாழ்க்கையில் ஒரு

பெங்காலி யுவ யுவதி வருகிறார்கள். காதலர்கள், டாக்ஸியில் முத்தமிட்டுக் கொள்வது - ஆம். முத்தம் அசௌகரியமாக இருக்கிறது என்று இவளை நைஸ் பண்ணி ஐஸ் வைத்து இவள் ஃப்ளாட்டில் கெட்ட காரியங்கள் பண்ணுவது சுலபமாக இருக்கும் என்று சினேகம் பிடிக்கிறார்கள். நட்புக்கு ஏங்கும் ஸ்டோன்ஹம் அவர்களை நம்பி அவர்கள் மேல் நிசமாகவே பாசம் வைக்கிறாள். பையனுக்கு வேலை கிடைத்து இருவரும் திருமணம் செய்து கொண்டு சொந்த ஃப்ளாட்டுக்குப் போய் விடுகிறார்கள். இனி மேல் அவர்களுக்கு ஸ்டோன்ஹம் தேவையில்லை? நழுவி விடுகிறார்கள். இந்தப் பிச்சு அதை அறியாமல் அவர்களை நாடி நாடிச் செல்ல, அவர்கள் பல பெயர்கள் சொல்லி கிழத்தை கழற்றிவிட, உண்மை கடைசியில் அவளுக்கு உரைக்கும்போது, ஒரு அதிர்ச்சியாக வெளிப்படும்போது அவளுடைய தனிமை முழுமையான அடிக்கோடிட்டுக் காட்டப்படுகிறது. கல்கத்தாவின் ஆங்கிலேய ஆதிக்கச் சின்னங்களுக்கு மத்தியில் ஒரு தெருநாய் தொடர அதைப் பார்த்துக் கொண்டு:

So we will live, and pray and tell old tales, and laugh at gilded butterflies என்று கிங் லியரிலிருந்து அற்புதமான வரிகளைப் பேசிக்கொண்டே செல்லும் கவிதை கலந்த முடிவு இந்திய சினிமாவில் நம்பிக்கையை வலுப்படுத்துகிறது. எளிய கதை தான். அபர்ணா அதை அலட்டலோ அவசரமோ இல்லாமல் சொல்கிறார். நகைச்சுவையில் சோகமும் இழையோடுகிறது. காதலர்களின் பெங்காலி பேச்சின் போது சப்டைட்டில்களை உபயோகிக்கிறார். பள்ளியில் மிஸஸ் சாமிநாதன் பிரின்ஸிபாலாக வந்ததும் ஏற்படுத்தும் மாற்றங்கள், ஒரு பெரிய பார்ட்டி காட்டுவதற்கு வீட்டு வாசலில் மௌனமாக நின்று கொண்டிருக்கும் ஏராளமான கார்கள், ஸ்டோன்ஹம் தினம் தினம் தன் ஃப்ளாட்டுக்கு ஏறும் முடிவில்லாத மரப்படிகள், அவள் காதலனைப் பற்றிய ஸர்ரியலிஸம் கலந்த கனவு, பெங்காலி காதலர்களின் நெருக்கத்தைப் பார்த்ததும் அவள் முகத்தில் ஏற்படும் உணர்ச்சிகளின் பிரவாகம் இந்த எல்லாக் காட்சிகளும் இது டைரக்டரின் முதல் படமா என்று ஆச்சரியப்படவைக்கிறது. வன்ராஜ் பாட்டியாவின் சங்கீதம் உறுத்தாமல் மெருகூட்டுகிறது.

சசிகபூர் பம்பாயில் உச்சி வெயிலில் வில்லன்களையும், நுரை மெத்தை மார்பக கதாநாயகிகளையும் தாராளமாகத் துரத்தட்டும்.

கைக் காசைச் செலவழித்து இந்த மாதிரி படங்களையும் அவ்வப் போது எடுத்துக் கொண்டிருந்தால் சரி.

•

ஸ்பர்ஷ்ஷும் சஷ்மேபத்தூர்

திருமதி ஸாய் பரான்ஜ்பே ஹிந்தி சினிமாவின் திறமையுள்ள, சமீபத்திய, பெண் டைரக்டர். அவரது இரண்டு படங்கள் பார்த்தேன். ஒன்று ஸ்பர்ஷ் (தொடுகை). மற்றது சஷ்மே பத்தூர் (திருஷ்டி பரிகாரம்). முதல் படம் கலைப் படம். இரண்டாவது கமர்ஷியல். ஸ்பர்ஷ், நஸிருத்தீன் ஷாவின் குருடன் நடிப்புக்காகப் பார்க்க வேண்டும். ஷாவைப் போன்ற பல்திறமை நடிகர்கள் மிக அபூர்வமாகத்தான் தோன்றுகிறார்கள். அமெரிக்க அல்பசினோ, டஸ்டின் ஹாப்மன் தரத்திற்கு ஒப்பிடக்கூடியவர் இவர்.

ஸ்பர்ஷ் நல்ல படம். ஒரு வாரம் கூட ஓடாது. சஷ்மே பத்தூர் பிச்சு உதறுகிறது. இருந்தும் ஸாய் பரான்ஜ்பே கமர்ஷியல் சினிமாவின் எல்லா அம்சங்களையும் கிண்டல் செய்தே கமர்ஷியல் படம் எடுத்திருக்கிறார். 'இப்போது ஃப்ளாஷ்பேக்' என்று சொல்லி ஃப்ளாஷ்பேக் காட்டுகிறார். 'இப்போது நாம் டூயட் பாட வேண்டாமோ' என்று கேட்டு விட்டுக் காதலர்கள் பாடுகிறார்கள். படுரகளை, உயர்த்தரமான ஹாஸ்யம் இப்படத்துக்கும் வரவேற்பு இருப்பது ஒருவித மாறுதல் என்றுதான் சொல்லவேண்டும்.

•

அர்த்

சிறுவயதில் காணாமற் போன அண்ணன் தம்பிகள் பிற்காலத் தில் அமிதாப்பச்சன்களாகிப் பாடிக்கொண்டே அம்மாவைக் காப்பாற்றும் கதைகளிலிருந்து விலகிப் போய் இந்தி சினிமா படுக்கை அறைக்குள் நுழைந்து மலையாளத்தனமாக அல்ல, மனோதத்துவ முறையில் நோக்கி விட்டுக் காமிரா விலகிக் கொள்கிறது.

'அர்த்' (டைரக்ஷன் மஹேஷ்) கணவன் மனைவி காதலி உறவு களை மிச்சமில்லாமல் அந்தரங்க வியர்வை வாசனையுடன் பார்க்கிறது. பூஜா (ஷபனா ஆஸ்மி) இந்தர் (குல்பூஷன் கர்பந்த்)

இருவருக்கும் கல்யாணம். ஆரம்பத்தில் ரொம்ப சாக்லேட். கணவன் அடிக்கடி வேலை, வீடு மாற்றுகின்றான் என்கிற குறை கூட நிவர்த்தியாகி ஒரு நாள் திடீரென்று ஒரு வீட்டை வாங்கி வந்து, இந்தா வெச்சுக்கோ, என்று சாவி கொடுக்கிறான். ஏது காசு என்றால் சொந்த பிஸினஸாம், பார்ட்டனர் ஷிப்பாம். இது அசடு, வீட்டுக்கு அலங்காரங்கள் பண்ணி போர்டு மாட்டிக் கொண்டிருக்கையில் கணவன் கோவாவில் பார்ட்னர்ஷிபில் பிஸியாக இருக்கிறான். சினிமா நடிகை கவிதாவுடன் சினேகம் (ஸ்மிதா பட்டீல்).

பெண்டாட்டியை விவாகரத்து பண்ணிவிட்டு என்னைக் கல்யாணம் செய்து கொண்டாக வேண்டும் என் கெடு வைக்கிறாள் கவிதா. (ஒரு 'ஹிஸ்டிரிக்கல்' சினிமா நடிகையை அற்புதமாகச் சித்தரித்திருக்கிறார் ஸ்மிதா) கணவன் பரிதாபத்துக்கும் மிருக இச்சைக்கும் இடையில் திண்டாடுகிறான். தீர்மானிக்கிறான். மனைவியிடம் பட்டென்று விஷயத்தைச் சொல்லிவிடுகிறான். வீடு வாங்கப் பணம் கொடுத்ததே அவள்தான் என்று அறிந்ததும் பின்னணியில் நூறு வயலின்கள் இல்லாமல் திடுக்கிடுகிறாள்.

வீட்டைக் காலி செய்துவிட்டு ஹாஸ்டலில் போய்த் தங்குகிறாள். விவாகரத்துக் காகிதங்களில் தயக்கமில்லாமல் கையெழுத்திடு கிறாள். ஒரு பாடகனின் மென்மையான சினேகிதம் கிடைக்கிறது. ஆசைநாயகியால் துரத்தப்பட்டுத் திரும்பி வந்து மன்னிப்புக் கோரும் கணவன். இருவரையுமே நிராகரித்துவிட்டு தனியாக வந்து வேலைக்காகக் குழந்தைக்குப் படிப்புச் சொல்லித் தரத் தீர்மானிக்கிறாள்.

கண்ணகி கதையை உல்ட்டா பண்ணினால் கிடைக்கும் பற்பல சாத்தியக்கூறுகளில் (உ.ம். மீண்டும் கோகிலா) இதுவும் ஒன்று. திறமையான டைரக்ஷன் நடிப்பால் உயர்கிறது. ஷபனா ஒரு பார்ட்டியில் கணவனையும் ஆசைநாயகியையும் பார்த்துவிட்டு ஒரு கூச்சல் போடுகிறாளே. அதிலேயே ஊர்வசி தெரிகிறது. ரோகிணி ஹட்டங்காடி (காந்தி) இதில் மராட்டிய வேலைக்காரி யாக வந்து மார்பு தெரிய தரை துடைப்பது ஒரு மாதிரியாக இருந்தாலும் ஒரு பிரச்னையை (அடல்ட்டரி) மேல் மட்டமும் கீழ்மட்டமும் எப்படிச் சமாளிக்கின்றன என்று வித்தியாசப்படுத்திக் காட்டியிருப்பது நேர்த்தி.

மஹேஷ் பட், ஸாய் பராஞ்ச்பே போன்று த.சினிமாவில் விசு, மௌலி, கோமல், லக்ஷ்மி போன்றவர்கள் வரமுடியும் என்று தான் தோன்றுகிறது. ஏன் வரவில்லை?

•

பரிவர்த்தன்

கதாநாயகன் தன் மனைவியுடன் சிம்லாவுக்கு ஹனிமூன் செல்கிறான். ஓட்டலில் தன் பழைய நண்பனைச் சந்திக்கிறான். நண்பன் கதாநாயகனின் மனைவி போட்டோவைப் பார்த்து, 'இந்தக் கிராக்கியையா கல்யாணம் செய்து கொண்டாய்?' என்று தன் அறைக்குக் கூட்டிச் சென்று அவள் எட்டுவித போஸ்கள் அடங்கிய கவர்ச்சிப் போட்டோக்களைக் காட்டுகிறான். கதாநாயகன் என்ன செய்வான்? துப்பாக்கியில் ரவை போட்டுக் கொண்டு வெளியே சென்றிருந்த மனைவி வரக் காத்திருக்கிறான்; வருகிறாள், குறி வைக்கிறான். சுடுவதற்கு முன் அவள் 'நான் ஏன் அப்படிப் போனேன். என் கதையைக் கேள்' என்கிறாள்.

அவள் சொல்லும் கதை ஏற்கெனவே தமிழில் அரங்கேறிய கதை. வித்தியாசங்கள், இதில் அக்கா, தங்கை இரண்டு பேருமே சோரம் போகிறார்கள். குடும்பத்தைக் காப்பாற்ற வேண்டாமா? டாக்டருக்குப் பணம் யார் கொடுப்பது? மற்றொரு வித்தியாசம்; சம்பவங்கள் கொஞ்சம் Low Keyயில் சொல்லப்படுகின்றன. நம்பும்படியாக. கொஞ்சம் கொஞ்சம் டைரக்டரின் திறமை தெரிகிறது. 'உனக்கு வேலை ஸ்திரமாக வேண்டுமென்றால், சம்பள உயர்வு வேண்டுமென்றால் மேலதிகாரி சொல்கிற மாதிரி நடந்து கொள்ள வேண்டும்' என்று நிபந்தனை. அடுத்த காட்சி உயர் அதிகாரி அவளுக்கு வேலை உயர்வுக்கான கடிதத்தை 'டிக்டேட்' செய்வது. அதற்கடுத்த காட்சி, டைப்ரைட்டர் சப்தத்தின் பின்னணியில் அவள் முதுகுப்புற ப்ராவின் கொக்கி கழற்றப்படுவது. 'ஏ' படங்களில் முதுகுகளைப் பார்த்து அலுத்துவிடவில்லை?

இனிமேல் திரும்பினால்தான் புதுமை.

இதில் நடிப்பவர்கள் எல்லோரும் புதியவர்கள். ரஞ்சித் மல்லிக் கதாநாயகன். ஹினா என்னவோ கதாநாயகி, பெயர்கள் நினைவில் தங்கவில்லை. காட்சிகள் பெரும்பாலும் டில்லி-கல்கத்தா. கல்கத்தாவில் காலை தெரு அலம்பும் காட்சி ஒன்று கவர்ந்தது. பாட்டுகள் சில இருந்தன என்று ஞாபகம்.

'ஏ' முத்திரையை சென்ஸார் குத்துகிறார்களோ இல்லையோ. இவர்கள் போஸ்டரில் தானாகவே குத்திக் கொண்டு விடுகிறார் கள்.. பெண்பிள்ளை விஷம், முதுகு, ஒரு காபரே - 'ஏ'.

•

காய் ஔர் கோரி

இந்தப் படத்தின் கதாநாயகி ஜெயபாதுரி இல்லை. அவர் வளர்க்கும் ஒரு பசுமாடு. பெயர் - வேறு என்ன இருக்கும் லட்சமி. ஜெயாவின் மேல் தென்னம்பட்டை விழுகிறதா - லட்சுமி காப்பாற்றுகிறது. ரயில்வே லைன் சிக்னல் பார்த்து கிராஸ் பண்ணி சின்னப் பயல்களைப் பள்ளிக்கு அழைத்துச் செல்ல வேண்டுமா? லட்சுமி, ரயில்வே ஸ்லீப்பர் கட்டைகளை இரவில் நகர்த்தும் சதிகாரர்களை விரட்டி, சிவப்பு விளக்கை வாயில் பிடித்துக்கொண்டு லைனில் ஓடி எதிரே வரும் ரயிலை (என்னா சஸ்பென்ஸ் வாத்தியாரே) நிறுத்துவது யார்? பசு லட்சுமி. டெலிபோனில் பேசுவதைத் தவிர பாக்கி எல்லாம் செய்கிறது.

சத்ருகன் சின்காவை ஜெயா கல்யாணம் செய்து கொள்ளச் சம்மதிக்கும் போது லட்சுமி விருப்பம் கொள்ளாமல் தலையை ஆட்டுகிறதே ஒரு பசு மாட்டுக்குத் தெரிந்திருப்பது கதாசிரியருக்குத் தெரிய வேண்டாம்? முதலிரவின்போது அறை வாசலிலேயே காத்திருந்துவிட்டு உள்ளே கூடப் போய் விடுகிறது. வாயைத் திறந்து 'How was it?' என்று கேட்டிருந்தால் கூட ஆச்சரியப்பட்டிக்க மாட்டேன்.

வில்லன்-ஹீரோ சத்ருகன் சின்கா இந்தப் படம் முழுவதும் ஒரு ஏளனத் தொனியிலேயே நடித்திருக்கிறார். திலீப்குமாரை ஒரு இடத்தில் கிண்டல் செய்கிறார். அவர் பிரபலத்துக்கு ஏற்ப நிமிஷத்துக்கு ஒரு தடவை பெண்களை மாற்றி மாற்றிச் சேகரித்துக் கொண்டு நம்மைப் பார்த்துக் கண்ணடித்துவிட்டு ஹோட்டல் அறைக்குள் நுழைகிறார். சண்டைகள் போடுகிறார். 'டூப்' நடிகர்களுக்கு ஒரு ஜீவகாண்ய சங்கம் வேண்டும்.

ஜெயாவைப் பசுமாடு மறைத்துவிடுகிறது.

பிந்து ரிக்கார்ட் டான்ஸ் ஆடுகிறார். அதற்காக ஜெயா அவரைத் திட்டுகிறார். பாரதப் பண்பாடு என்ன ஆகிறது?

கடைசி ஸீனில் பழைய கார் துரத்தலுக்கு அப்புறம் ஒரு புதுமை. பசுமாடுகளின் மாநாடு கூட்டி விடுகிறது லட்சுமி.

தண்டாயுதபாணி ஃபிலிம்ஸ் சாண்டோ சின்னப்பா தேவருக்குச் சராசரி இந்திய ஆடியன்ஸை நன்றாகத் தெரிந்திருக்கிறது. வேத காலத்திலிருந்து பசுமாட்டைக் கும்பிடுகிறார்களா - போடு பசுவை. சமீப காலத்தில் சத்ருகன் சின்காவைக் கும்பிடுகிறார்களா - போடு சத்ருவை.

டிக்கெட் வாங்கும்போதே நம் நுட்பமான உணர்ச்சிகளை எல்லாம் கழற்றி வைத்துவிட்டு உள்ளே சென்றால் மிகவும் ரசிக்கலாம். இந்தப் படத்தை நான் ரசித்தேன்.

•

அர்த் சத்யா

கோவிந்த் நிஹ்லானி பாலு மகேந்திரா போல. காமிரா விலிருந்து காமிரா-டைரக்ஷனுக்கு வந்தவர். முதல் படமான 'ஆக்ரோஷ்' ஒரு கொலைக் குற்றத்தின் பின்னணி உண்மை களைத் தேடும் இளம் வக்கீலின் பரிதவிப்பை ஆக்ரோஷமாகக் காட்டித் தேசிய விருது பெற்றது.

ஒரு வருஷத்துக்கு மேல் இடைவெளி கொடுத்து இப்போது நிஹ்லானி 'அர்த் சத்யா' (பாதி சத்யம்) என்னும் இந்திப் படம் எடுத்திருக்கிறார். இந்த முறை ஒரு போலீஸ் சப் இன்ஸ்பெக்டரின் பரிதவிப்பு.

பன்வல்கர் என்பவர் எழுதிய மராத்தி சிறுகதையை ஆதரித்து விஜய் தெண்டுல்கர் கொடுத்திருக்கும் இறுக்கமான திரைக்கதையில் ஒரு பிரமிக்கத்தக்க, நெஞ்சைக் கலக்கும் படம் உருவாகி யிருக்கிறது.

கதாநாயகன் சப் இன்ஸ்பெக்டர் அன்வில்கர் ஓம் பூரி. இந்திய சினிமாவின் அழகில்லாத அம்மைத் தழும்பு முகக் கதாநாயகன். உணர்ச்சிகளைக் காட்டும் அடிபட்ட முகம்.

அன்வில்கர் தன் தினசரிக் கடமைகளில் பற்பல 'காம்ப்ரமைஸ்'கள் செய்ய வேண்டியிருக்கிறது. ராமா ஷெட்டி என்னும் வட்டார குண்டாவின் வம்புக்குப் போகாதே என்று சக அதிகாரிகள்

எச்சரிக்கிறார்கள். ஷெட்டிக்கு சி.எம்.வரை தெரியுமாம். கார்ப்பரேஷன் எலெக்‌ஷனுக்கு நிற்கப் போகிறான். ஏகப்பட்ட ஓட்டுக்கள் அவன் முஷ்டிக்குள். சூதாட்டம் நடத்தினால் என்ன, ரவுடிகளைப் பராமரித்தால் என்ன, கண்டு கொள்ளாதே என்று சொல்கிறார்கள். அன்வில்கர் வினோதப் பிறவி. மனச்சாட்சி கினச்சாட்சி என்றெல்லாம் வைத்துக் கொண்டிருக்கிறான். ராமா ஷெட்டியை ஒழித்துக் கட்டுவதாகத் தீர்மானிக்கிறான்.

ஒருமுறை ஷெட்டியின் ஆட்கள் ஒருத்தனைத் தீர அடித்து விட்டுப் பெட்ரோல் ஊற்றிப் பற்ற வைத்துவிட, இறக்கும் தறுவாயில் அவனிடமிருந்து ஸ்டேட்மெண்ட் வாங்கிக்கொண்டு ஷெட்டியை இரவில் கைது செய்யச் சொல்கிறான். 'கல் ஆவோ' என்றான். ஷெட்டி 'நாளைக்கு வா' முடியாது. இப்போதே கைது செய்யப் போகிறேன்.

ஷெட்டி டெலிபோனை எடுத்து டயல் செய்து 'இதோ! பேசு' என்கிறான் மறுமுனையில். அன்வில்கரின் பெரிய பெரிய அதிகாரி, 'முட்டாளே, அங்கே என்ன வேலை உனக்கு? திரும்பிப் போ.'

'சார், இவன் கொலைகாரன். ஆளை வைத்து அடித்ததற்கு டையிங் டிக்ளரேஷன்.'

'எல்லாவற்றையும் கொளுத்திப் போடு. ஓடு ஸ்டேஷனுக்கு.'

பிரமித்துப் போய் நம்பிக்கையில்லாமல் விலகுகிறான். தன் சினேகிதி ஜ்யோத்ஸ்னாவிடம் (ஸ்மிதா பட்டீல்) 'என்னை நிர்வாணமாக்கி என்மேல் துப்பினாற் போல உணர்ந்தேன்' என்கிறான்.

போலீஸ் அமைப்பின் நிஜரூபம் புரியவே இல்லை. மேலதிகாரி களிடையே ஊடுருவியிருக்கும் லஞ்சம், ஊழல், கண்மூடித் தனம், பாரபட்சம் எதுவும் புரியாமல் திகைக்கிறான்.

இதில், தான் எப்படிப் பிழைக்க முடியும்? எப்படி எதிர்காலம் அமைத்து ஜ்யோத்ஸ்னாவை மணக்க முடியும்? பயப்படுகிறான்.

அதைவிடத் தீவிரமான பயம், இதையெல்லாம் பார்த்துத் தனக்குள் மெதுவாக உருவாகிக் கொண்டிருக்கும் மூர்க்கம். குடிப்பழக்கம் அவனை அச்சுறுத்துகிறது. ஷெட்டியின் மகளை

ஒரு 'ரெய்டில்' கைது செய்கிறான். அரை மணியில் ஷெட்டி சிரித்துக்கொண்டே இட்டுச் செல்கிறான்.

எஸ்.எஸ்.எல்.ஸி படித்த, அதிகம் அழகில்லாத பெண்ணைக் கல்யாணம் செய்துகொள் என்று கட்டாயப்படுத்தும் ரிடையர்டு போலீஸ் அப்பா, (போலீஸ்காரன் அழகான பெண்ணைக் கல்யாணம் செய்து கொள்ளக் கூடாது) போலீஸ் வேலையை விட்டால் உன்னைக் கல்யாணம் செய்து கொள்கிறேன் என்னும் சிநேகிதி. இவர்களுக்கு இடையில் எப்படியாவது தனக்கு உருப் படியான வாழ்க்கையை அமைத்துக்கொள்ள முடியும் என்கிற நம்பிக்கையை அவன் இன்னும் விடவில்லை.

ஒரு பாங்க் கொள்ளைக்காரனை தன் உயிரைத் துச்சமாக மதித்து துரத்திப் பிடிக்கிறான். நம்பிக்கை கொஞ்சம் துளிர் கிறது. பரிசும் பதவி உயர்வும் கிடைக்கும் என்று நியாயமாக எதிர்பார்க்கிறான். பரிசு கடைசியில் வந்து தடாலடித்த க்ரைம் ப்ராஞ்சு இன்ஸ்பெக்டருக்கு கிடைக்கிறது. அன்வில்கர் அறுந்து போகிறான். நன்றாகக் குடித்துவிட்டு இரவு தன்னுள் மாதக் கணக்காகச் சேர்த்து வைத்திருக்கும் அத்தனை ஆத்திர மும் மூர்க்கமாக வெடிக்க, போலீஸ் நிலையத்தில் ஒரு சாதாரண டிரான்ஸிஸ்டர் திருடனை 'திருடுவியாடா நீ? மத்தவங்களுக்கு உரியதைப் பறிப்பியாடா நீ?' என்று ரத்தம் பீரிட அடித்து நொறுக்குகிறான்.

திருடன் காவலில் இறந்துபோகிறான்.

அன்வில்கர் சஸ்பெண்டு பண்ணப்பட்டு உடனே என்க்வைரி 'போலீஸ் அராஜகம்' என்று பத்தரிகைகளும் சமூக சேவை இயக்கங்களும் கூக்குரல்.

எதிர்காலம், கல்யாண வாய்ப்பு அத்தனையும் இழந்த நிலையில் அன்வில்கரைக் காப்பாற்றக்கூடிய ஒரே ஆசாமி ராமாஷெட்டி தான்! 'அவனிடம் போ, அவன் தான் சலுகை உள்ளவன். காப்பாற்றுவான்' என்று அவனுடைய இன்ஸ்பெக்டர் சொல்ல, அங்கே போகிறான்.

'ஆவோ, இன்ஸ்பெக்டர்! ஆணையிடுங்கள். நான் உங்களுக்கு என்ன சேவை செய்ய வேண்டும். எனக்கு உங்கள் மேல் கோபமில்லை. நீங்கள் உங்கள் கடமையைச் செய்தீர்கள். என்ன வேண்டும்? சஸ்பென்ஷன் ரத்து தானே? காரியம் கொஞ்சம்

கஷ்டம்தான். இருந்தாலும் முடிந்துவிட்டது என்று நினைத்துக் கொள்ளுங்கள்.'

'எத்தனை பணம் வேண்டும்?'

'பணமா? பணம் யாருக்கு வேண்டும். நட்புதான் என் காரியங் களுக்குத் தொந்தரவு தராத நான் சொல்வதைக் கேட்கும் நட்பு! அவ்வளவுதான்.'

'ஒரு வைப்பாட்டி போல.'

'ஆம்.'

அன்வில்கர் அவனை மெல்ல நெருங்கி, கழுத்தில் இரண்டு கைகளையும் பதித்து நெரித்துக் கொல்கிறான். நேராகத் தன் போலீஸ் நிலையத்துக்குச் சென்று குற்றத்தை ஒப்புக்கொண்டு சரணடைகிறான்.

இந்திய சினிமாவில் இந்த அளவுக்கு நிஜமாக போலீஸ் அமைப்பு காட்டப்பட்டதில்லை. நிஹ்லானியிடம் டைரக்டர் காஸ்ட்டா க்ராவாஸின் பாதிப்பு நிச்சயம் இருக்கிறது. (மிஸ்ஸிங்) இதில் வரும் போலீஸ் அதிகாரிகள் குடிக்கிறார்கள். காபரே போகிறார்கள். அடிக்கிறார்கள். ஆனால் அத்தனை பேரிடமும் ரத்தமும் நகமும் சதையும் இருப்பதை ஒப்புக்கொள்ள முடிகிறது. ரொம்ப நாளைக்கப்புறம் ஃப்ரேமுக்கு ஃப்ரேம் பரிபூரண லயிப்பை இந்தப் படம் என்னில் ஏற்படுத்தியது.

பௌருஷத்தையும் நபும்சகத்தனத்தையும் தராசில் வைத்து அதன் முள் பாதி சத்தியத்தில் தத்தளிக்கிறது என்கிற கவிதை வரிகளுடன் படம் முடிந்தாலும் இதன் பாதிப்பு இந்திய சினிமாவில் பல நாட்கள் இருக்கும்.

விமர்சனங்கள்

சினிமா விமர்சனம்

3. ஃபிலிமோத்சவ் – பெங்களூர்

முதலில் சில புள்ளிவிவரங்கள்: வெளிநாட்டிலிருந்து வந்த படங்கள் III. இதற்கு மேல் இருபத்தொரு இந்தியப் படங்கள். மார்க்கெட் செக்ஷனில் எண்பத்தைந்து படங்கள். சத்யஜித், ரென்லார், பொலான்ஸ்கி இவர்களின் ரிட்ராஸ்பெக்ட்டிவ் என்று பதினைந்து நாட்களாக நகரம் பூரா ரகளை.

இருபத்து எட்டு வருஷத்துக்கு முன் பம்பாயில் ஆரம்பித்தது ஃபிலிம் ஃபெஸ்டிவல். இருபது படங்கள் வந்தன. ஸ்கிரீனிங் கமிட்டியில் சாந்தாராம், எஸ்.எஸ்.வாசன் போன்றவர்கள் இருந்தார்கள். படங்களைச் சென்னை, கல்கத்தா, டில்லியிலும் திறந்த அரங்கிலும் காட்டினார்கள். அடுத்த தடவை 1961ல் டில்லி விழா, நாற்பது படங்கள், முப்பது தேசங்கள். 1965 சர்வதேச கழகம் நம் விழாவை அங்கீகரித்தது. சத்யஜித்ரே ஜட்ஜாக இருந்தார். பெரிய பெரிய டைரக்டர்கள் எல்லாம் வந்தார்கள். (19 படங்கள், 20 சிறு படங்கள், 30 தேசங்கள்) நான்காம் முறை 1969-ல் டில்லியில் நடந்தது. 32 தேசங்கள் பங்குபெற இத்தாலிய டாம்ட் (Damned) பரிசு பெற்றது. 1975ல் ஐந்தாவது விழா, மறுபடியும் ஒரு ஹங்கேரியப் படத்துக்குப் பரிசு. இந்தியாவின் கரம்ஹவா, காடு போன்ற படங்களும் ஒரு ஜெர்மானியப் படமும் சிறப்புப்

பரிசுகள் பெற்றன. ஜீனா லோலாபிரிகிடா வந்திருந்தார். பெரிய ஆட்கள் நம் விழாக்களுக்கு வருவதற்குக் குறைச்சல் இல்லை. 1977 அகிரா குரஸோவா, மைக்கல் ஆன்ஜலோ, அன்டோனி டேயானி, எலியாகஸான் போன்றவர்கள் வருகை தந்தார்கள்.

ஃபிலிமோத்ஸவ் என்பது ஃபிலிம் ஃபெஸ்டிவலிலிருந்து வேறுபட்டது. இதில் பரிசுகள் கிடையாது. எல்லா நாடுகளும் தெரிந்தெடுத்துப் படங்களை அனுப்புவார்கள். அவைகளை சகட்டுமேனிக்குப் பத்திரிகையாளருக்கும், டெலிகேட்டு களுக்கும் போட்டுக் காட்டுவார்கள். பொது ஜனங்களுக்கும் அவைகளைக் காட்டுவார்கள். அடிதடி ரகளை.

பெங்களூரின் ஃபிலிமோத்ஸவ் - 30 இந்த வரிசையில் நான்காவது. முன்னவை கல்கத்தா, பம்பாய், சென்னை மொத்தம் ஏறக்குறைய 150 படங்களைப் பன்னிரண்டு தியேட்டர்களில் ராப்பகலாகக் காட்டினார்கள். இவைகளில் நான்கு தியேட்டர்களில் பிரஸ்ஸுக் காகத் தனியாக ஷோ, என் நண்பர் சித்ரா லட்சுமணன் பொது மக்களுக்குக் காட்டப்படும் காட்சிகள் சிலவற்றிற்கு டிக்கெட் கொடுத்திருக்கிறார். தேர்ந்தெடுத்துப் பதினைந்து படங்கள் சென்றேன். அவைகளைப் பற்றிச் சொல்கிறேன்.

ஃபிலிமோத்ஸவ் ரசிகர்களை மூன்று வகையாகப் பிரிக்கலாம். ஒன்று, சீரியஸ் சினிமா என்று கதர் ஜிப்பா, ஜோல்னாப் பை, இன்டலக்சுவல் ரகம். இரண்டு, ஓசிப் பாஸ். மூன்று, பொது ஜனம். மூன்றாவது ஆசாமிக்கு ஃபிலிமோத்ஸவ் என்றால் ஒரே ஒரு அர்த்தம். சென்ஸார் செய்யாத படங்கள். காட்டப்படும் படம் படுஹாட் என்று அர்த்தம்.

சாதாரணமாகவே டிக்கெட்டுகள் பகல் கொள்ளை ரேட் (ரூ.11, ரூ.16) இந்தச் சூடான படங்களின் போது ரூ.300 வரை கூடப் போனதாம். எம்பயர் ஆஃப் ஃபாஷன் என்கிற ஜப்பான் படத்தில் ஒரு காட்சியில்...அதை விவரித்தால் கோபித்துக் கொள்வீர்கள். விவரிக்கிறேன்.

முத்தம் கொடுப்பதற்குச் சவுகரியமாக அந்தரங்கத்தில் ரேஸர்... வேண்டாம்பா...? மேலே விவரிக்க பயமாக இருக்கிறது. இந்த ஒரு காட்சிக்காகக் காலக்ஸி தியேட்டரில் ரத்தக் கீறல்கள்! ஃபிலிமோத்ஸவ் நடத்தி நாம் என்னத்தைக் கிழிக்கிறோம் என்று புரியவில்லை.

நான் போன முதல் படம் நோஸ்ஃப்ராடு என்கிற டிராகுலாப் படம். ஒரிஜினல் டிராகுலா கதையை நாவலிலிருந்து ஒரு வரி விலகாமல் ஜெர்மானிய டைரக்டர் வெர்னர் ஹெர்ஸாக் எடுத்த படம். பயங்காட்டினார்கள். டிராகுலாவாக ரத்தம் செத்து வந்தவர், 'முழுசாக இறந்து போகாமல் ஒவ்வொர் இரவும் பன்னிரண்டு மணிக்கு ரத்தம் குடிக்க எழுந்திருப்பது மகா வேதனை' என்று அந்தப் பெண்ணிடம் பேசும்போது, இதோ அவள் உடைகளை அப்படியே கிழிக்கப் போகிறான் என்று எதிர்பார்க்க, அவள் சிலுவையைக் காட்ட, டிராகுலா விலகிப் போய்விட, ரசிகர்கள் 'சீ என்ன கதைடா' என்று அலுத்துக் கொண்டார்கள்.

டிராகுலா இன்றைய அமெரிக்காவின் பாப் ஹீரோக்களில் ஒருவன். இந்தப் படத்து டிராகுலாவை மனோதத்துவ ரீதியில் மிகமிக வெளிறிப்போன வெளிச்சத்தில் காட்டியிருந்தார் டைரக்டர்.

அடுத்தது ஒரு செக்கோஸ்லோவாக்கியா படம். Those Magnificient Man with their Cranking Machines. கானஸ், பெர்லின், லண்டன், சிட்னி, மெல்போர்ன் பிலிம் விழாக்களில் எல்லாம் மிகவும் சிலாகிக்கப்பட்ட இந்தப் படத்தை என்னுடன் மொத்தம் பதினைந்து பேர் பார்த்துக் கொண்டிருந்தார்கள்.

படத்தின் கதை மிக எளியது. இந்த நூற்றாண்டின் ஆரம்பத்தின் (1907) ஒரு பயாஸ்கோப்காரனின் கதை. இது டப்பா ப்ரோ ஜெக்டர். சின்னச்சின்ன தகரப் பெட்டிகளில் ஃபிலிம் சுருள்கள் (பாரிஸ் கன்னி, தீ விபத்து, நெப்போலியன் ஒருநாள் மாலை என்று துண்டு துண்டாகப் படங்கள், இதை அசுவாரஸ்யமான பணக்காரர்களுக்கும் போட்டுக் காட்டி பணத்துக்காகக் கஷ்டப் பட்டுப் பணத்துக்காக ஒரு பருமனான பெண்ணை மணம் செய்து கொண்டு உடன்வரும் நண்பன் மகளிடம் மையல் கொண்டு கடைசியில்...ப்ராக் நகரில் முதல் சினிமா தியேட்டர் அமைக்கும் கதை. டைரக்டர் ஜிரிமென்ஸல். இந்தப் படத்திற்கு ஒரு பயாஸ்கோப் வசீகரத்தை வினோதமான எடிட்டிங் காமிரா மூலம் கொடுத்திருக்கிறார். துளிக்கூட ஆபாசமில்லாத அருமையான படம்.

அடுத்த ரெம்ப்ராண்ட் ஃபெஸிட் (Rembrandt Fecit) (1969) என்கிற நெதர்லாண்டஸ் படம். இந்தப் படத்தைப் பற்றி ஒரு குமுதம் பூரா

எழுதலாம். அவ்வளவு தூரம் என்னை கவர்ந்தது. ரெம்ப்ராண்டின் ஒரிஜினல் சித்திரங்களை நான் ஐரோப்பிய நகரங்களில் பார்த்திருக்கிறேன். உலகத்தின் தலைசிறந்த ஓவியர்களில் ஒருவன் அவன். வாழ்க்கை சித்திரத்தை ஒரு ஃபிலிம் கவிதையாக எடுத்திருக்கிறார் டைரக்டர் ஜாஸ் ஸ்டர்லிங். ரெம்ப்ராண்டின் ஓவியங்களில் பல மிக அழுத்தமான இருட்டின் சூழ்நிலையில் அதிகப்படியான பெரும்பாலும் மேலிருந்து வரும் வெளிச்சத் தில் வரையப்பட்டிருக்கும் ரெம்ப்ராண்ட் தன் வாழ்வில் பற்பல கட்டங்களில் தன்னையே கண்ணாடியில் பார்த்துக்கொண்டு ஸெல்ஃப் போர்ட்ரெய்ட்கள் வரைந்து கொண்டிருக்கிறான். ஏறக்குறைய ஒரு நார்ஸிஸிஸ்ட் போல ரெம்ப்ராண்ட் வாழ்ந்த காலம், ஆம்ஸ்டர்டாம் வாணிப சமாசாரங்களில் ஈடுபட்டு ஒரு பெரிய மிக மகத்தான ஓவியனைப் புறக்கணித்து அவன் வீட்டை ஜப்தி என்று கேஸ் போட்டு அவன் ஓவியங்களை எல்லாம் ஏலம் போட்டுத் தொந்தரவு செய்கிறது. போதாதக்குறைக்கு ரெம்ப் ராண்ட் ஒரு மிகத் தனியான ஆசாமி. அவன் பாஷை மவுனம். அந்த ஜீனியஸுடன் வாழ்வது மனைவி, மகள், வைப்பாட்டி, எல்லோருக்கும் கஷ்டமாக இருந்தது. ஒரு கட்டத்தில் 'ஏதாவது பேசித் தொலையேன்' என்று ஒருத்தி சத்தம் போட 'I am looking' என்கிறான். ரெம்ப்ராண்ட் தன் உலகத்தைப் பார்த்தவன். அவன் ஓவியங்களில் திரும்பத் திரும்ப ஊர்ஜிதமாகும் உண்மை, அவன் வாழ்க்கைச் சித்திரத்தைத் திரைப்படமாக்கும்போது ஸ்டர்லிங், நவீன சினிமா சாதனங்களின் உதவியால் ரெப்ராண்ட்டையே சில சமயம் மிஞ்சி விடுகிறார். எது பெயிண்டிங், எது சினிமா என்று சொல்ல முடியாதபடி, அப்படி இழைத்திருக்கிறார். ரெம்ப் ராண்டின் பிரபலமான ஓவியங்களில் ஒன்று 'அனாடமி பாடம்' என்பது.

சர்ஜன்களின் கோஷ்டி ஓர் இறந்த உடலைக் கத்தியால் கீறிக் கற்றுக்கொள்ளும் காட்சி. இந்த ஓவியம் உருவான விதத்தைப் படத்தில் எப்படி காண்பித்தார்கள் என்று சொல்கிறேன். சர்ஜன்கள் வந்து ரெம்ப்ராண்டைக் கேட்டுக் கொள்கிறார்கள். ஒரு தூக்கில் போட்ட உடலை உடனே நாங்கள் அறுக்கப் போகிறோம். பக்கத்தி லிருந்து படம் வரைய வேண்டும் என்று. அடுத்த காட்சி உடல் இறந்துவிழுவது, மேஜைக்குக் கொண்டு வரப்படுவது, சர்ஜன்கள் கூடுவது, முதல் கத்தி, முதல் வெட்டு, இதுவரை சினிமா. அடுத்த காட்சி ஒரு ஸ்ஃப்ரி-ரெம்ப்ராண்டின் அந்த ஓவியத்திற்கு,

வெளிச்சத்திலோ பங்கு பெறுபவர்களின் முகசாடையிலோ எதிலும் வித்தியாசமில்லை. அதே சர்ஜன்கள். ஏன் அதே பிணம்.

காமிரக்காரர் எர்னஸ்ட் ப்ரெஸ்ஸெ என்பவரைத் தனியாகக் கூப்பிட்டு விசாரித்துக் கட்டி முத்தம் இட்டுக் கொள்ள வேண்டும் போலத் தோன்றுகிறது. கதையின் ஒரு கட்டத்தில் மிகக் கொஞ்சமே பேசும் ரெம்ப்ராண்ட் சொல்கிறான். 'I don't want honour and fame. I want the freedom to look, to say what I see what I think. I am always drifting from what is expected of me to what I think is right.'

இந்த படத்தைப் பற்றி ப்ரியாவின் காமிராக்காரர் பாபுவுடன் பேசிக் கொண்டிருந்தேன். 'அந்த மாதிரி நாம் எடுத்துத் தியேட்டர்ல 'ப்ரொஜக்டர் கார்பனை மாற்று'ன்னு கத்துவாங்க சார்' என்றார்.

ரெம்ப்ராண்டின் உள் மனத்தை முந்நூறு வருஷங்களுக்குப் பிறகுதான் புரிந்து கொண்டிருக்கிறார்கள் என்று தோன்றுகிறது.

அடுத்தது ஒரு ஹாட் படம். ஸ்கின் டீப். நியூசிலாந்து. ஒரு சின்ன ஊருக்குத் தனியாக ஒரு பெண் வருகிறாள். தனியாக ரூம் எடுக்கிறாள். ஒரு லோக்கல் கிளப்பில் ஆண் பிள்ளைகளுக்கு மஸாஜ் கொடுக்கும் பெண்ணாக வேலை ஏற்கிறாள். இவள் வருகையினால் அந்தச் சிற்றூரின் அமைதியான வாழ்க்கை பாதிக்கப்படுகிறது. பலபேர் அந்த கிளப்பிற்கு அடிக்கடி வரத் தலைப்படுகிறார்கள். வருபவர்கள் எல்லோரும் கல்யாணமான வர்கள். பெரிய மனிதர்கள். குழந்தைகுட்டி உள்ளவர்கள். மனைவிகள் சும்மா இருப்பார்களா? இந்தப் பெண், தான் செய்வதில் ஆபாசம் எதுவும் இல்லை என்று ஆணித்தரமாக நம்பு கிறாள். ஒரு மனிதனுக்கு உடம்பு பிடித்துவிட்டால் அவளிடம் உடம்பு பிடித்து விடும்போது 'ஜாக்கெட்டைக் கழற்று' என் கிறான். அதிகப் பணம் தந்தால் செய்கிறேன் என்கிறாள். கொடுக் கிறார். இந்தக் காட்சி வந்ததும் தியேட்டரே நிசப்தமாகிவிட்டது. அங்கங்கே இருமிக் கொண்டிருந்தவர்கள், அவள் அலட்சிய மாகத் தன் மார்புச் சட்டையைக் கழற்றியதும் நிறுத்திவிட்டார் கள். தியேட்டரில் ஒருவருமே இல்லையா என்ன என்று சந்தேகம் ஏற்பட்டது.

ஸ்கின் டீப் பாதியில் இன்டர்வெல் விட்டிருந்தேன் அல்லவா; அந்த டவுன் சேர்மன் சற்றுச் சுதந்திரமாக மஸாஜ் எடுத்துக்

கொண்டிருக்கும்போது டவுன் போலீஸ் ஹெட்கான்ஸ்டபிள் கதவைத் திறந்து கொண்டு உள்ளே வந்து விடுகிறார். கையும் மெய்யுமாகப் பிடிபட்ட ஆசாமி எல்லாக் குற்றத்தையும் அந்தப் பெண்ணின் மேல் போட்டு விடுகிறார். உழைத்துப் பிழைக்க வந்த அந்தப் பெண் அவலச் சொற்களுடன் டவுனை விட்டு விலகுகிறாள். ஆனால் டைரக்டர் ஜீயாஃப் ஸ்டீபன் கதையை நேராகச் சொல்வதும் இதில் தர்ம நியாயங்களைப் பற்றி எதுவும் பேசாமல் கத்தி நடப்புச் செய்திருப்பதிலும் சாமர்த்தியம் காட்டியிருக்கிறார்.

நான் பார்த்த மற்றொரு ஹாட் படம் பிரேஸில் நாட்டு ஒரு தொழிலதிபரின் டைரி. தொழிலதிபர் தானே, ஏதோ ஃபாக்டரியைக் காட்டுவார்கள். நடுநடுவே புகை போக்கி, சங்கு ஊதல், திரளாகத் தொழிலாளர்கள், மெஷின் என்று சற்றுப் பத்திரிகைக்காரர்கள் ஒதுங்கியிருந்து விட்டார்காள். பல பேர் இந்தப் படத்தைத் தப்பவிட்டு மறுநாள் பொதுமக்களுக்குக் காட்டும்போது அடித்துப் பிடித்துக் கொண்டு ஓடிவந்து தியேட்டர் மானேஜர் அறையைப் படையெடுத்தார்கள்.

தொழிலதிபர் ஃபாக்டரி விஷயங்களைத் தவிர மற்றதெல்லாம் டயரியில் எழுதியிருக்கிறார். கவிதை எழுதுவார் போலும், சப் டைட்டில் எழுத்துக்கள், கவிதை போல் முயற்சிக்க, அந்தத் தொழிலதிபர் சொட்டைத் தலையுடன் பற்பல கன்னிமார்களைக் கலைக்க முற்படுகிறார். கவிதையை யார் படித்தார்கள். புரியாத படம் திடீர் என்று மணலில் ரத்தக் கறையுடன் ஒரு நிர்வாண நடிகை. திடீர் என்று சுவர் எல்லாம் ரத்தம். பாத் டப்பில் மற்றொரு நி.ந. 'அய்யோ வலி வலி' என்று ஒருத்தி கத்துகிறாள். உடம்பெல்லாம் கடித்த கறை. நிதானமாகக் காட்டப்படும் ஒரு உடலுறவுக் காட்சி படத்தில் ஏதோ பொதிந்த செய்தியும் புத்திசாலித்தனம் இருப்பதாகத் தோன்றுவதாகத் தெரிகிறது. என்ன என்று தேடினால் பூச்சி பறக்கிறது.

கடைசியாக அந்தத் தொழிலதிபர் சட்டை பாண்டைக் கழற்றி விட்டு தண்ணீரிலே குதிக்கும்போது அடடா! இன்னும் கொஞ்சம் டயரி எழுதிவிட்டுக் குதித்திருக்கலாமே என்று வருத்தப் பட்டோம். படம் நடுநடுவே என்னதான் போர் அடித்தாலும் இதோ ரத்தக் கன்னி வரப் போகிறாள் என்று எதிர்பார்ப்பு எல்லோரையும் இருமாமல் பார்த்துக் கொண்டது.

க்யூபா தேசத்தில் பிழைத்தவர்கள் (Survivers) காஸ்ட்ரோவின் பாராட்டுக்குப்பின் தேசத்தில் பிடிவாதமாக மிச்சமிருக்கும் ஒரு பிரபுத்துவக் குடும்பத்தின் கடைசி வருஷங்களை ஆராய்கிறது. க்யூபாவின் புரட்சி அந்தத் தேசத்துக்கு எத்தனையோ நன்மைகள் செய்திருக்கலாம். ஆனால் சினிமாவைக் கெடுத்துவிட்டது. க்யூபா என்றாலே ஜனங்கள் அலறி ஓடும் அளவுக்குச் சக்கை அறுவை. மற்றொரு க்யூபா படம், ஒரு வயசான அம்மாள் வீடு கட்டும் தொழிலாளர்களை ஒன்று சேர்த்து ஒற்றுமைப்படுத்துவதைப் பற்றிய மற்றொரு பிளேடு.

ரிச்சர்ட் பென்னரின் அவுட்ரேஜியஸ் என்கிற கனடா படத்தில் ஒரு அரைக்கிராக் பெண், பெண் வேஷம் போட்டு பாடி ஆடிப் பிழைக்கும் ஒரு இளைஞன், இவர்களுக்கிடையே இருக்கும் செக்ஸ் கலவையில்லாத வினோத நட்பு பற்றியது. அவள் பெயர் லிஸ். அவன் பெயர் ராபின் லிஸ். பைத்தியக்காரர்களைப் பற்றிய ஒரு புத்தகம் எழுதுகிறாளாம் ராபின். தின வாழ்க்கையில் பெண்கள் ஹேர் கட்டிங் ஸலூனில் வேலை. இரவு பெண் வேஷம். எலிஸபத் டெய்லர் போலவும் பார்பராஸ் ஸ்ட்ரெஸண்ட் போலவும் பாடி ஆடுகிறான். வினோத ஜோடிக்குக் கடைசியில் மறு வாழ்க்கை கிடைக்கிறதா என்பது கதையின் பிரச்னை. கிடைத்தால் என்ன? கிடைக்காவிட்டால் என்ன? இந்த மாதிரி செக்ஸுவல் அவுட் சைடர், ஷிட்ஸோஃப்ரினிக் கதைகள் நம் இந்தியச் சூழ்நிலையில் ரசிப்பது மிகச் சிரமம். நாற்காலியில் ஏதோ குறுகுறு என்று குத்துவது போல எப்போதும் ஒரு உணர்வு ஏற்படுகிறது.

ஒரு ஞாயிற்றுக்கிழமை பிரஸ் பாஸ் கிடைத்து ஒரே நாளில் நான்கு படங்கள் பார்த்தேன். முதல் படம் மேற்கு ஜெர்மனியின் பிரசித்த டைரக்டர் ஃபாஸ்பைண்டரின் மரியா பிரானின் திருமணம். ஃபாஸ் டைரக்டர் என்றால் விழுந்து கேட்டவர்கள் இருக்கிறார்கள். நவீன ஐரோப்பிய சினிமாவில் முக்கியமான டைரக்டர் இவர்தானே. கதை திரைக்கதை வசனம் எழுதி தானே காமிராவையும் இயக்குபவர். மரியா பிரசனுக்கு கல்யாணம் நடக்கிற போதே தளத்தில் பாம் போட சர்ச் இடிபட்டு, சிதறின கட்டடங்களுக்கு மத்தியில் திருமணத்தை முடிக்கிறார்கள். கென்னத் யுத்தத்துக்குப் போனவன் திரும்புவதே இல்லை. ஒரு அமெரிக்க நீக்ரோ ஆபீஸருடன் உறவு கொள்கிறாள். தக்க சமயத்தில் எதிர்பாராமல் வந்த கணவன் நீக்ரோவை வீழ்த்தி அடித்துவிட, அவன் பிராணன் விட்டுவிடுகிறான். கணவன்

ஜெயிலுக்குப் போகிறான். மரியா ஒரு பணக்கார பிரெஞ்சுக்கார னுக்கு செக்ரட்ரி ஆகிறாள். கணவன் பேரில் விசுவாசமிருந்தா லும் அவ்வப்போது வினோதப் படுக்கையில் படுக்கத் தயங்குவ தில்லை. கணவனைச் சிறையில் அடிக்கடி சந்திக்கும் போது எல்லாவற்றையும் சொல்லிவிடுகிறாள். சிறையிலிருந்து வெளிப் பட்ட கணவன் திரும்ப அவளிடம் வராமல் தனி வாழ்வைத் தேடிச் செல்கிறான். பிரெஞ்சுக்காரன் இறந்து நிறையப் பணம் வருகிறது. அவளுக்கு சிகரெட் பற்ற வைக்கும்போது காஸ் ஸ்டவ் வெடித்து இறந்து போகிறாள்.

சென்ற வருஷம் பெர்லின் விழாவில் பரிசு வாங்கிய இந்தப் படத்தில் டைரக்டர் கெய்னர் ஃபாஸ்பைண்டர் யுத்த காலத்தைத் தொடர்ந்து ஏற்பட்ட குழப்பங்களையும், அதிலிருந்து புறப்படும் ஒரு புதுமைப் பெண்ணையும், அவள் கடைசியில் அடையும் செல்வத்தின் அபத்தத்தையும் திறமையாகக் காட்டியுள்ளார். ஃபாஸ்பைண்டரின் வசனங்களில் கத்திக் கூர்மை. காமிராவின் அலட்டிக் கொள்ளாத சாகசங்கள் இரண்டையும் ரசித்தேன்.

ஃபாஸ்பைண்டரைப் போல் போலந்தின் முக்கிய டைரக்டர் வாய்தா (எங்கண்ணாவுக்கு இவரை ரொம்பப் பிடிக்கும் அண்ணா வக்கீலோல்லியோ!' என்று ஜோக் அடித்தார் கமல்ஹாசன்).

வாய்தாவின் வில்கே பெண்கள் Maids of Wike. ஒரு செக்காவ் கதையின் ஞாபகங்களை ஏற்படுத்தியது கதை. ஒரு மேல் நாட்டு 'சொல்லத்தான் நினைக்கிறேன்.'

விக்டர் யுத்த அனுபவங்களுக்குப் பிறகு பதினைந்து வருஷம் சென்றிராத தன் கிராமத்திற்குச் செல்கிறான். இளம் வயசில் அவனுடன் இருந்த முறைப் பெண்கள் நான்கு சகோதரிகளையும் சின்ன வயசில் ஏதோ ஒரு கால கட்டத்தில் காதலித்திருக்கிறான். விட்ட இடத்தில் தொடரலாம் என்று சொல்கிறான். அங்கே அவனுக்குக் காத்திருப்பது ஏமாற்றமே. அவன் நிஜமாகக் காதலித்தவள் இறந்துவிட்டாள். ஒருத்தி கண்ணாடி போட்டுக் கொண்டு மாமியாகி விட்டாள். இரண்டு பேர் திருமணம் செய்து கொண்டு மாறிவிட்டார்கள். கடைசித் தங்கை ஒரு புஷ்பம்போல் ரொம்பச் சின்னவள், கவிதை படிக்கிறாள். ஒருத்தியிடமும் அவன் எதிர்பார்க்கும் நிறைவு கிடைப்பதில்லை, திரும்பிவிடுகிறான்.

கொஞ்ச நேரத்துக்குக் கடந்த காலத்து நினைவுகளைக் கொண்டு வர முடிந்தாலும் நிகழ்காலத்துக்கு வலுக்கட்டாயமாகத் திரும்ப

வேண்டிய பரிதாபம் படத்தில் மிக மெலிதாக சன்னமாகக் காட்டப்படுகிறது.

கொஞ்சம் சோவியத் ரஷ்யாவைப் பார்க்கலாம். ரஷ்யப் படம் என்றால் நாம் டிராக்டர்களையும் கூட்டுப் பண்ணைகளையும் தான் எதிர்ப்பார்ப்போம். இல்லாவிட்டால் இரண்டாவது மகா யுத்தத்தில் ரஷ்ய வீரர்களின் தீரச்செயல்கள். நான் பார்த்த படம் சற்று ஆச்சரியம் தந்தது. 'சில சொந்த விஷயங்களைப் பற்றி பேட்டிகள்' என்கிற ரஷ்யப்படம் ஒரு பெண் நிருபரைப் பற்றியது. (பொழுது போகவில்லை என்றால் டைரக்டரின் பெயரை உச்சரித்துப் பாருங்கள் Lana Goyoperidze). பெண் நிருபர் பொது வாழ்க்கையில் பல பேரைச் சந்திக்கிறாள். பல பிரச்னைகளைத் தீர்க்கிறாள். இருந்தும் அவள் சொந்த வாழ்க்கையில் சந்தோஷமில்லை. அடிக்கடி டூர் போவது, இரவு லேட்டாகத் திரும்பி வருவது, குழந்தைகளைக் கவனிக்க முடியாதது எல்லாம் அவள் குடும்பத்தைப் பாதிக்கிறது.

ரஷ்யப் படத்தில் அபா பாப் சங்கீதம் கேட்பது ஒரு மெலிதான அதிசயம், ஆனால் செக்ஸ்? மூச்சுவிடக் கூடாது. நிறைய பூ காட்டுகிறார்கள்.

அடுத்து மற்றொரு ஃபாஸ்பைண்டர் படம் பதின்மூன்று சந்திரன் வருஷத்தில் மற்றொரு பார்டர்லைன் சமாசாரம், எர்வின் என்கிற இளைஞன் சின்ன வயசில அனாதையாய் வளர்ந்தவன். பிறகு நன்களின் ஊடே வளர்ந்தவன். எங்கேயோ அவன் வளர்கின்ற வருஷங்களில் ஏதோ தப்பு ஏற்பட்டுவிடுகிறது. அவன் பொய் சொல்கிறான். வாழ்வதில் ஈடுபாடு இல்லாமல், சந்தோஷம் என்பது என்ன என்று புரியாமல் தவிக்கிறான் ஒரு அருமை நண்பன் அலட்சியமாகச் சொன்னது: 'ஏண்டா, நீ பொம்பளையா இருந்தா நல்லா இருக்கும்டா' கஸ்ப்ளாங்காவிற்குப் போய் செக்ஸ் மாறுதல் ஆபரேஷன் செய்து கொண்டு வந்து நிற்கிறான். இரண்டு உலகத் திலும் இடம் இல்லாமல் நான் எர்வின்னா, எல்விராவா? அவன் பழைய மனைவி, மகள், நண்பர்கள் எவரிடத்திலும் விடை கிடைக் காமல் தவிர்க்க முடியாத தற்கொலையில் முடிகிறான். ஃபாஸ் பைண்டர் இந்தப் படத்தில் நவீன வாழ்க்கையின் வெறுமையை, அர்த்தமற்ற தன்மையை அர்த்தமுள்ள வசனத்திலும் ஏறக்குறைய சர்ரியலிஸம் போன்ற சில காட்சிகளிலும் ஆராய்கிறார். சந்தோஷத் தேடலில் ஒரு நவீன குருவிடம் சென்றபோது அவன் பெறும் உப தேசம்: 'அப்பனே, நான் ஒரு வினோதமான ஸெமெட்ரி பார்த்

தேன். அதில் சிலுவைகளில் இறந்தவர் பெயர்கள் பொறித்திருந் தது. ஆனால், பிறந்த இறந்த தேதிகளுக்குப் பதில் அவர்கள் சந்தோஷமாக இருந்த நாட்கள் மட்டுமே பொறித்திருந்தார்கள். பத்து நாட்கள் ஒரு நாள். ஒரு மணி..ஒருவர் கூட இரண்டு வருஷத்துக்கு மேல் இல்லை!'

அப்புறம் நான் பார்த்த படங்கள் எல்லாம் அடாஸ். குறிப்பிடும் படியாக இல்லை. முடிப்பதற்குள் கார்ட்டூன்களைப் பற்றிச் சொல்ல வேண்டும். பத்து நிமிஷக் கோட்டுச் சித்திரப்படத்தில் எத்தனை சமாசாரங்கள் காட்ட முடியும் என்பதற்கு ஒரே ஒரு உதாரணம், ஒரு ஆள், ஒரு விசில், ஒரு கோழி. ஆள் ஒவ்வொரு தடவை விசில் ஊதும் போதும் கோழி ஒரு முட்டை தடக் என்று போடுகிறது. அதிவேகமாக. முதலில் போடுகிறது. அப்புறம் இது என்ன? நின்று போய் விட்டதே! ம். முக்கிப் பார்! போடு போடு என்கிறான். ம்ஹூம். முடியலை என்று அவனைப் பரிதாபமாகப் பார்க்கிறது. தரதரவென்று மருத்துவ நிபுணனிடம் அழைத்துச் செல்கிறான். அவர் 'உனக்கு என்னம்மா ஆச்சு? ஏன் முட்டை போட மாட்டேன் என்கிறாய்?' என்று அன்பாய் விசாரிக்க, அது படுக்கையில் படுத்துக்கொண்டு தனக்குள்ள குறைகளைச் சொல்லி அழுகிறது. மனோதத்துவர் நிறையப் பேசி சமானாதப்படுத்தித் தட்டிக் கொடுத்து அனுப்புகிறார் எஜமானனிடம். உற்சாகமாகத் திரும்பி விடுகிறது கோழி. மறுபடி விசில் மறுபடி முட்டை. கொஞ்ச நாள். அதற்கப்புறம்? ம்ஹூம். ஸ்திரமாக நின்று போச்சு! விசில்காரன் வா என்கிறான். அழைத்துச் செல்கிறான். ஒரு தட்டில் தானியம் நிறையத் தருகிறான். 'அட' என்று சந்தோஷமாகச் சாப்பிடுகிறது அங்கே போ என்று அம்புக்குறியைக் காட்டுகிறான். உற்சாகமாகப் போகிறது. பல்சக்ரங்கள் நிறைந்த மெஷின் கோழியை அப்படியே வாங்கிக் கொண்டு வெட்டிப் பதம் பண்ணி ஒரு டின்னில் அடைத்து டின் மெஷினுக்கு வெளியே உருண்டு விழ, அவ்வளவுதான் படம்! மதன் கார்ட்டூன் போலப் படங்கள். பின்னணியில் உண்மையான விசில் சப்தம். முட்டை உருளும் சப்தம். மெஷின் சப்தம். பேச்செல்லாம் வெறும் பம்பிள்தான். படம் ஆழமாக மனதில் பதிந்துவிடுகிறது.

சில படங்களைப் பற்றிச் சொன்னேன். சில நல்ல படங்களை பார்க்காமல் விட்டிருக்கிறேன். என் மனைவி லைஸண்ட் லவ் பார்த்துவிட்டு மிகவும் உருகினாள்.

விமர்சனங்கள்

எழுத்து விமர்சனம்

1. ஆரம்ப எழுத்தாளர்கள்

எழுத்து என்பது மிகத் தனிப்பட்ட சமாசாரம். என் எழுத்து, என் வீட்டில், ஒரு மூலையில், ஒரு மேஜை விளக்கின் அடியில் மிக மிகத் தனியான ஒரு சூழ்நிலையில் உருவானது. அப்பொழுது எனக்கும் வெளியுலகுக்கும் எந்தவிதத் தொடர்பும் கிடையாது. இந்த மிகத் தனிப்பட்ட ஒரு காரியம் செய்பவனை - ஓர் அடர்த்தியான கூட்டத்தைக்கூட்டி ஒரு மைக்ரோபோனை முன் வைத்து அது எப்போதும் ஊளையிட - எழுத்தாளனைக் கூட்டி வைத்து வரவேற்புரை, முன்மொழிதல், வழிமொழிதல், இதெல் லாம் செய்வது ஒரு கொடுமை என்றுதான் நினைக்கிறேன்.

எழுத்தாளனைப் பேசவைத்தால் எப்படியிருக்கும் என்பதை நான் இப்போது செய்யப் போகிறேன். எழுத்து ஒரு தடுமாற்றமான செயல். எழுத்து என்பது அடித்துத் திருத்தப்பட்ட எழுத்து. எழுத்து என்பது பல நாட்களில் எழுதியது. எழுத்து என்பது யோசித்து யோசித்து எழுதியது. விட்டுவிட்டு எழுதியது. கிழித்துப் போட்டது. இதையெல்லாம் ஒரு பொதுக்கூட்டத்தில் செய்ய முடியாது. நான் ஒரு வார்த்தை பேசிவிட்டால் அது என்னைவிட்டு உடனே விலகி விடுகிறது. அதை என்னால் அடித்துத் திருத்த முடியவில்லை. இந்தச் சூழ்நிலையில் ஒரு

எழுத்தாளனைப் பேசச் சொல்வது மிகக் கடினமான காரியம் என்றே நினைக்கிறேன்.

இப்போது என்னை முதுபெரும் எழுத்தாளன் என்கிறார்கள். கமர்ஷியல் எழுத்தாளன் என்கிறார்கள். காசுக்காக எழுதுகிறேன் என்கிறார்கள். எதற்காக எழுதுகிறேன் என்று தெரியாமல் எழுதுகிறேன் என்கிறார்கள். சுமாராக எழுதுகிறேன் என்கிறார்கள். எழுதுகிறார்கள் என்கிறார்கள். இந்தக் கடைசி அடைமொழி மட்டும் எனக்கு ரொம்ப பிடித்திருக்கிறது. எழுத்துக்கு முக்கியமான தேவை எழுதிக்கொண்டே இருப்பது.

ஆரம்ப எழுத்தாளர்களிடம் பார்க்கும் தப்புகளை நான் சொல்ல விரும்புகிறேன். ஆரம்ப எழுத்தாளர்களின் கதைகளைப் பார்க்கும்போது உடனே சில வரிகள் தென்படும். உதாரணமாக ஏழு வருடங்கள் உருண்டோடின என்பார்கள். ஏழு வருடங்கள் என்பது ஒரு நாவலுக்குரிய சமாசாரம், அதை ஏன் ஒரு சிறுகதையில் சொல்ல விரும்புகிறாய், ஏழு நிமிஷத்தை நீ சரியாகச் சொன்னால் அது சிறுகதை ஆகிறது.

இமயமலைச் சாரலிலிருந்து ஒரு தமிழர் கதை அனுப்புகிறார். என் கதை! சென்னையில் காபியாற்றும் கதை. சென்னையில் உள்ள கணவன் மனைவிக் கதை - அந்தச் சன்னலைத் திறந்தாலே அவர்களுக்கு ஆயிரம் சிறுகதை இருக்கிறது. வினோதமான மனிதர்கள். வினோதமான பாஷைகள், வினோதமான முகங்கள், அவைகளைப் பற்றிக் கவலைப்படாமல் சென்னையைப் பற்றியே எழுதிக் கொண்டிருக்கிறார்.

சிறுகதை எங்கும் இருக்கிறது. சில சமயங்களில் நான் ஆபீஸுக்கு நடந்தே செல்வேன். ஒரு நாள் அவ்வாறு செல்லும்போது ஒரு கூலிக்காரப் பெண் விரசலாக நடந்து என்னுடன் வருகிறாள். பேசிக் கொண்டே வருகிறாள். கையிலே குழந்தை. அந்தக் குழந்தையை முன்னிலையில் வைத்து தன் கணவனைத் திட்டிக்கொண்டு வருகிறாள். எனக்கு அவள் பேச்சை மூன்று அல்லது நான்கு நிமிடங்கள்தான் கேட்க முடிந்தது. அவளுடைய கணவன் அவளை எந்த அளவுக்குக் கொடுமைப்படுத்துகிறான். திட்டுகிறான், அடிக்கிறான் என்பதையெல்லாம் பற்றிப் புலம்புகிறாள்.

யாரிடம்?

ஒன்றரை வயதுக் குழந்தையிடம்!

இந்தப் புலம்பல் எல்லா நகரத்திலும், எல்லா கிராமத்திலும் இருப்பதுதான். இதில் சிறுகதை இல்லை, புலம்பி முடித்தபின் அந்தக் குழந்தையைப் பார்த்து, 'டேய், என்னையாவது நீ நல்லா வச்சுபயாடா' என்கிறாள் இதில் கதை இருக்கிறது.

இந்த வரி என் மனத்தில் ஆழமாகப் பதிகிறது. இதை ஒரு கதையில் மனைவி பேசுவதாக உபயோகித்திருக்கிறேன்.

ஆரம்ப எழுத்தாளர்களுக்கு மற்றுமொரு வேண்டுகோள். நீங்கள் எழுதி அனுப்பும் கதைகள் ஒரு பத்திரிகை அலுவலகத்துக்குச் செல்கிறது. அப்போது உங்கள் கதை மட்டுமல்லாமல் நூற்றுக் கணக்கான கதைகளும் அவர்களுக்கு வருகின்றன. அப்படி வரும் போது அதைப் படிக்கும் துணை ஆசிரியரின் நிலையில் உங்களை நினைத்துக் கொள்ளுங்கள். உங்களிடம் நூறு கதைகளைக் கொடுத்து படிக்கச் சொன்னால் எனக்கு ரூ.10,000 கொடுத்தாலும், அந்தத் தொழிலை நான் செய்யமாட்டேன்.

கதை எழுதும்போது கதையை முதல் பாராவிலேயே ஆரம்பியுங் கள். ஆரம்பித்து, அதைப் படிப்பவரைக் கதைக்குள் முதலில் இழுங்கள். சாதாரணமாக ஒரு கதையை ஆரம்பிக்கும்போது தலையில்லாத ஒரு ஆள் தெருவில் நடந்து சென்றான் என்று எழுதினால் என்னத்த அந்த ஆள் புதுசா சொல்றான் என்று நினைத்து மேலே கொஞ்சம் படிப்பான். அப்புறம் நீங்கள், தலையில்லை என்று சொல்லவில்லை, ஒரு விரல் இல்லை என்று நான் சொல்ல வந்தேன் என்று எழுதிக் கொள்ளலாம்.

இதை விட்டுவிட்டு 'சார்! தபால் என்ற குரலைக் கேட்ட சர்மா சாய்வுநாற்காலியில் சாய்ந்துகொண்டு' என்று எழுதினால், இதைத் தூக்கி எறிவானா இல்லையா?'

அடுத்து? எந்த மாதிரி கதையை எந்தப் பத்திரிகைக்கு அனுப்ப வேண்டும் என்பது மிக முக்கியம். எந்த விதமான கதைகளை அவர்கள் விரும்புகிறார்கள் என்று தெரிந்து அனுப்ப வேண்டும்.

(காஞ்சிபுரத்தில் நடந்த 'இலக்கிய வீதி' விழாவில் எழுத்தாளர் சுஜாதா கலந்துகொண்டு பேசிய பேச்சிலிருந்து)

விமர்சனங்கள்

எழுத்து விமர்சனம்

2. தி.ஜானகிராமன்

ஜானகிராமனுடைய சிறுகதைகள் நான் என் பதினேழாம் வயதில் முதலில் படித்தேன். கல்கி, தேவன் போன்றவர்கள் எழுத்தால் மிகவும் வசீகரிக்கப்பட்டிருந்த எனக்கு ஜானகிராமனை முதலில் படித்தபோது உடனே இது வேறு தினுசு என்று தோன்றிவிட்டது. அப்போது அவர் கலைமகள், அமுதசுரபி, சுதேசமித்திரன் போன்ற பத்திரிகைகளில் சிறுகதைகள் எழுதிக் கொண்டிருந்தார். சில தீபாவளி மலர்களிலும் அவர் கதைகள் வரும். ஜானகிராமன் கதை இருந்தால் மட்டும் தீபாவளி மலர் வாங்குவேன். 'சிலிர்ப்பு' 'கொட்டு மேளம்', 'சிவப்பு ரிக்ஷா,' 'பரதேசி வந்தான்,' 'தவம்', 'கடன் தீர்ந்தது' போன் கதைகள் இன்றைக்கும் எனக்கு ஞாபகம் இருக்கின்றன. மற்றவர்கள் எழுத்தை மறந்து அவரையே தேடத் தூண்டியது அவரது சிறுகதைகள். அவருடைய முதல் நாவலை - அமிர்த்தம் தேடிப் படித்தேன். கொஞ்சம் ஏமாற்றமாக இருந்தது. நான் எலெக்ட்ரானிக்ஸ் படித்துக் கொண்டிருக்கும்போது இரண்டாவது நாவலான 'மோகமுள்' சுதேசமித்திரனில் தொடர்கதையாக வெளிவந்தது. சுமார் ஒரு வருஷம் வந்திருக்கும் என்று ஞாபகம். ஒவ்வொரு வாரமும் பாபுவும், யமுனாவும் என்னை ஆக்கிரமித்தார்கள்.

பக்கத்து வீட்டுப் பெண் சூட்டியிருந்த மல்லிகை மணம் இன்னும் என்னிடம் வீசுகிறது. அவள் தற்கொலை பண்ணிக்கொண்டு இறந்தது இப்பவும் எனக்கு ராத்திரி தூக்கத்தைக் கெடுக்கிறது. மோகமுள் போன்ற முழுமையான நாவலை நான் அதன் பின் தமிழில் படிக்கவில்லை!

இருந்தும் ஜானகிராமனுக்கு தமிழ் இலக்கிய சரித்திரத்தில் பிரதானமான இடம் அவரது சிறுகதைகளால்தான் என்று எனக்குத் தோன்றுகிறது. மிக நுட்பமான பார்வையும் தஞ்சாவூர் தமிழின் சரளமும், சிறுகதைக்கு மிக முக்கியமான காலப் பிரமாணமும் அவர் எழுத்தில் இருக்கும். சிக்கனமான வார்த்தை அமைப்பு களில் மிக அதிகமான விஷயங்களைச் சொல்லிவிடுவார். அவர் நடையில் இருந்த நளினத்தை இன்னும் யாரும் எட்டிப் பிடித்ததாகத் தெரியவில்லை.

'வாசலோடு ரயிலடியிலிருந்து வாடிக்கையில்லாமல் திரும்பிய ஒற்றை மாட்டுவண்டி மெதுவாக ஊர்ந்து நடந்து கடந்தது' என ஒரு வாக்கியத்தில் கதையின் மூடை ஏற்படுத்திவிடுவார். மெலிதான நகைச்சுவை எப்போதும் அவர் கதைகளில் இருக்கும்.

பழைய பேப்பர் காரன் தராசு, தெய்வீகக் கொல்லன், கைவேலை, ஆனையை வைத்தால் ஆறுபலம் காட்டும் ஆறு மாச தினசரிக் காகிதம் எந்த மூலை? கண்ணில் விளக்கெண்ணெய் போட்டுக் கொண்டு இப்பால் அப்பால் திரும்பாமல் தவம் புரியும் முள்ளைப் பார்த்துக் கொண்டிருந்தேன்.'

உரையாடலிலும் அவர் ஒரு உண்மையான கலைஞர்.

'சாமி, இந்த தராசைப் பார்த்து இப்படிச் சொல்றீங்களே! எழுதின கார்டுக்கும் எளுதாத கார்டுக்கும் வித்தியாசம் காட்டும் சாமி. உங்களுக்கு சந்தேகமா இருந்தா கடையிலே போய் ஒரு தராசை வாங்கிட்டு வாங்க. எதுக்குப் பொல்லாப்பு.'

அவர் சிறுகதைகள் தொடர்ந்து வெளிவந்த அந்த அம்பதுகளில் இளைஞர்களாக இருந்த எங்கள் ஒவ்வொருவரையும் ஜானகிராமன் ஏதோ ஒரு விதத்தில் பாதித்திருக்கிறார். இன்று எழுதுபவர்கள் பலரின் நடையிலும் கருத்தமைப்பிலும் அவர் வெளிப்படையாகவோ பொதிந்தோ இருக்கிறார். ஜானகிராமன் டில்லிக்குப் போனாலும் ஜப்பானில் சுற்றினாலும் ஆஸ்திரேலியா

வுக்குச் சென்றாலும் தஞ்சாவூர்க்காரரின் காவிரிநதி ஏக்கமும் குறும்பும் அவரை விட்டுப் போகவில்லை. சில அபாரமான பயணக்கட்டுரைகளை அவர் எழுதியிருப்பது பலருக்குத் தெரியுமோ இல்லையோ (உதய சூரியன்).

ஜானகிராமனை என் இளமைக் காலத்தில் ஒரு இலக்கியக் கூட்டத்தில் முதன் முறை சந்தித்தேன். அதாவது அவரைத் தூரத்தி லிருந்து பார்த்துக்கொண்டிருந்தேன். ஒருமுறை என் பக்கம் திரும்பி அவர் புன்னகைத்தபோது அதை எடுத்துப் பைக்குள் போட்டுக் கொண்டு திருப்தியுடன் திரும்பினேன்.

அப்புறம் டில்லியில் அவரை ஆகாஷ்வாணி பவனில், அவருடைய கர்ஸான்ரோடு பலமாடி வீட்டில் கணையாழி இலக்கியக் கூட்டங்களில் பலமுறை சந்தித்துப் பேசியிருக் கிறேன். பேச்சில் முதன்மையாக நகைச்சுவை இருக்கும், மற்ற பேர் எழுத்தைப் பற்றி குறை சொல்லவே மாட்டார். பதிலாக சற்று மிகையாகவே புகழ்வார். சன்னமான குரலில் பாடிக்காட்டு வார். தஞ்சாவூர் திட்டுவார்த்தைகளை அவர் உபயோகிக்கும் போது அவைகளின் மதிப்பு உயரும்.

ஜானகிராமன் கதைகளில் சோரம் - அடல்ட்டரி - அதிகம் என்று சமீப காலத்து குற்றச்சாட்டு உண்டு. அவர் சிறுகதைகளை முழுமையாகப் படித்தவர்கள் அவர் மற்ற எவ்வளவோ விஷயங்களைத் தொட்டிருக்கிறார் என்பதை சுலபமாக உணர முடியும். அவர் எழுத்தைப் பொதுப்படுத்துதல் அவ்வளவு எளிதல்ல. ஏழ்மையில் உள்ள கவிதை கலந்த அவலங்களைப் பற்றி அவர் எழுதினார். நம்பிக்கைத் துரோகம் பற்றி, வயசாவதில் அழிவில் உள்ள சோகம் பற்றி, சங்கீதம் போன்ற கலையம்சங்களை உபயோகிக்க வேண்டியது பற்றி.

இளம் வயதில் நீங்கள் சில கதைகளை ஓஹோ என்று ரசித்துப் படித்திருப்பீர்கள். அதையே கொஞ்சம் வருஷம் கழித்து திருப்பிப் படித்தால் 'சட்' இதைப் போயா அப்படி புகழ்ந்தோம் என்று தோன்றும். ஜானகிராமனின் கதையை முப்பது வருஷம் கழித்துப் படித்த போது கூட அந்தச் சிலிர்ப்பு எனக்கு மறுபடி ஏற்படுகிறது. அவர் இறந்துவிட்டாரா என்ன!

விமர்சனங்கள்

எழுத்து விமர்சனம்

3. துணுக்கு எழுத்தாளர் குளச்சல் ஜார்ஜ்

அவர் பெயரே எனக்குப் பிடித்திருந்தது - சுந்தர ராமசாமியின் நாவல்களில் வருவது போல குளச்சல் ஜார்ஜ்-வளர்ந்து கொண்டிருக்கும் துணுக்கு எழுத்தாளர். மாறுதலுக்கு அவரை நான் பேட்டி கண்டேன்.

நான்: துணுக்கு எழுத்தாளரா ஆகணும்னு உங்களுக்கு எப்படித் தோணிச்சு?

ஜார்ஜ்: சின்ன வயசில இருந்தே எனக்கு எழுத்திலே ஆர்வம் உண்டு. இன்றைய தேதிக்கு ஒரு துணுக்கு எழுத்தாளன்னு சொல்லிக்கிட்டேன்னா அதுக்கு முத்துவும் எங்க அம்மாவும் காரணம்ங்க. முத்து எங்களுக்கெல்லாம் ஸீனியர். அவர் ஊக்கம் தத்தாரு. எங்கம்மா ஒருமுறை 'ஏண்டா வேலைவெட்டி இல்லாமச் சுத்திக்கிட்டு இருக்க'ன்னு திட்டினாங்க. அப்புறம் எதையாவது வாழ்க்கைல சாதிச்சுக் காட்டணும்னு ஒரு வைராக்யம்.

நான்: முதமுத உங்க துணுக்கு வெளிவந்தப்ப எப்படி இருந்துச்சு?

ஜார்ஜ்: ரொம்ப சந்தோஷமா இருந்திச்சுங்க, பத்து காப்பி வாங்கி நண்பர்களுக்கு கொடுத்தேன், உடனே ஒரு ரப்பர் ஸ்டாம்பு பண்ணிக்கிட்டேங்க.

நான்: அவங்க காப்பி அனுப்பமாட்டங்களா?

ஜார்ஜ்: ஒரு பிரதி அனுப்புவாங்க. அதுவும் லேட்டாகும். இப்பல்லாம் என் துணுக்கு வந்தா ஒரு பிரதி கூடுதலா வாங்கிக்கிடுவேன். நோட்டுல கத்தரிச்சு ஒட்டி எல்லாத்தையும் நம்ம உட்பிக்கு காட்டணும்னு வெச்சிருக்கேன், பார்க்கறீங்களா?

நான்: இருக்கட்டும் (ஜார்ஜ் அந்த நோட்டுப் புத்தகத்தைக் காட்ட அதைப் பிரித்ததில் குமரி மாவட்டத்தில் ஒரு ஊரின் பெயர் 'சோம்பேறி' இம்மாதிரி பெயர் தமிழ்நாட்டில் வேறு எங்கும் உள்ளதோ? தகவல் - குளச்சல் ஜார்ஜ்).

ஜார்ஜ்: (என் தோளுகிலிருந்து) தென் ஆற்காட்டில் ஒரு 'சோம்பேறி' இருக்கிறதா குமார் எழுதியிருந்தாங்க. அடுத்தவாரம் வந்தது. பிற்பாடு மாநிலங்களில் இருக்கிற 'சோம்பேறிங்களைப் பத்தி தொடர்ச்சியா துணுக்கு வந்துச்சுங்க. துணுக்கு சரித்திரத்திலேயே முதல் தொடர் துணுக்கு நம்முதாங்க.

நான்: துணுக்கு எழுதறதுக்கு ஏதாவது விதிமுறைங்க இருக்கா?

ஜார்ஜ்: இருக்குங்க. துணுக்கில பல துணுக்கும் உண்டு. நான் துணுக்குன்னு சொல்றதில 'கேள்வி-பதில்', ஆசிரியருக்கு கடிதம் எல்லாம் அடங்கும்; எண்ணிக்கை எடுக்கிற போது அதுங்களையும் சேத்துக்கணும்.

நான்: எண்ணிக்கையா?

ஜார்ஜ்: ஒரு துணுக்கு எழுத்தாளனுடைய படைப்புக்களை எண்ணிக்கை மூலம்தான் கணிக்கணுங்க. முத்து, மணி, பிரதாப்சிங், எல்லோம் ஆயிரத்தை தாண்டிட்டாங்க. இப்பதான் நூறு வந்திருக்கேன்.

(நாற்காலியில் எழுந்துநின்று) இந்த நாய் கடிக்குங்களா?

நான்: திடீர் என்று உள்ளே வந்து ஜார்ஜை அந்நிய வஸ்துவைப் போல் முகர்ந்து பார்த்த பக்கத்து டாக்டர் வீட்டு நாயிடம், ஜூடி கோ? டோண்ட் டிஸ்டர்ப் நௌ!

ஜார்ஜ்: *(நாய் செல்ல)* ஆசிரியருக்கு கடிதம் எழுதணும்னா கொஞ்சம் குய்க்கா செய்யணுங்க. ஸ்டேஷனுக்குப் போய் வாங்கிப் படிச்சுட்டு அங்கயே வெச்சு கார்டில எழுதிப் போட்டுருவ'ங்க'...வின் புதிய தொடர் கதை ஆரம்பமே விறுவிறுப்பாக இருக்கிறது. படங்களும் ஜோர்' இந்த மாதிரி கடுதாசி குங்குமம், தாய் மாதிரி பத்திரிகைங்கள்ல போட்டுருவாங்க. அந்தந்த தொடர்கதைக்கு ஏற்ப இந்துமதி, சிவசங்கரி, சுஜாதா, அனுராதா ரமணன், பாலகுமார்னு ரொப்பிக்கலாங்க; அதே மாதிரி ஜெயராஜ் மாருதின்னு..

நான்: புரியுது. இப்ப குமுதத்தில வரணும்னா?

ஜார்ஜ்: குமுதத்தில இது எடுபடாது. அவங்களுக்கு திட்டியே எழுதணும். அதுக்கு ஒரு நேக்கு இருக்கு. ஆரம்ப எழுத்தாளர்கள் இந்த மாதிரி கடிதங்கள்ல துவங்கறது நல்லது. முதல்ல பேரு வர வேண்டியது முக்கியம். நிச்சயமா போடக்கூடிய இன்னொரு கடிதம் 'சென்ற இதழ் அட்டைப்படம் படு டக்கர் சார். எப்படித்தான் உங்களுக்குக் கட்டுப்படி யாகுதோ' அல்லது '...கதைக்கு ஜெயராஜ் படம் ஓவர். உங்கள் வீட்டில் வயது வந்த பெண்கள் இல்லையா?'

நான்: இந்த 'சார்'ங்கறது.

ஜார்ஜ்: ஒரு 'சாரா'வது இருந்தே ஆகணும். அப்புறம் கேள்வி - பதில், இதும் பத்திரிகைக்கு தகுந்தாப்பல கேக்கணும். குமுதத்துக்குன்னா 'ஒப்பிடவும்' ட்ரை பண்ணலாம். 'ஜெயலலிதாவையும் வெங்கட் ராகவனையும் ஒப்பிடுக' இப்படி அல்லிகிட்ட 'சிலுக்கு என் கனவில் வந்து தொந்தரவு செய் கிறாளே, என்ன செய்ய'ன்னு கேக்கலாம். மணி வண்ணன் கிட்டப்பா; தராசு தும்பி ஜூனியர்னு பல

	பேர் இருக்காங்க. ஒவ்வொருத்தரையும் ஒரு மாதிரியா டாக்கிள் பண்ணணும்.
நான்:	அப்படியா? ஆனா - கேள்வி - பதில்லதான் பேர் வர சான்ஸ் அதிகம்ங்கறீங்க.
ஜார்ஜ்:	ஆமா. அதுக்கப்புறம்தான் துணுக்கு. இதை நாலு வகையா பிரிக்கலாம். 'சொல்லக் கேட்டவை' 'ஆதாரம்' 'தகவல்' 'சினிமா'ன்னு 'சொல்லக் கேட்டவை வாரியார் உபன்யாசம், மஞ்சக்குடி ராஜ கோபால் சாஸ்திரின்னு கொஞ்சம் அலையணும். சங்கரி புத்திரன் நல்லாவே செய்துகிட்டு இருக்காரு. 'ஆதாரம்'னா நிறைய புக்குங்க படிக்கணும். குளச்சல்ல அதிகம் இங்கிலீஷ் புக்குங்க கிடைக்கிற தில்லை. சினிமா எழுத மெட்ராஸ்ல இருந்தாத்தான் சௌகரியம். அதனால நான் தகவல் துணுக்குதான் நிறைய எழுதறது.
நான்:	உங்களுக்கு சங்கம்கூட இருக்குதாமே?
ஜார்ஜ்:	ஆமா. மாநில அளவில் மாநாடு கூட நடத்தியிருக் கோம்.
நான்:	ஜோக்கு?
ஜார்ஜ்:	அது குறிப்பிட்ட சிலபேர்கிட்டே மாட்டிக்கிட்டு இருக்குதுங்க. சீதாராமன், ராஜாஜின்னு...
நான்:	துணுக்கு எழுதறீங்களே, இதுக்கெல்லாம் பணம் கொடுப்பாங்களா?
ஜார்ஜ்:	இதைப்பத்தி மாநாட்டில கூட பேச்சுவந்துதுங்க. பணம் கிடையாதுங்க. ஒரு காப்பி மட்டும்தான் வரும். ஆனால், நாங்க இதை பணத்துக்காகவா செய்ய றோம்? ஒருவிதமான ஆத்ம திருப்திக்குத்தாங்க!
நான்:	ரொம்ப சந்தோஷம்! வணக்கம்.

(எழுத்தாளர் சுஜாதாவின் வீட்டில் சுறுசுறுப்பாக ஒரு சடை நாய் இருக்கிறது. அதன் பெயர் ஜூடி. எழுத்தாளர் ஆங்கிலத்தில் சொல்வதைப் புரிந்து கொள்கிறது. தகவல்: குளச்சல் ஜார்ஜ்).

விமர்சனங்கள்

எழுத்து விமர்சனம்

4. தமிழ் எழுத்துகள்

தமிழக அரசு செய்திருக்கும் எழுத்து சீர்த்திருத்தங்கள் எனக்கு டைப் அடிக்க உபயோகமாக இருக்கின்றன. என்னுடைய னையும் லையும் வாத்துக்களை இழந்து சாஸ்வதமாக னை லை ஆகிவிட்டன. என்னால் இப்போது என்னால் என்றுதான் அடிக்க முடிகிறது. சீர்த்திருத்தம் பாதியில் நிற்கிறது என்று நினைக்கிறேன். னா ன வ வா என்று எழுதும்போது ஏன் ஆவை அா என்று எழுதக் கூடாது? மேலும் இந்த கால் வாங்குவதை எல்லா தீர்க்க எழுத்துக்களுக்கும் பயன்படுத்தினால் என்ன? அப்படிச் செய்தால் உயிரெழுத்துக்கள் அ இ உ எ ஒ போதும். மற்றவைகளைக் கால் வாங்கி எழுதிவிடலாம். அ அா இ இா உ உா எ எா ஒ ஒா அய்யரும் அவ்வையாரும் தம்மை கவனித்துக் கொள்ளட்டும். இது போல க கா கி கிா.

கு து ரு மு டு ழு னு ளு று நு சு லு ரு இவை எல்லாம் ஒவ்வொன்றுக்கும் ஒவ்வொரு மாதிரி சுழிக்க வேண்டியிருக்கிறது. இவைகளையும் எளிமைப்படுத்தலாம். உதாரணமாகக ஸுஜாதா என்பதை ஸ்உஜாதா என்றும் திருப்பம் என்பதை திர்உப்பம் என்று எழுதினால் படிப்பதில் சிரமமிருப்பது என்றே எண்ணுகிறேன்.

இவ்வகையில் புதிய உயிர்மெய் வரிசை சுலபமாகி விடுகிறது. க கா கி கிா க்உ க்உா கெ கே கய் கொ கோ கவ்.

எதற்காக இப்படிச் செய்ய வேண்டும் என்று கேட்கலாம். இப்படிச் செய்தால் உயிர் எழுத்துக்கள் மொத்தம் 5 மெய், உயிர் மெய் எழுத்துக்கள் 18 ஐ ஷ ஸ 3 எல்லா எழுத்துக்களும் பொதுவான குறியீடுகள் 3 (டெ Cே?) போதும், எல்லாமாகச் சேர்த்து 26 எழுத்துக்களும் மூன்று குறியீடுகளும் தமிழ் முழுவதற்கும் போதும், கம்ப்யூட்டரில் எழுத்துகளை எழுதுவதற்கு தேவை யான டாட்மாட்ரிக்ஸ் அமைக்க மிகுந்த உபயோகமாக இருக்கும். முப்பத்தாவது ஆய்த எழுத்து. ஆய்த எழுத்தின் உபயோகத்தை விஸ்தாரப்படுத்தலாம். அதனுடைய ஃபாரின் உபயோகங் களுடன் அதை எல்லா எழுத்துகளுக்கும் கன ஒலி தருவதற்கு உபயோகப்படுத்தலாம். மகாத்மாவை ஃகாந்தி என்று சந்தேகமற எழுதலாம். ஆங்கில நாயைக் குறிப்பிட ஃடாஃக் என்று எழுத லாமே.

தீவிரமாக சிந்திக்க வேண்டிய ப்உதிய ம்உறய இஃத்உ அல்லது தீவிரமாக சிந்திக்க வேண்ஃட்இய ப்உதிய ம்உறய் இஃத்உ.

திரு ஐராவதம் மகாதேவனின் திறமையான கட்டுரைக்கு பிறசேர்க்கைகள் தர விரும்புகிறேன்.

தொல்காப்பியக் காலத்தில் தமிழ் எழுத்து முறைகள் சில இன்று இல்லை. உயிர், மெய் எழுத்துக்களுடன் *சார்பெழுத்துக்கள்* மூன்று சேர்ந்து முப்பத்து மூன்று எழுத்துகள் இருந்தன. இந்தச் சார்பெழுத்துகளாவன ; குற்றியலிகரம், குற்றியலுகரம், ஆய்த வெழுத்து மூன்றில் ஆய்தவெழுத்து மட்டும்தான் பிழைத்திருக் கிறது. அதுவும் வெளியே போகிற நிலையில் தான் இருக்கிறது. எஃகு அஃது என்று பிடிவாதமாக ஒன்றிரண்டு வார்த்தைகளில் மிஞ்சியிருக்கும் ஆய்த எழுத்து ஆஃப்கானிஸ்தான் போன்ற புதிய பிரயோகங்களில்தான் பிழைத்துக் கொள்ள முடியும் என்று தோன்றுகிறது.

குற்றியலிகரம் குற்றியலுகரம் இரண்டு 'இ' 'உ'வுக்கு மேல் புள்ளி வைத்து இந்த எழுத்துக்களில் குறுகிய சப்தங்களைக் குறிப்பிட்டு வந்திருக்கிறார்கள். அதேபோல் எகர ஒகரங்களுக்கு மேல் (ஏனோ) புள்ளி வைக்கும் வழக்கத்தை தொல்காப்பியம் சொல்

கிறது. 'ப'வின் வயிற்றுக்குள் புள்ளி வைத்தால் அது அந்தக் காலத்து ம.

இவை எல்லாம் இப்போது இல்லை. ஏன்? குற்றியலிகரம், ஏறக்குறைய அடிபட்டுப் போய்விட்டது. 'கேண்மியா' 'குழலினி தியாழினிது' போன்ற செய்யுள் வரிகளில் சற்றுக் காதைத் தீட்டிக் கொண்டு கேட்டால் இகரத்தின் மாத்திரை சற்றுக் குறுகியிருப் பதைக் கேட்கலாம். இரண்டு இகரங்களுக்குத் தேவையில்லாமல் குற்றியலிகரம் வழக்கொழிந்தது.

குற்றியலுகரத்தின் கதை வேறு. தமிழில் இப்போது எல்லா உகரங் களும் குற்றியலுகரங்கள் ஆகிவிட்டன என்று நினைக்கிறேன். பட்டு, பாட்டு, உப்பு, மாடு, பொலிவு என்று எந்தத் தமிழ் வார்த்தையை எடுத்துக் கொண்டாலும் அதன் உகரம் முழுவதும் ஒலிப்பதில்லை. தொல்காப்பியம் சொல்லும் முற்றிலுகரத்தைக் கேட்க நாம் இப்போது தெலுங்கு அல்லது கன்னடத்தை நாட வேண்டும். (பாட்டியாலா கிழக்கு பஞ்சாப் ஐக்கிய மாகாணங் களை PEPSU என்று குறிப்பிட்டு வந்த சுதந்திர ஆரம்ப காலங் களில் U.P.S.C.யில் What is PEPSY என்று ஒரு கன்னட இளைஞனைக் கேட்டபோது 'a kind of throat lozanges Sir' என்றானாம். கன்னடத்தில் முற்றியலுகரம் அதிகம்).

'ப'வின் வயிற்றுப் புள்ளி அருகே உள்ள கோட்டுடன் சேர்ந்து கொண்டு மவாகிவிட்டது. எ, ஒ எழுத்துக்களுக்கு தொல்காப்பியம் வைத்த புள்ளி தேவையற்றுப் போய் பிற்காலத்தில் மறைந்து விட்டது.

மகாதேவன் அவர்களின் கட்டுரையில் அவர் பரிந்துரைக்கும் மாற்றங்களை ஒரு சாயங்காலம் பண்டிதர்கள் உட்கார்ந்து நிறை வேற்றி விட முடியாது தடுக்கித் தடுக்கித்தான், நம்மையறியாமல் தான் ஒவ்வொரு மாறுதலாக ஏற்படும். நான்கைந்து புள்ளிகள் மறைவதற்கும் ஒன்றிரண்டு கொம்புகள் சேர்வதற்கும் ஒருசில வடமொழி ஓசைகள் நுழைந்ததற்கும் இரண்டாயிரம் வருஷமாகி யிருக்கிறது. அது ஒரு evolutionary process தமிழில் எழுத்துக் களைப் பற்றியும் மொழித்தூய்மை பற்றியும் இவ்வளவு உணர்ச்சிவசப்படுகிறார்கள். அதனால்தான் ரொம்ப நாளாகும் என்று கவலை சென்ற இருபது முப்பது வருஷங்களில் ஜப்பானியர் கள் மேலிருந்து கீழாக எழுதும் முறையை நவீன காலத்துக்கு சரிப்பட்டு வராது என்று இடமிருந்து வலமாக மாற்றிக் கொண்டார்

கள். Ideograms ஆக இருந்த தம் மிகப் பழைய மொழியை புதிய Katanaka முறைப்படி எளிதாக்கினார்கள். நவீன எலக்ட்ரானிக்ஸ் கம்ப்யூட்டர் இயல் முழுவதையும், ஒரு வார்த்தை இங்கிலீஷ் தெரியாமல் ஜப்பானிய மொழியிலேயே கற்றுக் கொள்ள புஸ்தகங் கள் அவர்களிடம் இருக்கின்றன. நாம்? நாம் மாற மாட்டோம். மொழியை கன்னி, தாய் என்று கொஞ்சுகிற பிஸினஸை விட்டொழித்தால்தான் நமக்கு விடிவு காலம்.

விமர்சனங்கள்

எழுத்து விமர்சனம்

5. விருந்தாளிகள்

பெங்களூருக்கு வெளியே ஒரு அமைதியான வீட்டில் கூடத்தில் அவர்கள் நெருக்கமாக உட்கார்ந்திருக்கிறார்கள்.

அங்கே நிலவும் அவஸ்தையான மௌனத்தை அந்த மாணவர் கலைக்கிறார். 'எல்லாரையும் வரச் சொல்லிவிட்டு அவரைக் காணம். எதுக்கும் நம்மை நாமே அறிமுகப்படுத்தலாம்னு தோணுது. என் பேர் வி.கண்ணன், மதுரை, வாராவாரம் இவருக்கு கடிதம் எழுதிக்கிட்டே இருந்தேன். பதில் போடவே மாட்டாரு. பதிலை எதிர் பார்க்காம தொடர்ந்து இவருடைய கதைகளை விமர்சனம் பண்ணிக் கடிதம் போட்டுகிட்டே இருந்தேன். திடீர்னு ஒருநாள்.

'அன்புள்ள கண்ணன். உங்கள் கடிதங்கள்; பெங்களூருக்கு வாருங்களேன். பேசலாம்னு ஒரு கார்டு வந்தது. அவ்வளவுதான். சார் யாரோ?'

'நான் வண்ணதாசன்!'

'ஓ! கேள்விப்பட்டிருக்கேனே. நிறைய சிறுகதைகள் எழுதியிருக்கீங்க இல்லை?'

'நிறைய இல்லை!'

'ரொம்ப நாள் பழக்கமா?'

'இல்லை. எப்பவாவது கடுதாசி எழுதிப்போம். பதிலை எதிர் பார்க்காம நேர்ல சந்திச்சதே இல்லை. அதில ரெண்டு பேருக்குமே நம்பிக்கை இருக்கான்னு சந்தேகம். ஆனா சமீபத்தில் என்னுடைய 'நிலை'ன்னு ஒரு சிறுகதையைப் படிச்சதும் பாராட்டி 'உங்களைச் சந்திச்சு நிறையப் பேச ஆவலாயிருக்கு'ன்னு எழுதியிருந்தார். பாங்க் விஷயமா பெங்களூர் வர வேண்டியிருந்தது. சரி, பார்த்துட்டுப் போகலாம்னு வந்தேன். இத்தனை கூட்டமா இருக்கும்னு தெரிஞ்சிருந்தா வந்திருக்கவே மாட்டேன்.'

சார் நீங்க?'

'என் பேர் இரா முருகன், இவரை நான் சந்திச்சதும் இல்லை. கடிதப்போக்குவரத்தும் கிடையாது. கணையாழியில் நான் எழுதின புதுக்கவிதைகளைப் படிச்சாராம். ஒரு கிராமத்துப் பெண்ணின் தலைப்பிரசவம்ங்கிற கவிதையைச் சிலாகிச்சு எழுதியிருந்தார். ஒருமுறை பெங்களூருக்கு வரும்போது அவசியம் உங்களைச் சந்திக்க விரும்பறேன்னு எழுதியிருந்தார். அவகாசம் ஏற்பட்டுச்சு!'

'சார் உங்களைப் பார்த்தா....?'

'தமிளு தெலிய லேதண்டி!'

'பரவாயில்லை! தெலுங்கிலேயே சொல்லுங்கோ!'

'நா பேரு ராஸு. நேனு ஆயினி குஸிந்திலேது (தொடர்ந்து தெலுங்கில்) வருஷங்களுக்கு முன்னால் இவர் விசாகப்பட்டினம் வந்திருக்கார். மலைப்பாதையில் ஜீப்பில் போகிறபோது பர்ஸ் பாண்ட் பாக்கெட்டிலிருந்து வழுக்கி சாலையில் விழுந்திருக் கிறது, நான் அங்கே ஒரு கிராம அதிகாரியாக இருந்தேன். சாலையில் நடந்து வரும்போது பர்ஸைப் பார்த்தேன். பணம், இவருடைய சர்க்கார் பாஸ், போட்டோ மனைவி போட்டோ எல்லாம் இருந்தது. இவருடைய போட்டோ முகத்தில் லேசாகப் பரிதாபம் இருந்தது. அதில் இருந்த விலாசத்துக்கு 'சாலையில் உங்கள் பர்ஸைக் கண்டெடுத்தேன்!' அதில் கீழ்கண்ட பொருள் கள் இருந்தன என்று கடைசி நயாபைசா வரை பட்டியலிட்டு பதிவுத் தபாலில் கடிதத்துடன் எல்லாவற்றையும் அனுப்பி வைத்தேன். டில்லி குடியரசு தினத்துக்கு என்னை வரவேற்று

எழுதியிருந்தார். என்னால் போக முடியவில்லை. இப்போது பெங்களூரில் இருக்கிறேன் விருந்தாளியாக வாருங்களேன் என்று எழுதியிருந்தார். உறவுக்காரங்களைப் பார்க்க வந்தேன், இவரையும் பார்த்துவிட்டுப் போகலாம் என்று'

'பர்ஸில் பணம் நிறைய இருந்ததா?'

'ஆம்!'

'சார், உங்களுக்குத் தமிழ் வருமா?'

'நான் தமிழ்தான். என் பேர் ஜோஸப் சின்னப்பா. புனித சூசையப்பர் கல்லூரியில் ஆங்கில விரிவுரையாளராக இருந்து ஓய்வு பெற்றவன். பி.எஸ்.ஸி.படிக்கும்போது இவனுக்கு ஆங்கிலப்பாடம் எடுத்தேன் என்று எழுதியிருந்தான். நான் சொல்லிக் கொடுத்ததில்தான் முதன் முதலாக இவனுக்கு நவீன சிறுகதை இலக்கியத்தில் ஆர்வமே ஏற்பட்டதாம். யாருக்கு ஞாபகம் இருக்கிறது? நூற்றுக்கணக்கான மாணவர்களில் எங்கே ஒரு மூலையில் உட்கார்ந்திருக்கிறான். எனக்கும் வயசாகி விட்ட தல்லவா?'

'மே ஐ நோ யுர் நேம் ஸார்!'

'ஐ'டாக்டர் கோஷ் (தொடர்ந்து ஆங்கிலத்தில்) ரங்கராஜனை எனக்கு டில்லியில் தெரியும். கரோல்பாகில் இருந்தபோது குடும்ப டாக்டர். மாதக்கணக்கில் டூர்போய் விடுவான். மனைவி யும் குழந்தைகளையும் விட்டுவிட்டு ஒருமுறை இரண்டு குழந்தைகளுக்கும் கடும் ஜுரம் வந்து அந்தப் பெண் தவித்த போது வைத்தியம் பார்த்துக் குணப்படுத்தியதை இன்னும் ஞாபகம் வைத்துக்கொண்டிருக்கிறேன். பெங்களூருக்கு வெக்கேஷனுக்கு வந்தேன். பார்த்து ரொம்ப வருஷங்களாச்சு. இப்போது எப்படி இருக்கிறானோ தெரியவில்லை. அப்போது பயந்த சுபாவம்!'

'சார், உங்களுக்குத் தமிழ் வருமா?'

'ஏன் வராம? நான் தமிழ்தான் சுவாமி. எனக்கு ஸ்ரீரங்கம், எம்பேர் கேவி. சின்ன வயசில இவன் க்ளாஸ்மேட்டு. என்னை வெச்சு மூணு கதை எழுதிப்பிட்டான். நான் பொணம் தூக்கினதை எழுதலை. அது ஒண்டிதான் பாக்கி! எல்லாரும் வந்து கேக்கறா. கேவி உன்னைப்பத்தி கதை வந்திருக்குடான்னு. ரங்கி போய்

பிரபல எழுத்தாளனான்னு ஆச்சரியமாத்தான் இருக்கு. டாக்டர் சொன்ன மாதிரி ரொம்ப டிமிட் ஒல்லிப்பிச்சான். வேற யாருமே இல்லைன்னா போனாப் போறதுன்னு கிரிக்கெட்ல சேர்த்துண்டு லாங் ஸ்டாப்பா விக்கெட் கீப்பர்க்கு பின்னால் நிக்க வைப்போம். பம்பரத்தில் தலையாறி விளையாடினா இவன் பம்பரம் சொறி புடிச்சாப்பல குத்துப்படும். குச்சிப்ளேயில் அம்மா மண்டபத்தில இருந்து நொண்ட வைப்போம். இவன் தான் பெரிய எழுத்தாளனாம்! போட்டோவெல்லம் பேப்பர்ல வரதாம்! ஆச்சரியம்தான் சுவாமி!'

'சார்! நீங்க ரொம்ப சைலண்டா இருக்கீங்களே?'

'என் பேர் பல்ராம். ஜோசப் சின்னப்பா சொன்னார். ஒரு வகையில் ரங்கராஜனைத் திசை திருப்பினதா, மற்றொரு வகையில இவனைத் திசை திருப்பிவிட்டது நான் தான்னு இவன் எனக்கு எழுதியிருந்தான். எலெக்ட்ரானிக்ஸ் படிச்சுட்டு ஏரோட்ரம்ல அதுக்கு சம்பந்தமே இல்லாத வேலையில் இருந்தான். நான் அப்ப மீனம்பாக்கத்தில் டெக்னிக்கல் ஆபீசரா இருந்தேன். ஹிந்துவில் இன்ஜினீயரிங் சர்விஸஸ் யு.பி.எஸ்.ஸி. பரீட்சை புதுசா எலெக்ட்ரானிக்ஸில் நடத்தப் போறதா விளரம்பரம் வந்திருந்தது. நான் தான் இவனுக்கு போன் பண்ணி, சும்மா டயம் வேஸ்ட் பண்ணிட்டிருக்கியே. இந்தப் பரீட்சை எழுதிப் பாரேன்னு சொன்னேன். நான் சொல்லாட்டா அந்த விளம்பரத்தைப் பார்த்திருக்கவே மாட்டான். க்ராஸ்வோர்டு போட்டிண்டிருந்தான். அந்தப் பரீட்சை எழுதி பாஸ் பண்ணி டெக்னிக்கல் ஆபீஸரா வேலை கிடைச்சு அதனால் ஒரு திருப்பம் ஏற்பட்டு மறுபடி எலெக்ட்ரானிக்ஸுக்கு வந்து இப்ப கம்ப்யூட்டருக்கு போய்ட்டான்.'

'அம்மா! பார்த்து! ... நீங்க?'

'எம்பேர் ஜானகி. கணக்கில சீனிவாசராமானுஜம்னு கேள்விப் பட்டிருப்பேளே! அவர் ஆம்படையா நானு. சர்க்கார்ல மானியம் தரா ஏதோ வயசாயிடுத்து...'

'இவரை எப்படித் தெரியும் உங்களுக்கு?'

'இவன் குழந்தையா இருக்கறப்ப திருவல்லிக்கேணியில குளத்தங்கரைத் தெருவுல இவ அம்மா கண்ணம்மா ரெண்டு குழந்தைகளை வெச்சுண்டு தவிச்சுண்டு இருந்தா. இவனைத்

தூக்கிண்டு வந்துடுவேன். எப்பப் பார்த்தாலும் என்கூடத்தான் இருக்கும். குழந்தை நீளமா பாச்சைக் குஞ்சாட்டம் கண்ல உசுரை வெச்சுண்டு இருக்கும். இது போயி...'

'சார் நீங்க?'

'நான் தான் சார் சுஜாதா!'

'ஓ மன்னிக்கணும். லைட் வேற மங்கலா இருக்கா. போட்டோ வில் பார்த்த மாதிரி நேரில் நீங்க இல்லையா...?'

உங்களை எல்லாம் சந்திச்சதுல எனக்கு ரொம்ப சந்தோஷம். பத்தாவதா எஸ்.ஏ.பி.யைக் கூப்பிட்டிருந்தேன். அவர் வரலை. உங்ககிட்ட நான் பேச வேண்டியது நிறையவே இருக்கு. நீங்க எல்லாருமே ஒரு விதத்தில... ஒரு விதத்துல எப்படிச் சொல்றது அது வந்து... தடுமாற்றம் அவஸ்தையான மௌனம்.

'பேசறதைவிட எழுதிடறது சுலபம்னு தோன்றது.'

நனைச்சுவை விமர்சனம்

1. மழைக்கால ஜோக்ஸ்

சிரிக்க வைப்பதைப் போல சீரியஸான பிஸினஸ் வேறு கிடையாது. சிரிப்பு எழுத்தாளர்களுக்கு பால்ய நரை ஏற்பட வில்லையென்றால் இருக்கிற மயிரெல்லாம் உதிர்ந்து போயிருக்கும். அடிக்கடி நகத்தைக் கடிப்பார்கள். சின்னச் சின்ன சப்தங்களுக்கெல்லாம் திடுக்கிடுவார்கள். அவர்கள் மனைவிமார் கள் பயந்த முகமாக வருஷத்துக்கு இரண்டு முறைதான் சிரிப்பார்கள்.

என்னைக் கேட்டால் எழுத்தில் மிகக் கஷ்டம் நகைச்சுவை என்று ஸ்டாம்புப் பத்திரத்தில் எழுதிக் கையெழுத்துப் போட்டுக் கொடுப்பேன். பத்திரிகை ஆசிரியர்கள் நகைச்சுவை எழுதச் சொன்னால் உடனே 'லொக் லொக்' என்று இருமிவிட்டு, 'டாக்டர்! இப்பவோ அப்பவோ என்று சொல்லியிருக்கிறார்' என்று ஸ்தலத்தை விட்டு விலகி விடுவேன். தெரியாமல் மாட்டிக் கொண்டு விட்டால் எக்கி முக்கி நகைச்சுவை கட்டுரை எழுதி விட்டு அதைத் திருப்பிப் படிக்கும்போது கொஞ்சம் கொஞ்சம் 'நல்லதங்காள் கதை' மாதிரி இருந்தாலும் அவ்வப்போது கொஞ்சம் முயற்சி பண்ணி 'ஹங் ஹங்' என்று தோளைக் குலுக்கிப் பார்த்தால் சிரிப்பு வந்தாலும் மனைவியிடமோ

மானிடமோ படித்துக் காட்டும்போது அதன் நிஜ ரூபம் தெரிந்துபோய் மயான அமைதி நிலவும்.

தமிழ் இலக்கியத்தில் தற்போது நகைச்சுவை எழுதிவரும் ஜ.ரா.சுந்தரேசன், 'கடுகு' போன்றவர்களிடம் கேட்டுப் பார்த்ததில் 'பச்! நாய்ப் பிழைப்பு சார்! இதுக்கு பதிலா 'பியர்ஸ்' ஏஜென்ஸி எடுத்திருக்கலாம்' என்கிறார்கள். கல்கி, தேவன், எஸ்.வி.வி.போன்றவர்களுக்குப் பின் அந்தக் கால கட்டத்துக்குப் பிரதிநிதியாக நாடோடி, சாவி போன்றவர்கள் இருக்கிறார்கள். சாவி ஜப்பானில் இருக்கிறார். நாடோடி நகைச்சுவையை அறவே புறக்கணித்துவிட்டு, 'வெட்கத்தை விட்டுச் சொல் கிறோம்' போன்ற புத்தகங்கள் எழுதி வருகிறார்.

நாடகச் சிரிப்பு வேறு ஜாதி. மோகன், சேகர் போன்றவர்கள் இதில் விற்பன்னர்கள். அவர்களுக்கு மேடைச் சிரிப்பின் மனோதத்துவம் தெரியும். ஒரு மாதிரி நாய்க்குட்டியை பிஸ்கட் போட்டுப் பழக்கிவிடுவார்கள். அதன் பின் 'இன்றைக்கு வியாழக்கிழமை' என்று சொன்னால்கூட வெடித்துச் சிரிக்கக் கூடிய தயார் நிலைக்கு உங்களைக் கொண்டு வந்துவிடுவார் கள். இந்த ரக முறை தெரியாத ஜூனியர் ஜோக்காளர்கள் ஆடியன்ஸில் தத்தம் ஆட்களை விதைத்து கோலி சோடா உடைத்தாற்போல் அவ்வப்போது சிரிக்கச் சொல்ல வேண்டும். (அவர்களுக்கு ஒரு லாட்டரி டிக்கெட்டும் ஒரு காபியும் கொடுத்தால் போதுமானது).

நம் நாட்டு டி.வியில் நகைச்சுவை தடை செய்யப்பட்டிருக்கிறது. அமெரிக்காவில் செயற்கைச் சிரிப்புக்கு எல்லா தினுசிலும் டேப் வைத்திருக்கிறார்கள். அவ்வப்போது அதைப் பயன்படுத்துவதில் நாமும் ஏமாந்துபோய் இத்தனைபேர் சிரிக்கிறார்கள். நாமும் சிரித்து வைப்பாமே என்று புரிகிறதோ, புரியாதோ, சிரிப்போம். நம் நாட்டு டி.வி.யில் இப்போதுதான் இந்தப் பழக்கம் வந்துள்ளது. (யே ஜோ ஹை ஜிந்தகி) இரண்டாவத சானல் வந்ததும் இந்தப் பழக்கம் தீவிரமாகப் பரவும்.

உன்னிப்பாகக் கவனித்தால் ஒரு நல்ல ஜோக்குக்கு நாம் சிரிப்பது ஒருவிதமான திடீர் கண்டுபிடிப்பால், ஒரு அதிர்ச்சியால்தான்.

விமர்சனங்கள்

நகைச்சுவை விமர்சனம்

2. சிரிக்காமல் படியுங்கள் பார்க்கலாம்

நகைச்சுவை என்பதே நம்முள் இருக்கும் மூர்க்கத்தனங்களுக்கு மறைமுகமான வடிகால் என்கிறார்கள் மனோதத்துவர்கள். படிக்கக் கூடாத ஜோக்குகளை ஃப்ராய்டு 'வார்த்தைகளால் கற்பழிப்பு' என்றார். கவலைப்பட வேண்டாம். ஜோக்குகளில் துல்லியமான சந்தோஷ அனுபவமும் உண்டு பார்க்கலாம்.

ஜோக்குகளைப் பலவகைப்படுத்தலாம். ஆங்கில தமிழ் குழப்பத்தால் வரும் ஹாஸ்யங்கள் ஏராளம். ஆசிரியர் சாவி அவர்களிடம் ஒருதடவை ஒரு ஆசாமி அணிந்திருந்த மேல் வேஷ்டியைப் பற்றிச் சொன்னபோது 'ஃபீமேல் வேஷ்டின்னு ஏதாவது இருக்கா என்ன?' என்றார். இந்த ரீதியில்.

அவன்: 'நகைபோடாம இருக்கிறதே மேல்.'

அவள்: 'நகை போட்டுக்கறது ஃபீமேல்' இத்யாதி.

என் உறவினர் வரதராஜன் இதில் விற்பன்னர். கல்யாணங்களில் சந்திக்கும்போது சரம் சரமாகச் சொல்லுவார்.

'பஸ் ஸ்டாண்டில்...பஸ்ஸு கிஸ்ஸு கிடைக்குமா சார்?'

'சார்! பஸ்ஸு வேணா கிடைக்கும். கிஸ்ஸு அந்தம்மா தர மாட்டாங்கன்னு தோணுது.'

ஹோட்டலில், 'ஏம்பா சட்னி கிட்னி உண்டா?'

சர்வர் 'சட்னி இருக்கு சார். கிட்னிக்கு அடுத்தாப்பல மிலிட்டரி ஹோட்டலுக்குப் போயிருங்க.' வாசகர்கள் தொடர்ந்து அனுப்பலாம். உடல் அமைப்பின் குறைகளை ஜோக்குகளாக மாற்றுவது சற்று தரக்குறைவுதான். இருந்தும் மருந்துக் கடையில் ஒரு வழுக்கையாளர் 'சார் வழுக்கைக்கு உங்ககிட்ட ஏதாவது இருக்கா?'

அவர் 'இருக்கு. எங்கள் அனுதாபங்கள்!'

நீதிபதி வரிசையாக நிற்கும் மூவரில் முதல் முதல் சாட்சியை நோக்கி 'உம் பேர் என்ன?'

இரண்டாவது சாட்சி 'கந்தசாமிங்க.'

நீதிபதி கோபத்துடன் 'உன்னை யார்டா கேட்டா? நீ ஏன் குறுக்கே பேசறே?'

மூன்றாவது சாட்சி, 'அய்யா! நான் பேசவே இல்லீங்களே!'

(நீதிபதிக்கு மாறுகண் என்று சொல்ல வேண்டியதில்லை).

ஸிக் ஜோக்குகள் என்று கொஞ்சம் அதிரவைக்கும் வகை உண்டு. ஒரு உதாரணம்:

புதுமணப் பெண்ணைக் குதிரைமேல் ஏற்றிக்கொண்டு சாலை வழி நடந்து சென்றான் கணவன். நடுவே குதிரை ஒருமுறை தடுக்கி அவள் விழ இருந்தாள். கணவன் குதிரையிடம் 'முதல் தடவை' என்றான். கொஞ்ச தூரம் நடந்தபின் குதிரை மூன்றாம் முறை தடுக்க, கணவன் மனைவியை இறங்கச் சொல்லிவிட்டு, தன் துப்பாக்கியை எடுத்துக் குதிரையைச் சுட்டுவிட்டான். இதைப்பார்த்து அதிர்ந்த போன மனைவி, 'என்னங்க இது? கிராதகத்தனமா நடந்துகிட்டீங்க!' என்றாள். கணவன் 'முதல் தடவை!' என்றான்.

மிருகங்களைப் பற்றியும் ஏராளமான ஜோக்குகள் உண்டு.

தன் குதிரை மேல் மிகுந்த சுமை ஏற்றிக்கொண்டு ஒரு மனிதன் நடந்து சென்று கொண்டிருந்தான். கூட அவன் நாயும் வந்தது.

ஒரு மைல் சென்றதும் குதிரை பாரம் தாங்காமல் முட்டிக்கால் தட்டிப் படுத்துக் கொண்டுவிட்டது.

'இனி என்னால் ஒரு அடி கூட எடுத்து வைக்க முடியாது. சுமை தாங்கவில்லை' என்றது குதிரை.மனிதன் இதைக் கேட்டு, 'என்ன ஆச்சரியம்! குதிரை பேசுவதாவது! இதுவரை குதிரை பேசி நான் கேட்டதேஇல்லை' என்றான்.

'நான்கூட!' என்றது நாய், மிருகங்கள் பேசினால் மேற்கொண்டு நிறைய ஜோக்குகள் வருகின்றது.

ஒரு பண்ணை அதில் புதுசாக ஒரு பொலி காளை வந்திருந்தது. பண்ணை மிருகங்கள் ஒவ்வொன்றையும் போய் நட்புடன் விசாரித்தது.

'நீ யார்?'

'கோழி'

'இங்கே உன் வேலை என்ன?'

'முட்டை இடுகிறேன். குஞ்சு பொரிப்பேன்.'

'நீங்க யாரும்மா?'

'பசு'

'நீங்க என்ன செய்வீங்க?'

'பால் கொடுக்கிறேன்.'

அருகே இருந்த வரிக்குதிரை இதையெல்லாம் கவனித்துக் கொண்டிருந்தது. காளைக்கு அருகில் வந்து 'மிஸ்டர்! எங்க எல்லாரையும் விசாரிக்கறியே? நீ யாரு?' என்றது.

'நான் பொலி காளை'

'நீ என்ன செய்வே?'

காளை புஸ் என்று ஒரு பெருமூச்சு விட்டு 'என்ன செய்வேனா? உன் பைஜாமாவைக் கழட்டு காட்டுகிறேன்!'

சிறுவர்களும் வரலாம். அவர்கள் ஒன்றும் அறியாதவர்கள் இல்லை என்றுதான் தோன்றுகிறது.

ஏழு வயது ராமு அப்பாவிடம் வந்து, 'அப்பா, அப்பா! நான் பக்கத்தாத்து எச்சுமியைக் கல்யாணம் பண்ணிக்கட்டுமாப்பா!' என்றான். அப்பா புன்னகையுடன் 'பண்ணிக்கலாண்டா கண்ணா! உங்கிட்ட காசு இல்லையே. என்ன பண்ணுவே?' என்றார்.

'அவகிட்ட பத்து பைசா இருக்குப்பா!' என்றான் ராமு அகல விழி களுடன். அப்பா சீரியஸாக முகத்தை வைத்துக்கொண்டு (உள்ளுக்குள் அவன் குழந்தைத்தனத்தை ரசித்து) 'பத்து பைசா கல்யாணத்துக்குப் போதும். ஆனா குழந்தை குட்டின்னு வந்தப்புறம் என்னடா பண்ணுவீங்க?' என்றார். ராமு, 'நல்ல வேளை, நாங்க அதுவரைக்கும் இன்னும் போய்டலைப்பா!' என்றான். குழந்தைகள்.

காதலர்களுக்கு வரலாம். அவள் அவனை நேசித்தாள். ஆனால், அவன் கண் பார்வை சற்று மந்தமானது. அதனால் அவள் அவனை மணக்கத் தயங்கினாள். எனவே காதலன் ஒரு ஏற்பாடு செய்தான். வழக்கமாக அவர்கள் சந்திக்கும் பார்க் பெஞ்சிலிருந்து சற்று தூரத்தில் ஒரு மரப்பொந்தில் ஒரு குண்டூசியை முன்கூட்டியே ஒளித்துவைத்தான். அவளை அங்கே சந்தித்துப் பேசிக் கொண்டிருக்கும் போது, 'எனக்கு என்னவோ கண் பார்வை சரியில்லைங்கறியே, அதோ பார் மரம். அந்த மரத்தில் பொந்துக்குள் இருக்கிற ஒரு குண்டூசி எனக்குத் தெரியறது' என்றான். அவள் ஆச்சரியப்பட்டு, 'அப்படியா, ஆச்சரியமா இருக்கே! எங்கே, போய் அதை எடுத்துக்கிட்டு வாங்க' என்றாள். காதலன் நேராக அதை நோக்கி நடக்கும் போது நடுவேபடுத்திருந்த பசுமாடு தடுக்கி விழுந்துவிட்டான்!

மற்றொரு பெண். இவள் ராஜகுமாரி! ரொம்பப் பிடிவாதம். செல்லமாக வளர்ந்தவள். இவளுக்கு ஒரு வினோத சுயம்வரம் வைத்தார்கள். எந்த ஆண்மகன் ராஜகுமாரிக்கு மிகவும் பிடித்த மான பரிசுப் பொருளைக் கொண்டு வருகிறானோ அவனை அவள் மணப்பாள். ஆனால் ஒரு நிபந்தனை. பரிசுப் பொருள் பிடிக்கவில்லை என்றால் அவள் தரும் தண்டனையை அந்த ஆண்மகன் ஏற்க வேண்டும்.

சுயம்வர தினம் வந்தது. வரிசை வரிசையாக ராஜகுமாரர்கள், ஆண்கள், குடிமகன்கள்... பலப்பல பரிசுப் பொருள்கள். ஒன்றும் அவளுக்குப் பிடிக்கவில்லை. எல்லோருக்கும் வினோதமான தண்டனைகள். ஒரு ஏழைக் குடிமகனின் முறை வந்தது. அவன்

கொண்டு வந்த பரிசுப் பொருள் ஒரே ஒரு பழம். வாழைப்பழம். 'ராஜகுமாரி நான் பரம ஏழை! என்னால் கொண்டு வரமுடிந்தது இந்த மிக இனிப்பான ஒரு வாழைப்பழம்தான்' என்றான். ராஜகுமாரிக்கு அதைப் பார்த்துக் கோபம் வந்துவிட்டது. 'என்ன அவமானம்! ஒரே ஒரு பழமா? என்ன தைரியம் இவனுக்கு? யாரங்கே இந்தப் பழத்தை வாங்கி உரிக்காமல் இவனுக்குள் செலுத்திவிடுங்கள், பின்புறத் துவாரத்தின் வழியாக!' என்று தண்டனை கொடுத்துவிட்டாள்.

தண்டனை நிறைவேற்றப்படும்போது அந்த ஏழை சிரித்தானாம். 'ஏன்யா சிரிக்கிறே' என்று கேட்டானாம் அந்த யாரங்கே.

'எனக்கு அப்புறம் ஒருத்தன் பலாப்பழம் கொண்டு வந்துட்டிருக்கான்.'

நீங்கள் என்னை அடிக்க வருவதற்குள் விடை பெறுகிறேன்.

விமர்சனங்கள்

கவிதை விமர்சனம்

1. சராசரி மனிதனுக்கு மரபுக் கவிஞனின் உபதேசம்

(பதினாறு சீர்க் கழிநெடிலடி ஆசிரிய விருத்தம்)

காலையிலே எழுந்திருந்தால் செய்தித் தாளில்
கற்பழிப்புச் செய்திகளைப் படிக்க வேண்டாம்
காப்பித்தூள் கடன்வாங்கும் மனைவி கண்ணில்
காத்திருக்கும் நீர்த்துளியை மதிக்க வேண்டாம்
வேலைக்காய் அலுவலகம் செல்லும்போது
வீதிகளில் நரகல்லை மிதிக்க வேண்டாம்
வேறெங்கோ பார்த்திருக்க லாரி மோதி
வீண்மரணம் அடைந்தவர்க்குத் துடிக்க வேண்டாம்.
மாலைவரை ஓட்டும் உத்யோகத்தில்
மனச்சாட்சி துளிக்கூட கலக்க வேண்டாம்
மறுபடியும் மனைவியிடம் திரும்பி வந்து
மாறுதலாய் மல்லிகைப்பூக் கொடுக்க வேண்டாம்
சீலைதனை ராத்திரியில் உருவி விட்டு
செயல்படும்போ துணர்ச்சிகளைத் தடுக்க வேண்டாம்
சிறிதளவால் இப்படியே தினமும் சாகும்
சின்னதொரு உரிமைதனை இழக்க வேண்டாம்.

விமர்சனங்கள்

கவிதை விமர்சனம்

2. புதிய கவிதைகள்

லைட்-ஹெவி விவகாரத்தைப் பற்றி நான் ஏதோ லைட்டாக எழுதப்போய் இத்தனை கோபக் கடிதங்களா? கணையாழி வாசகர்களும் சுஜாதாவைத் தாக்குவதற்கென்று திறந்த பேனா வுடன் காத்திருப்பதில் எனக்கு சந்தோஷமே! I provide an easy target.

அசோமித்திரன் வெகுஜனக் கோபத்தைப் பற்றி அயோமயமாக எழுதியிருந்தது ஒரு நாள் எனக்குப் புரிந்துவிடும் என எண்ணு கிறேன்.

முந்தாநாள் ஜலஹள்ளி விமானப்படைப் பயிற்சிப் பள்ளியி லிருந்து வந்த வெற்றிச் செல்வன் (இயற்பெயர் ரகுபதி) என்னைச் சந்திக்க வந்திருந்தார். ஒரு நோட்டுப் புத்தகத்தில் அழகான கையெழுத்தில் பத்துப் பன்னிரண்டு கவிதைகளை எனக்குக் காட்டினார். வழக்கம் போல பூ, பஸ் நிலையத்தில் பார்த்த பிச்சைக்காரன், என்னடி இவளே அலைக்கழிக்கிறாய், மரபுக் கவிஞர்களுக்கு எச்சரிக்கை...இவைகளுக்கு நடுவில் பளிச் சென்று ஒரு கவிதை. பயிற்சிப் பள்ளியில் காலை எழுவதிலிருந்து இரவு படுக்கப் போகும் வரை மனத்திலும், வெளியிலும் நிகழ்

வதை இருபது வரிகளில் எழுதியிருந்தார். P.T.க்காக ஓடும்போது கவிதையும் கூட ஓடும். பதில் எழுதப்படாத கடிதங்கள். சாயங்கால அலங்காரங்கள், கல்யாண ஆசை, ராத்திரி திரும்ப பாரக்ஸில் வந்து படுத்த 'ஜன்னலுக்கு வெளியே வாந்தி சப்தம்' எல்லாவற்றையும் சொல்லியிருந்தார்.

'இது ஒண்டித்தான் கவிதைங்க' என்றேன்.

சமாதானமாகாமல் நோட்டை வாங்கிக்கொண்டு போய் விட்டார்.

ஒருநாள் அவருக்குப் புரிந்துவிடும் என எண்ணுகிறேன்.

விமர்சனங்கள்

விளையாட்டு விமர்சனம்

1. கிட்டத்தில் கிரிக்கெட்டர்கள்

பெங்களூரில் ஒரு நாள் கிரிக்கெட் ஆட வந்திருந்த இந்திய கிரிக்கெட் அணியினரை ஒரு விருந்தில் சந்திக்கும் சந்தர்ப்பம் ஏற்பட்டது. ஷங்கர் ரமணி (டல்லஸ் தமிழர்; சொந்தமாக ஜெட் விமானம் வைத்திருக்கும் பெருமைப்பட்டுக் கொள்ளாத சமகாலப் புரவலர்) அவருடைய கோரமங்களா பங்களாவில் கோலாகல விருந்து. கபில்தேவ் (ரமணிக்கு ரொம்ப தோஸ்த்) தொட்டுக் கொள்ள ஒரு பெண்ணையும் கூட்டி வந்திருந்தார். எப்போதும் கபிலை விட்டு பார்வையை விலக்காத அந்தப் பெண் தமிழ்ப் பெண் என்று தெரிந்துகொள்ள மூன்று மணி நேரம் ஆயிற்று. பேசினால்தானே! (பேர் பிருந்தாவாம், ஜோதி நிவாஸாம். சிங்கப்பூராம், பூர்வீகம் தஞ்சாவூராம்!)

கபில் இப்போதெல்லாம் இங்கிலீஷ் இலக்கண சுத்தமாக பேசுகிறார். உடம்பை ட்ரிம்மாக வைத்திருக்கிறார். சற்றே பூனைக் கண்கள் மாநிறம். ரவிக்கை போன்ற கால் கை சட்டை. கிரிக்கெட்டர்கள் யாவரும் பனியன் போடுவதில்லை. எல்லாரும் தங்கச் சங்கிலி டாலர்? ரமணி தயாரிக்கும் படத்தில் ஒரு 'எட்டிப் பார்க்கும்' ரோலில் நடிப்பதாகக் கபில் ஒப்புக்கொண்டார். (கதை வசனம் சுஜாதா)

வெங்சர்கார் மூக்கும் முழியுமாக நன்றாக இருக்கிறார். அமர்நாத்தின் மெட்ராஸ் டெஸ்ட்டில் 95'ல் அடிக்க முயன்ற சிக்ஸரை நியாயப்படுத்தினார். அது மட்டும் வட்டத்துக்கு வெளியே போயிருந்தால் அமர்நாத்தைச் சிலாகித்திருப்பீர்கள் அல்லவா?

அஜாருதீன் முதல் இன்னிங்ஸில் அவுட் ஆனது தன்னுடைய கவனக் குறைவால்தான் என்கிறார். இரண்டாவதில் அவுட்டே இல்லை என்று சந்தேகப்படுகிறார். மட்டையில் படவே இல்லையாம். அட்டையிலாம்.

சேத்தன்சர்மா திடீர் என்று இந்தியில் கவிதை எழுதப் போகிறவர் போல் தோன்றினார். விசுவநாத்தும் அவ்வண்ணமே. (விசுவநாத் இளைத்திருக்கிறார்). சிவராம கிருஷ்ணன் கழுத்தில் ஏதேதோ மாலையுடன் மவுனமாகக் கால்வாசி புன்னகைத்துக் கொண்டிருந்தார்.

பொதுவாக அணியினர் உபத்திரவமில்லாத தம்ஸப், லிம்கா போன்றவைதான். சிகரெட் கூட அதிகமில்லை. காரணம் பிற்பாடுதான் தெரிந்தது. போர்டே (தேர்வுக் குழு) வந்திருந்ததுதான்.

மெட்ராஸ் டெஸ்டை இழந்ததுக்குக் காரணம் சொல்லப்பட்ட (ஸோ கால்ட்) ஆல்ரவுண்டர்கள் என்றார் பிரசன்னா, நம்பர் பதினொன்று வரை பாட்டிங் 'ஆழமாக' இருக்கிறது என்கிறார்கள். பதினொன்று வரை பாட் பண்ணிக் காப்பாற்றுகிற விதி வர வேண்டுமா? பவுலர் என்றால் விக்கெட் எடுக்க வேண்டாமா? 35 ரன் எடுத்தார் என்பதற்காக அவரை உள்ளே சேர்ப்பதா? கீப்பர் நன்றாக பேட் பண்ணி என்ன பிரயோசனம்? அவர் கோட்டை விட்ட விக்கெட் காட்சிகளை மன்னிக்க முடியுமா? நியாயப்படுத்த முடியுமா? பாயிண்ட்!

ஸ்ரீகாந்த், டி.ஏ.சேகர், பரத்ரெட்டி போன்ற சென்னை கிரிக்கெட்டர்கள் அலட்டிக் கொள்ளாமல் உற்சாகமாகத் தமிழில் பேசி ஜோக் அடித்துக் கொண்டிருக்கிறார்கள். ஸ்ரீகாந்த், யஷ்பால் சர்மா மாதிரி நடனம் ஆடிக் கொண்டிருக்கிறார். கபில், யஷ்பாலைப் பற்றி ஆஸ்திரேலியாவில் பிரபலமான ஜோக் ஒன்று சொன்னார். பைனாகுலரில் பார்த்து ரசித்துக்கொண்டிருந்த யஷ்பாலைக் கலாட்டா செய்யும் வகையில் கபிலும், டி.ஈ.சீனிவாசனும் ஒரு

விவாதங்கள் விமர்சனங்கள்

போலீஸை விட்டு, 'சார்! நீங்க செய்வது ஆஸ்திரேலியாவில் குற்றம். We will put you behind the bars!' என்று சொல்லச் சொன்னார்களாம் -

அதற்கு யஷ்பாலின் பதில்: I don't drink.

ஸ்ரீகாந்த்தை யார் என்ன விமர்சித்தாலும் அலட்டிக் கொள்ளாமல், 'அப்படிங்களா? நல்லது. நீங்க சொல்றது ரொம்ப கரெக்ட்! அடுத்த மாட்சிலிருந்து அப்படியே செய்யறேன்' என்று வம்பே இல்லாமல் ஒப்புக்கொண்டு விடுகிறார்.

யாரோ ஒருவர் லேசாக ஆடிக்கொண்டே சேகரிடம் வந்து, 'இந்தியாவிலேயே ஃபாஸ்டஸ்ட் பவுலர் நீங்கதான்' என்று ரகசியம் சொன்னபோது அவர் ஆறரை அடி உயரத்திலிருந்து லேசாகச் சிரித்தார். ஸ்ரீகாந்துக்கும் மொகிந்தருக்கும் ஸ்ரீதேவி யுடன் சினிமாவில் நடிக்கச் சம்மதமாம். ஸ்ரீதேவிதான் இன்னும் சம்மதிக்கவில்லையாம்.

எல்லாருமே நேரில் மிக இயல்பாகப் பழகுகிறார்கள். பொது வாக எல்லோரிடமும் ஒரு நிலையாமை தென்படுகிறது. அடுத்த டெஸ்ட்டில் இருப்போமோ இல்லையோ என்று சீனியர்கள் கூட ஹேஷ்யம் சொல்லவில்லை, குட்டி பிளேயர்கள் பெரிய பிளேயர்களுடன் சேருவதில்லை. இவர்கள் தனிக் கும்பல். அவர்கள் தனிக் கும்பல். கபிலைப் பெண்கள் படு துரத்துத் துரத்து கிறார்களாம். அவர்களுடன் சகஜமாகப் பழகுகிறார். தப்பான எண்ணத்துடன் வந்தால் 'ராக்கி' கட்டிவிடுவார் போலிருக்கிறது. கறுப்பு மாலையும், சூரியனை வணங்குவதும், பந்தை உருட்டு வதும், பின்பாக்கெட்டில் சிவப்புக் கைக்குட்டை என்று செல்ல நம்பிக்கைகள் பலரிடம் உள்ளன.

பார்ட்டிக்கு வராத ஒரே ஒருத்தர். சுனில் மனோஹர் கவாஸ்கர்.

இந்த மோகன் சொன்ன கிசுகிசு: ஆஸ்திரேலியாவுக்குக் காப்டன் யார் தெரியுமா? மொகிந்தராம். சாஸ்திரி உபதலைவராம். சேகருக்கும் ஸ்ரீகாந்துக்கும் சான்ஸ் இருக்கிறதாம்.

விமர்சனங்கள்

விளையாட்டு விமர்சனம்

2. ஸ்ரீகாந்த்

ஸ்ரீகாந்த்தின் ஆட்டத்தைப் பம்பாய், பெங்களூர் டெஸ்ட்டு களில் பார்த்தபோது கவலையாகவும் சந்தோஷமாகவும் இருந்தது. தமிழ்நாட்டைப் பொறுத்தவரை செலக்டர்கள் பாரபட்சம்தான். டி. ஈ. சீனிவாசனை ஆஸ்திரேலியா, நியூசிலாந்துக்கு அழைத்துப்போய் அதிக சந்தர்ப்பம் அளிக்காமலேயே காவு வாங்கிவிட்டார்கள். வெங்கட் கதை எல்லோருக்கும் தெரியும். காப்டனாக நியமிக்கப்பட்டாலும் எப்போதும் பெட்டி, படுக்கை சகிதமாகவே காத்திருந்தார். இப்போது ஸ்ரீகாந்த்.

ஸ்ரீகாந்தின் முதல் டெஸ்ட் இன்னிங்ஸில் சரித்திரம் இல்லை. ரத்தினச் சுருக்கம். உள்ளே வந்தார். திருதிருவென்று விழித்தார். எதையோ வீசினார். பிடிபட்டார். டக்.

இரண்டாவது இன்னிங்ஸில் ஸ்ரீகாந்த் தட்டுத் தடுமாறி 12 ரன் வரை எடுத்துவிட்டார். ஒரு பந்தை அடித்துவிட்டு ரொம்ப வேர்க்கிறதே என்று கிரீஸுக்கு வெளியே சற்று உலாவப் போனார். ஸ்டெம்பை ஒடித்து ரன் அவுட் செய்து வீட்டுக்கு அனுப்பிவிட்டார்கள். டிவி.யில் பட்டோடி, ‘இந்தப் பையன் முதலில் தெரிந்து கொள்ள வேண்டியது: இது டெஸ்ட் மாட்ச்,

ஜுஹு கடற்கரையல்ல!'

முதல் டெஸ்ட்டின் இறுதியில் கவாஸ்கர் அளித்த பேட்டியில்

கேள்வி: ஸ்ரீகாந்த் எப்படி?

கவாஸ்கர்: ஸ்ரீகாந்த் - ஸ்ரீகாந்த். அந்தப் பையனுக்குத் தன்னை நிரூபிப்பதற்கு இன்னும் நான்கு சந்தர்ப்பங்கள் இருக்கின்றன.

கேள்வி: நான்கா?

கவாஸ்கர்: ஆம், தென்மண்டல மாட்ச்சும், அடுத்த டெஸ்ட்டும்.

முதல் டெஸ்ட்டில் ஜெயித்தால் இன்னொரு முறை செய்யப் படும் பரிசோதனை என்று தெளிவாக்கிவிட்டார். புதிதாகச் சந்தர்ப்பம் அளிக்கப்பட்ட ஓர் இளைஞனுக்கு காப்டன் தரும் ஊக்கதத்தைப் பாருங்கள்! பட்டோடி நவாப் தன் பத்திரிகைக் கட்டுரையில் 'ஸ்ரீகாந்த் பாட் செய்யும் போது சற்றுத் தடுமாறிய போதெல்லாம் இந்த முனையில் கவாஸ்கர் கையை உதறிக் கொண்டதும் தலையில் அடித்துக் கொண்டதும் நன்றாக இல்லை. முதல் முறை ஆடும் இளைஞனிடம் அருகில் சென்று பேசித் தைரியம் அளித்திருக்க வேண்டும்!'

பெங்களூர் டெஸ்ட் என்ற சூப்பர் அறுவையில் ஸ்ரீகாந்த் 65 அடித்துத் தன் நிலைமையை அடுத்த டெஸ்ட்டுக்கு பத்திரப்படுத்தி கொண்டுவிட்டார் என்றுதான் நினைக்கிறேன். ஆனால் அந்த 65? சொல்லுகிறேன்! ஸ்ரீகாந்த் இயல்பாகவே ஸ்ட்ரோக் பிளேயர். ஆனால், பிள்ளையார் சுழி போட்ட உடனேயே ஸ்ட்ரோக் ப்ளே என்பது கட்டாயமில்லை. அபாயம்கூட. லெக் ஸ்டெம்புக்கு வெளியே போத்தம் ஒரு பம்பர் போட்டார். ஸ்ரீகாந்த் ஒரு வீசு வீசி அது அகஸ்மாத்தாகப் பட்ட மாத்திரத்தில் பவுண்டரியைக் கடந்தது.

போத்தம் சிரித்துக்கொண்டே ஃபைன் லெக்கில் ஆள் வைத்து அதே பம்பரை மறுபடி போடுகிறார். ஸ்ரீகாந்த் அதே வீசு. இப்போது படாமல் தப்பித்து வி.கீ. கைக்கு போக, பார்க்கிறாரே பெருமூச்சு விடுகிறது! கவாஸ்கர் (பட்டோடி கட்டுரையைப் படித்திருக்க வேண்டும்) அருகில் சென்று காதில் உபதேசிக்கிறார். ஆனால், ஸ்ரீகாந்த் உணர்ந்ததாகத் தோன்றவில்லை.

கிரிக்கெட்டில் மற்றொரு கவர்ச்சிக் கன்னி, ஆஃப் ஸ்டெம்புக்கு லேசாக வெளியே செல்லும் பந்து. போகிற போக்கில் அதை முத்தமிட்டு பார்க்கலாம் என்கிற ஆசையை நீத்த ஓப்பனிங் பாட்ஸ்மேன் ஞானிதான். இந்த வலையில் விழாத ஓ.பா. ஒருவரும் இல்லை என்றே சொல்லலாம். தொட்டால் போச்சு, ஸ்லிப்பில் அதை லபக்கென்று பிடித்துச் சாப்பிட ஒரு பொதுக் கூட்டமே காத்திருக்கும்.

ஸ்ரீகாந்த் இருமுறையும் அவருக்குத்தான் விழுந்திருக்கிறார். இல்லையெனில் ஹுக் ஷாட்டிற்கு.

ஸ்ரீகாந்த் அடித்த 65'ம் ரத்தினம் என்று சொல்ல முடியாது. ஸ்கொயர் கட் அடிக்கிறது. ஸ்லிப்பில் ஜிக்கே என்று எகிறிப் பிய்த்துக் கொண்டு பவுண்டரி போகிறது. ஆஃப் சைடில் அவர் டிஃபென்ஸ் கொஞ்சம் வீக்தான். இருந்தாலும் ஸ்ரீகாந்த் ஒரு புதுக்கவிஞர். ஸ்ரீகாந்தின் சொத்து அவர் இளமையும், கூர்மை யான பார்வையும், தைரியமும் தான். எந்த வேக வீச்சராக இருந்தாலும் தெளிவாகப் பந்தைப் பார்க்க முடிகிறது அவரால். எதிர்த்து அடிக்கத் தயங்குவதே இல்லை. இது ஒரு மிக முக்கிய மானதொன்றுதான். ஆனால், அடிக்கடி பேட்டை நெர்வஸாகக் கழற்றிக் கொண்டு இங்குமங்கும் அலைவதையும் எல்லாப் பந்தையும் தண்டித்தாக வேண்டும் என்கிற கொள்கையையும் அவர் குறைத்துக்கொள்ள வேண்டும். பின்னால் பெரிய ஆட்டக் காரராக வருவார்.

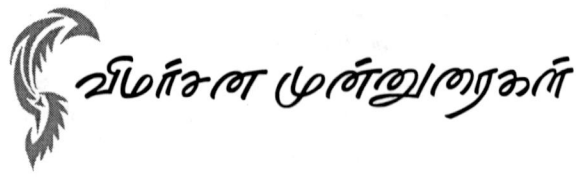

விமர்சன முன்னுரைகள்

சுஜாதாவின் 'பாதி ராஜ்யம்'

சிறுகதைகள்

இந்தத் தொகுதியில் 'பாலம்' என்கிற கதைக்குத் தான் முன்னுரை தேவை என எண்ணுகிறேன். இந்தக் கதை முதலில் வெளிவந்த போது பலர் கோபப்பட்டார்கள். குறிப்பாக கோயமுத்தூரிலிருந்து ஒருவர் நெருக்கமாக ஒரு பல பக்கக் கடிதம் எழுதி அதன் கடைசியில் இந்தக் கதையைப் படித்த பிறகு 'எனக்கு உன்னையே கொல்ல வேண்டும் போலிருக்கிறது வரவா' என்று கேட்டிருந்தார். இந்தக் கதை கொலைத் தத்துவத்தைப் போதிப்பதாக, இளம் மனங்களைக் கெடுப்பதாக சென்னையில் கூட்டங்களில் சொன்னார்களாம். என்னை ஒரு ஹிப்பியாகவோ, ஃபாஸிஸ்ட்டாகவோ சொன்னார்களாம்.

'பாலம்' கதையில் நான் ஆதாரமாகச் சொல்ல வந்தது கொலைத் தத்துவம் போதிப்பவனை அவன் கொண்டிருக்கும் கொள்கையே கொன்றுவிடும் என்பதே. சமூகத்தின் சட்டங்களுக்கும் கட்டுப்பாடுகளுக்கும் தான் மேற்பட்டவன் என்று தன்னை ஒரு உபதேவதையாகக் கொண்டு இஷ்டத்திற்குத் துப்பாக்கி நியாயம் நடத்துபவனை நிச்சயமாக அவன் கொள்கைகளே அழித்து விடுவது சரித்திரம் திரும்பத் திரும்பச் சொல்லும் உண்மை.

இதைத் தான் சொல்ல வந்தேன். இதை அந்த விமர்சகர்கள் தவறவிட்டு விட்டார்கள். இதற்குக் காரணம் என் எழுத்தின் குறையா அல்லது அவர்கள் கவனக்குறைவா என்பதை நீங்கள் படித்தபின் தீர்மானிக்கலாம்.

நவம்பர் 1971

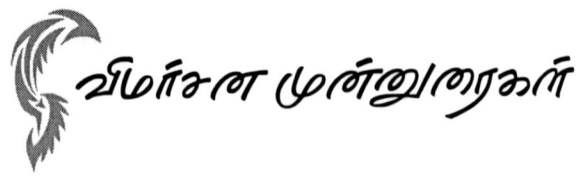

விமர்சன முன்னுரைகள்

சுஜாதாவின் 'சில வித்தியாசங்கள்'

சிறுகதைகள்

இந்தப் புத்தகத்தில் இருக்கும் பதினாறு கதைகளும் நான் சென்ற சுமார் மூன்று வருஷங்களில் பத்திரிகைகளில் எழுதியவை. (குமுதம், தினமணிகதிர், ஆனந்த விகடன், தீபம்) இவைகளை நான் தொகுத்தமைப்பதற்காகத் திரும்பப் படித்தபோது, என் எழுத்து முறையில் இருக்கும் ஒரு பொதுவான அம்சம் உடனே புலப்பட்டது. அது பெரும்பாலும் எல்லாக் கதைகளையும் தன்மை ஒருமையில் எழுதி இருப்பது. அது கதை சொல்லும் எவ்வளவோ முறைகளில் ஒன்று. இந்த முறையில் இருக்கும் கட்டுப்பாடு எனக்குப் பிடிக்கிறது. கதை, சொல்பவனை விட்டு விலக முடியாத நிர்பந்தத்தில் இருக்கும் சவால் என்னைக் கவர் கிறது. மேலும் எழுத்தில் உள்ள துல்லியமான சந்தோஷங்களில் ஒன்றி என்னால் பல வித வடிவங்களை ஏற்க முடிகிறது. என் சொந்த மன விகற்பங்களிலிருந்து விலகி என்னால் என்னை ஏழை குமாஸ்தாவாக ஆக்கிக் கொள்ள முடிகிறது. வீணை வித்வானாக பிரபலத்துக்கு அலைய முடிகிறது. இளம் கணவனை நீந்தத் தெரியாமல் ஆற்றில் மிதக்க வைக்க முடிகிறது. மாந்திரிகத்திற்கு என்னால் கட்டுப்பட முடிகிறது. கனவுகள் எனக்கு நிஜமா கின்றன. நிஜங்கள் கனவுகளாகின்றன. அழகான பெண்களை

ஆச்சரியம் நிறைந்த முனைகளில் சந்திக்க முடிகிறது. போலீஸ் பயமில்லாமல் துப்பாக்கிகள் சுட்டு பேப்பரில் ரத்தம் சிந்த வைக்க முடிகிறது.

நிஜத்தையும் பொய்யையும் எனக்கே உரித்தான பிரத்தியேக ரசாயனத்தில் கலந்து நான் மௌனமாகக் கவனிக்கும் சம்பவங்களையும் நபர்களையும் என் விருப்பத்திற்கு அழைத்து வாசிப்பவர்களையும் உடன் அழைத்துச் செல்லும் இந்த அரை மயக்க உலகில் 'நான் எனும் பொய்யை நடத்துவோன் நானே.'

– *ஒரு மழை நிறைந்த நவம்பர் நாள் 1971*

விமர்சன முன்னுரைகள்

சுஜாதாவின் 'ரயில் புன்னகை'

சிறுகதைகள்

எழுதுகிறவனுக்குக் கவனம் முக்கியம். எல்லோரும் கவனிக்கிறோம். ஆனால் எல்லாவற்றையும் கவனிப்பதில்லை, யோசித்துப் பார்த்தால் கவனிக்க விரும்புவதைத் தான் கவனிக்கிறோம். நம் விருப்பு, வெறுப்புக்கு ஏற்ப, எப்படி? சொல்கிறேன்.

சின்ன வயசில் எங்கள் மாமா வீட்டுக் கல்யாணத்தில் அரியக்குடி ராமானுஜ அய்யங்கார் சங்கீதக் கச்சேரி. அய்யங்கார் ரொம்ப ரசித்து, தோடி பாடிக் கொண்டிருந்தார். என்னை ரகசியமாகக் கூப்பிட்டு, 'டேய் அவர் என்னத்தையோ அப்பப்ப வாயில் போட்டுக்கறாரே, அது என்னன்னு போய்ப் பார்த்துட்டு வா' என்றார். மாமா கவனித்தது தோடியை அல்ல.

இரண்டாவது உதாரணம் 'இலக்கியச் சிந்தனை'யில் 'கதையின் கதை' என்கிற தலைப்பில் தொல்காப்பியத்திலிருந்து துவங்கி மேற்கோள்கள் காட்டி, தீவிரமான ஆராய்ச்சி கட்டுரைபோல எனக்கே திருப்தி தரும்படியாகப் பேசினேன். பேச்சு முடிந்ததும் ஒரு எழுத்தாள அன்பர் என்னை அணுகி, 'உங்க பேச்சைக் கேட்டேன், ஏன் அப்பப்ப மூச்சிரைக்கிறது. உங்களுக்கு ஏதாவது

ஹெல்த் ப்ராப்ளமா?' என்றார். அவர் கவனித்தது பேச்சை அல்ல; மூச்சிரைப்பை மட்டுமே.

மூன்றாவது - அமெரிக்காவில் ஒரு பரிசோதனை. ஒரு ஆளைக் கொலைப்பட்டினி போட்டு ஒரு அழகான சித்திரத்தை அவனிடம் காட்டினார்கள். அவனுக்குச் சித்திரத்தில் ஒரு ஓரத்தில் வரைந்திருந்த திராட்சைப் பழம் மட்டும்தான் கண்ணுக்குத் தெரிந்ததாம்.

எனவே, கவனிப்பது என்பது உடல் நிலையையும், மன நிலையையும் பொறுத்தது. காண்கின்ற எல்லாவற்றையும் கவனிக்க எனக்கு சில வருஷங்கள் ஆயின. கவனித்தது அத்தனையையும் எழுத வேண்டும் என்பதில்லை. எழுதத் தேர்ந்தெடுக்கப்படும் விஷயத்தில் சில பொது அம்சங்கள். முக்கியமாக, மானுடம் வேண்டும்.

என் கண்ணெதிரில் நடந்த சாலை விபத்தில் முதலில் எனக்கு எழுத விஷயம் ஏதும் கிடைக்கவில்லை. எல்லா ஊர்களிலும் தான் போக்குவரத்து, எல்லா ஊர்களிலும் தான் கிழவர்கள். கிழட்டு சைக்கிள்களில் அடிபட்டுச் சாகிறார்கள். ஆனால், இறுதியில் விபத்து நடந்த இடத்தில் இறைந்திருந்த கால் கிலோ அரிசியை ஒரு சிறுவன் ரத்தம் படியாததாகப் பொறுக்கி டிராயர் பைக்குள் திணித்துக் கொண்டபோது எனக்கு அங்கே கதை கிடைத்துவிட்டது.

அதேபோல் ஒரு பெண் கணவனைத் திட்டிக் கொண்டே நடந்து கூலிக்குச் செல்கிறாள். கதையில்லை. எல்லா ஊரிலும், எல்லாக் கணவர்களும் திட்டப்படுகிறார்கள். சட்டென்று கூடவே ஓட்டமும் நடையுமாக வந்து தன் ஆறு வயதுப் பிள்ளையைப் பார்த்து, 'நீயாவது என்னைச் சரியா வெச்சுப்பியாடா?' என்று கேட்டபோது அதைச் சொல்ல வேண்டிய கட்டாயம் ஏற்பட்டு விட்டது.

எனக்கு, சில வருஷங்கள் எழுதின பிறகு கவனிப்பதில் கஷ்டம் எதுவும் ஏற்படவில்லை. ஆனால் எழுதும்போது சொந்த விருப்பு வெறுப்புகளிலிருந்து விடுபடுவதுதான் கஷ்டமாக இருந்தது. இருக்கிறது. 'என்னே சமூகத்தின் கொடுமை' என்று சுட்டிக்காட்டுவதைத் தவிர்ப்பது எத்தனை சிரமம் என்பது எழுதிப் பார்த்தால்தான் தெரியும். வாசகர்கள் புத்திசாலிகள், அவர்களால்

இடைவெளிகளை நிரப்ப முடியும், முகவாயைப் பிடித்து ஸ்பூன் வைத்துப் புகட்ட வேண்டாம். எழுதியதை இடைவெளிவிட்டு படிக்கையில் ஒரு வாசகனின் கோணம் கிடைத்து எத்தனை முறை திரும்ப எழுதினாலும் ஒவ்வொரு முறையும் எழுதியது மெருகேறுகிறது என்பதெல்லாம் இருபத்தொரு வருஷங்களாகக் கற்ற பாடங்கள்.

இந்தப் புத்தகத்தில் உள்ள எட்டுக் கதைகளில் எதிலும் என் ஆதர்ச கதையை எய்திவிடவில்லை. முயற்சிகள் தாம் இவை. இந்த எட்டுக் கதைகளில் நான்கு சென்ற வருஷத்தில் எழுதியவை.

‘கந்தனைக் காணவென்று
கார்த்திகைக்கு வந்தேனடி
உந்தனைக் கண்டேன் இனி
ஊருக்குப் போக மாட்டேன்.

என்று நாட்டுப்புறக் கவிஞனின் கதை சொல்லும் ரத்தினச் சுருக்கத்தைத்தான் முயன்று கொண்டிருக்கிறேன்.

டிசம்பர் 1984

விமர்சன முன்னுரைகள்

சுஜாதாவின் 'சொக்கத் தீவு!'

தொடர்கதை

இந்தக் கதை 'சயின்ஸ் ஃபிக்‌ஷன்' என்கிற ரீதியில் நான் முயன்ற முதல் தொடர்கதை. இதற்குமுன் இரண்டு மூன்று சிறுகதைகள் இந்த வகையில் எழுதி இருக்கிறேன். குறிப்பாக 'ஒருநாள்' (கல்கி, தீபாவளி மலர் 1971).

தப்பான சில அம்சங்களை எதிர்பார்ப்பவர்களுக்கு இந்தக் கதை மிகவும் ஏமாற்றம் தரும். என்னடா இவன் அய்யங்கார், அய்யங்கார், என்கிறான். கம்ப்யூட்டர் என்கிறான். சில பெண்கள் வருகிறார்கள். சாப்பிடுகிறார்கள். திரும்பித் திரும்பி இதேதானா என்று நினைத்தவர்கள் மன்னிக்கவும். கதையின் ஆதாரமான செய்தியைப் புரிந்து கொள்ளவில்லை.

ஆதாரமான செய்தி என்ன இருக்கிறது இதில் என்று கேட்பவர்களுக்கு உபயோகமாகச் சில குறிப்புகள் தரவே இதை எல்லாம் எழுதுகிறேன். இதற்கு முன் சில குற்றச்சாட்டுக்கள்.

இந்தக் கதை தொடர்கதையாக வந்தபோது ஜார்ஜ் ஆர்வெல்லின் '1984' போல இருக்கிறது என்று ஒருவர் எழுதியிருந்தார். மற்றொருவர் ஆல்டஸ் ஹக்ஸிலியின் 'ப்ரேவ் நியூ வால்ட்'

என்றார். பிறிதொரு பெண்மணி ஐராலெவினின் 'திஸ் பர்ஃபெக்ட் டே' என்றார். இவர்கள் எல்லாரும் சொல்கிறபடி நான் காப்பியடிக்க வேண்டுமென்றால் ஒரு லைப்ரரியையே அடித்திருக்க வேண்டும். ஏன் அவர்கள் சொன்ன குற்றச்சாட்டு களில் அர்த்தமில்லையா? பார்க்கலாம்.

நான் மேற்சொன்ன நாவல்களை எல்லாம் படிக்கவே இல்லை என்று சொல்வது சிறுபிள்ளைத்தனம். மேற்சொன்ன புத்தகங் கள், என்ன, நிறைய சயின்ஸ் ஃபிக்‌ஷன் புத்தகங்கள் படித்திருக் கிறேன். என் நண்பர்களுக்கு நான் சில ஆசிரியர்களைச் சிபாரிசு செய்கிறேன்.

Arthur, Clarke, Ray Bradbury, Henry Slesar, Theo dore Sturgeon, Anthony Burgess.

பெரும்பாலும் எல்லா சயின்ஸ் ஃபிக்‌ஷன் முயற்சிகளிலும் சில பொதுவான அம்சங்கள் இருக்கின்றன. அவை:

1. எதிர்காலத்தைப் பற்றி அவை சொல்லும்.
2. இன்றைய சமுதாய அமைப்புக்குப் பதிலாக மாறுதலாக ஒரு புதிய அமைப்பை - ஒருவித Utopia - அவைகளில் சொல்வார்கள்.
3. அந்தப் புதிய அமைப்புக்கு எதிராக ஒருவன் முயற்சி செய்வான்.

'1984' என்கிற நாவல் மிக அதீதமான யுத்தபயத்தின் அடிப்படை யில் பீடிக்கப்பட்ட ஜனங்கள் விழித்துக் கொண்டே வாழும் கெட்ட சொப்பனம் போன்ற வாழ்க்கையைப் பற்றியது. இதில் சரித்திரம் தினம் தினம் மாற்றி எழுதப்படுகிறது. உண்மை என்பது மணிக்கு மணி மாறுகிறது. இந்த அமைப்பை எதிர்த்த ஒருவனின் தோல்வியைப் பற்றியது இந்த நாவல்.

ஹக்ஸ்லியின் 'ஃப்ரேவ் ந்யூவால்ட்' விஞ்ஞான முறைப்படி டெஸ்ட் டியூப்களில் சுத்தமாக நிர்ணயிக்கப்படும் புதிய வர்ணாச்ரம தர்மத்தை பற்றியது. இதையும் ஒருத்தன் எதிர்க்கிறான்.

ஐரா லெவின்னின் 'திஸ் பர்ஃபெக்ட் டே' என்பதில் அகிலம் முழுவதையும் ஒரு ராட்சஸக் கம்ப்யூட்டர் ஆள்கிறது. ஒரே ஒரு பிரதேசத்தில் மட்டும் மக்கள் அகதிகளாகத் தப்பித்துக் கொண்டு

பழைய வாழ்க்கை - அதன் சுக துக்கங்கள் சகிதம் கூட்டமாக, அழுக்காக, சந்தோஷமாக வாழ்கிறார்கள். கதாநாயகன் ஆள் திரட்டிக் கொண்டு கம்ப்யூட்டர் ஆட்சியை எதிர்க்கச் செல்கிறான். அவனுக்கு அங்கே ஒரு ஆச்சரியம் காத்திருக்கிறது. அவன் வந்த அந்த சுதந்திரப் பிரதேசம் கூடக் கம்ப்யூட்டரின் புரோக்கிராம்களின் சாசங்களில் ஒன்று. அவன் தப்பித்துத் திரும்ப வருவது எல்லாமே முன்பே நிர்ணயிக்கப்பட்ட விஷயம்.

இப்போது சொல்லுங்கள். Am I cleared?

ஆனால், நான் படித்த நாவல்களின் பாதிப்பு சொர்க்கத்தீவில் இல்லவே இல்லை என்று சூடம் அணைத்துச் சத்தியம் பண்ணுவதற்கு நான் தயாராக இல்லை. நிச்சயம் இருக்கிறது. ஹக்ஸ்லியின் போகனாவ்ஸ்கி முறையைப் பற்றி ஒரு அத்தியாயத்தில் குறிப்பிட்டிருக்கிறேன். லெவின் ஒரு வயது எல்லைக்குப் பின் மக்கள் கொல்லப்படுவதைத் தன் புத்தகத்தில் சொல்லி இருக்கிறார்.

சொர்க்கத்தீவு ஒரு மானசீகத் தீவு. ஒரு எதிர்காலத்தீவு. என் அபிப்பிராயத்தில் எதிர்காலத்தில் எலெக்ட்ரானிக்ஸ் நம் அந்தரங்க வாழ்க்கையில் மிகவும் குறுக்கிடப் போகிறது. நான் ஒரு எலக்ட்ரானிக்ஸ் இன்ஜினீயர் என்பதனால் இதைச் சொல்லவில்லை. 1948ல் கண்டுபிடிக்கப்பட்டிரான்ஸிஸ்டர் இன்று நம் கிராமங்களில், பட்டி தொட்டிகளில் பரவி இருக்கிறது. சிம்னி விளக்கை அணைத்துவிட்டு குடிசைக்குள் இருட்டில் பக்கத்தில் தேடுபவர்களை நிரோட் உபயோகிக்க பாட்டரி சக்தியில் வற்புறுத்துகிறது. அச்சடித்த வார்த்தைகளை சாசுவத சத்தியங்களாக, தெய்வ வாக்காக நாம் ஏற்றுக் கொள்கிறோம்.

நாளைக்கே செய்தித்தாள், ரேடியோ எல்லாம் சேர்ந்து ஒரு அந்தரங்க சதியாக மூன்றாம் உலக யுத்தம் துவங்கி விட்டது. மேற்கத்திய நாடுகள் போட்டியிட்டுக் கொண்டு அணு ஆயுதங்களை வெடித்து தர்மோ நியூக்ளியர் தாண்டவம் ஆடுகின்றன என்று அறிவித்தால் நாம் நம்பத்தான் போகிறோம். எனவே Communication Media-வைக் கட்டுப்படுத்துபவர்கள் உலகையே கட்டுப்படுத்த முடியும் மற்றொரு முன்னேற்றம் - மருந்துகள்.

இன்று தூங்க வைப்பதற்கு மருந்துகள் இருக்கின்றன. விழித்துக் கொண்டு இருப்பதற்கு, வலியை வெல்லுவதற்கு, கடவுளைக்

காட்டுவதற்கு, இயற்கையை ஏமாற்றி கர்ப்பத்தைத் தடுப்பதற்கு, எத்தனையோ விஷயங்களுக்கு வண்ண வண்ண மாத்திரைகள் இருக்கின்றன. மருந்துகள் மூலம் மனித மனங்களைக் கட்டுப் படுத்தும் நாட்கள் அதிக தூரத்தில் இல்லை.

சொர்க்கத் தீவில் இந்த மாதிரி கட்டுப்படுத்தப்பட்ட ஒரு சமுதாயத்தைப் பற்றித்தான் சொல்ல முயன்றிருக்கிறேன்.

'நூற்றுக்கணக்கான வருஷங்களாக நாம் சேர்த்துவைத்துக் கொண்டிருக்கும் சம்பிரதாயங்களையும் மூட நம்பிக்கைகளை யும் தகர்த்தெறியும் போர், வீடு, நிலம், பணம், துக்கம், அழுகை, என்னுடையது, உன்னுடையது, காதல், காமம், வெறி, சமூக ஜாதி, கதை, கட்டுரை, நிஜம், பொய்... இவை ஒன்றும் இங்கு கிடையாது.'

'இங்கு என்ன இருக்கிறது சொல்லுங்கள்.'

'அமைதி, சந்தோஷம், ஆண், பெண், விஞ்ஞானம், இளமை, மனதில் உடலில் இளமை.'

'இவைகளை ஏன் விட்டு வைத்திருக்கிறீர்கள்?'

'இவைகள்தான் வாழ்க்கையின் ஆதாரமான விஷயங்கள். மனிதனின் ஆதாரத் தேவைகள் என்ன? உணவு, உடை, இடம், இங்கு உணவு எல்லோருக்கும் ஒன்றே. நான் தங்கும் இடமும், சுரங்கத்தின் கடை நிலைத் தொழிலாளி தங்கும் இடமும் ஒரே மாதிரி. நான் உடுத்துவது போலத்தான் எல்லோரும் உடுத்து கிறார்கள்' (அத்தியாயம் எட்டு).

இந்தச் சமுதாயத்தில் தப்பிப் பிறந்துவிட்ட ஒருவன் இதை எதிர்க்கிறான்.

'இங்கே மனிதர்கள் எப்படி மதிக்கப்படுகிறார்கள் தெரியுமா? ஒவ்வொரு நாளும் சுகாதாரப் பகுதியில் அவர்களுக்கு மருந்து தரப்படுகிறது. அவர்கள் தேக புஷ்டிக்கு என்று, சொல்லப்படு கிறது மருந்து அதற்கல்ல அவர்கள் சன்னமான உணர்ச்சிகளைக் கொல்வதற்கு. அவர்களிடம் பலாத்கார எண்ணங்கள் எல்லாம் சாகடிப்பதற்கு. அவர்கள் உள்ளே ஊறும் செக்ஸ் உணர்ச்சிகளை மடிய வைப்பதற்கு. சிறு வயதிலிருந்து பன்னிப் பன்னிப் போதித்த பாடங்கள் அவர்களை அடிமைகள் ஆக்குகின்றன.

அவர்களுக்குத் தாய் தந்தை கிடையாது. தீவின் ஏர்கண்டிஷன், சுகாதாரப் பகுதியில் அவர்களுக்குப் பிறந்த முதல் மாதத்தி லிருந்து போதனை ஆரம்பமாகிறது. ஹிப்னோபீடியா என்று கேள்விப்பட்டிருப்பீர்கள். (ஹக்ஸ்லி) 'நீ அடிமை பணி செய்யப் பிறந்தவன்' என்று அவர்கள் தூக்கத்திலும் விழிப்பிலும் விடாது ஆறு வருடங்கள் போதிக்கப்படுகிறார்கள். அவர்களுக்குச் சொல்லிக் கொடுக்கப்படும் தமிழில் ஆயிரம் வார்த்தைகளுக்கு மேல் கிடையாது. அவர்களுக்கு இருபதுக்கு மேல் எண்ணத் தெரியாது. அவர்களுக்கு அளிக்கப்பட்ட தொழில் திறனுக்கு மேல் ஒரு வரி அவர்களுக்குத் தெரியாது. 'சிரி' என்றால் சிரிப்பார் கள். 'தலைகீழாக நில்' என்றால் நிற்பார்கள். அவர்களுக்குப் பெயர் கிடையாது. எல்லாரும் எண்கள். கம்ப்யூட்டரின் நினை வில் ஒரு கார்டு. புஷ்டியாக வளர்க்கப்பட்ட ஆடுகள். தழை தின்னாமலிருக்க வேண்டும் என்று நினைத்தால் தின்னாமல் இருக்கலாம். அவர்கள் சொன்ன தழையைத் தின்னவேண்டும். ஏன் என்கிற வார்த்தையே அவர்கள் பாடத்தில் கிடையாது. (அத்தியாயம் ஒன்பது).

இந்த இரண்டு முரண்பாடான பாத்திரங்களுக்கிடையில் ஒரு வெளி ஆசாமி அய்யங்கார்... மாட்டிக் கொண்டு - படியுங்கள்.

- ஜனவரி 1975

விமர்சன முன்னுரைகள்

சுஜாதாவின் 'ரத்தம் ஒரே நிறம்'

தொடர்கதை

'குமுதம் என்னை சரித்திர நாவல் எழுதிப் பாருங்களேன்' என்று கேட்டபோது சற்றுத் தயங்கினேன். சரித்திர நாவல் எழுதுவதற்கு என்று சில எழுதப்படாத விதிகள் இருக்கின்றனவாம். சரித்திர நாவலில் சரித்திரம் மட்டும் இல்லாமல், சில தீப்பந்தங்களும் உறையூர் ஒற்றர்களும் கட்டாயம் வேண்டும். கரிய கண்களுடைய அழகான ராஜகுமாரிகளை நீண்ட வாக்கியங்களில் வருணிக்க வேண்டும். அடிக்குறிப்புகள் தாராளம் வேண்டும். சோழனாக இருந்தால் நல்லது. பாண்டியன் பரவாயில்லை. தமிழ்ச் சாதியின் மேம்பாடு, கடல் கடந்த நாகரீகம் இவைகளைச் சொல்வது உத்தமம். குதிரைகள் தேர்கள், முத்துக்கள், இறைந்திருக்கும் வீதிகள், யவன வியாபாரிகள், யாழ் இன்ன பிறவும் வேண்டும்.

இப்படியெல்லாம் இந்த நாவலில் எதுவும் இல்லை. முதலில் என் தமிழ் நடை சரித்திர நாவலுக்கு ஒவ்வாது என்று தான் தோன்றியது. அதனால் சமீபத்திய சரித்திரத்தை எடுத்துக் கொண்டால் என்ன என்று தோன்றியது. சிப்பாய்க் கலகத்தைத் தேர்ந்தெடுத்து அதைப் பற்றிப் படிக்கத் துவங்கினேன். சிப்பாய்க் கலகம் வடக்கே நடந்திருக்கிறது. தக்காணத்தில் அதன் பாதிப்பு அதிகம் இல்லை. இந்திய சர்க்கார் வழவழப்பான காகிதத்தில்

சிப்பாய்க் கலகத்தில் செத்துப்போனவர்களின் பெயர்களை எல்லாம் பதிப்பித்திருக்கிறார்கள். அதில் தமிழ்ப் பெயர் ஏதாவது இருக்கிறதா என்று தேடினேன். இல்லை. ஆனால், கர்னல் நீலின் தலைமையில் சென்னையிலிருந்து ராணுவம் பெரும்பாலும் ஆங்கிலோ இந்தியர்களைக் கொண்டு, கலகத்தை அடக்க வடக்கே போயிருக்கிறார்கள் என்கிற செய்தி கிடைத்தது. அவர்களுடன் ஒரு தமிழனை அனுப்பத் தீர்மானித்தேன். ஒரு வெள்ளைக்காரன் மேல் சொந்த வெறுப்பும் வைத்துக் கொண்டு அதனைத் தொடர்ந்து கலகத்தை நோக்கிச் செல்வதாக கதைக்கரு அமைத்துக்கொண்ட போது தமிழன் அங்கே போக எனக்குச் சந்தர்ப்பம் கிடைத்துவிட்டது.

சிப்பாய்க் கலகத்தைப் பற்றி ஆங்கிலேயர்களும் இந்தியர்களும் ஆயிரக்கணக்கான பக்கங்கள் எழுதியிருக்கிறார்கள். நேஷனல் ஆர்க்கைவ்ஸிலும் மற்ற நூல்களிலும் அந்த விவரங்கள் எனக்குக் கிடைத்தன. சிப்பாய்க் கலகத்தை வீரசவர்க்கார் நம் முதல் சுதந்திரப் போர் என்று சொல்வதை மஜூம்தார் போன்ற இந்திய சரித்திர ஆசிரியர்களே ஒப்புக் கொள்ளவில்லை. ஆங்கிலேயர்கள் அந்த தினங்களில் நம்மை ஆண்ட சில விசித்திரமான கொள்கைகளால் இந்துக்களுக்கும் முஸ்லிம்களுக்கும் அவர்கள் மேல் ஏற்பட்ட பொது விரோதத்தின் விளைவாக ஏற்பட்ட எழுச்சி என்று தான் அதைச் சொல்ல வேண்டும். கல்கத்தாவிலிருந்து மீரட் வரை ஆச்சரியகரமாகப் பரவி சரியான தலைவர் இல்லாததால் அடங்கிப் போன ரத்த வருஷம் 1857. அதன் பின் இந்திய சரித்திரம் திசை திரும்பிவிட்டது என்னவோ உண்மைதான்.

இந்தச் சூழ்நிலையில் கதையை எழுதுவது என் நடைக்குப் பொருத்தமாக இருந்தது. இந்தக் கதையில் வரும் பெரும்பாலான சம்பவங்கள் உண்மையானவை. சென்னை ராணுவம் கல்கத்தா சென்றது, அங்கிருந்து லக்னோ, கான்பூர் சென்றது, பீகாரில் வெள்ளைக்காரப் பெண்கள் மாட்டிக் கொண்டது, நாநாவின் எழுச்சியும் வீழ்ச்சியும், தாந்யா தோபேயின் வீரம் எல்லாம் நிஜம்தான். இந்த நிஜ சம்பவங்களுக்கு இடையில் என் முத்துக் குமரனையும் பூஞ்சோலையையும் பைராகியையும் உலவவிடுவது எனக்கு எளிதாக இருந்தது. அவர்கள் கற்பனைப் பாத்திரங்கள் என்றாலும், அவர்கள் பேச்சும் நடவடிக்கைகளும் அவர்கள் நாட்டுப் பாடல்களும் அவர்கள் வடக்கே யாத்திரை செய்யும்போது பார்க்கும் காட்சிகளும் சரித்திர ஆதாரமுள்ளவை. ஒரு முத்துக்

குமரன் அங்கே போய் அல்லல்பட வாய்ப்புகள் இருந்தன என்று தான் சொல்ல வேண்டும். கற்பனைப் பாத்திரங்களையும் நிசமான வர்களையும் ஊடாட வைப்பதில் எனக்கு ஒரு தனிப்பட்ட சந்தோஷம் ஏற்பட்டது.

இந்த நாவலின் ஒவ்வொரு பத்தியையும் எழுதும் போது எனக்கு நிறையப் புத்தகங்கள் தேவைப்பட்டன. அந்தப் புத்தகங்களையும் சரித்திரக் குறிப்புகளையும் பட்டியலிட மற்றொரு புத்தகம் வெளியிட வேண்டும். கதையின் இறுதியில் முக்கியமான ஆதாரங்களை மட்டும் கொடுத்திருக்கிறேன்.

– ஜனவரி 1983

விமர்சன முன்னுரைகள்

சுஜாதாவின் 'நீர்க்குமிழிகள்'

கட்டுரைகள்

1965ல் கணையாழி டில்லியில் துவங்கியபோது அதன் இரண்டாம் இதழிலேயே ஆசிரியர் என் நண்பர் கஸ்தூரிரங்கன் 'ஏதாவது எழுதேன்' என்று என்னிடம் ஒரு பக்கத்தைக் கொடுத்து விட்டார். அப்போதெல்லாம் நான் ஒன்றும் பிரபலமில்லை. இருந்தாலும் கஸ்தூரிரங்கனுக்கு என் எழுத்தின் மேல் ஏதோ ஒரு நம்பிக்கை இருக்கிறது. நான் எழுதிக்கொடுத்ததை 'நீர்க் குமிழிகள்' என்று தலைப்புக் கொடுத்து 'ஸ்ரீரங்கம் எஸ்.ஆர்' என்று பெயரையும் கொடுத்து உற்சாகமாக வெளியிட்டார். இஷ்டத்துக்கு எழுது என்று ஒரு ஃப்ரீபாஸும் கொடுத்திருந்தார்.

இந்த மாதிரி ஒரு பத்திரிகையாசிரியரை நண்பராகப் பெற நான் போன ஜன்மத்தில் வழிப்போக்கர்களுக்கு தானம் அல்லது அடிபட்ட ஆட்டுக்குட்டிக்கு கால்கட்டு என்ற நல்ல காரியம் செய்திருக்க வேண்டும். கஸ்தூரிரங்கன் கொடுத்த சுதந்திரத்தில் அந்த பக்கத்தை ஆர்வத்துடன் எனக்குச் சொந்தமாக்கிக் கொண்டு சினிமா, கவிதை, பத்திரிகைகள், பழைய தமிழ் புத்தகம், டில்லி, குறுக்கெழுத்து என்று சுதந்திரமாக எழுதினேன். பலர் விரும்பினார்கள். சிலர் கோபப்பட்டார்கள்.

இதனிடையில் சுஜாதா என்ற என் மற்றொரு வடிவம் பிரபலமாகிக் கொண்டிருப்பது வெகுஜனப் பத்திரிகைகளில். அந்த பிம்பம் நிஜத்துக்கு ரொம்ப பெரிசாக வளர ஸ்ரீரங்கம் எஸ்.ஆர். என்ற வடிவத்தில் அந்த சுஜாதாவையே கிண்டல் பண்ணிப் பார்த்தால் என்ன என்று தோன்றியது. இந்தப் புத்தகத்தில் ஒரு பக்கத்தில் சுஜாதாவுக்கும் ஸ்ரீரங்கம் எஸ்.ஆருக்கும் ஒரு சம்பாஷணை வருவதன் பின்னணி இதுதான். அந்த சமயத்தில் என்னிடமே இருந்த ஒரு விதமான 'டைக்காட்டமி'யின் வெளிப்பாடுதான் அது என்று தோன்றுகிறது. சீக்கிரமே இரண்டு ஆசாமிகளும் ஒன்றுதான் என்று தெரிவித்து சுஜாதா என்ற பெயரிலேயே 'கடைசிப் பக்கம்' என்று தொடர்ந்தேன். அந்தப் பக்கங்கள் தனியாக, புத்தகமாக 'கணையாழியின் கடைசிப் பக்கங்க'ளாக வந்திருக்கின்றன.

இப்போது கூட கணையாழியில் வரும் சுஜாதாவை மட்டும் எனக்குப்பிடிக்கிறது என்று எனக்கு எழுதும் அன்பர்கள் இருக்கிறார்கள். இதற்குக் காரணம் கஸ்தூரிரங்கன் எனக்கு அளித்த சுதந்திரமாக இருக்கலாம். அந்த சுதந்திரத்தை எவ்வாறு பயன்படுத்திக் கொண்டிருக்கிறேன் என்பதை நீங்கள் இந்தப் புத்தகத்தைப் படித்தபின் தீர்மானிக்கலாம். தொடர்ந்து இந்தப் பக்கங்களை என்னால் எழுத முடியவில்லை. விட்டு விட்டுத்தான் எழுதினேன். இடையில் இந்தப் பக்கத்தில் ஜானகிராமன் கொஞ்ச காலம் ஆண்டாளு அம்மாள் என்ற பெயரிலும் இந்திரா பார்த்த சாரதி 'பரகாலஜீயர்' என்ற பெயரிலும் எழுதியது எனக்கு மிகவும் சந்தோஷமளித்தது. 'முஸ்தபா' என்ற பெயரில் ஒரு கோஷ்டியே எழுதிக்கொண்டிருந்தது.

கணையாழி இப்போது தமிழின் நவீன இலக்கியத்தில் நிரந்தர இடத்தைப் பெற்றுவிட்டது. அந்தப் பத்திரிகையில் எனக்கு எழுத சந்தர்ப்பம் கொடுத்து ஊக்குவித்த கஸ்தூரிரங்கனுக்கு கண்கள் பனிக்க, நா அது என்ன தழதழக்க நன்றி சொன்னால், 'போடா, சீ! ஒழுங்காக அந்தப் பக்கத்தைத் தொடர்ந்து எழுது. நன்றியும் வேண்டாம். ஒன்றும் வேண்டாம்' என்றுதான் சொல்வார்.

இந்தப் பக்கங்கள் கணையாழி ஆபீஸுக்குச் சென்று பழைய இதழ்களைப் பார்த்துப் படியெடுத்து சிரத்தையாக வெளியிடும் திரு. புத்தகப்பித்தன் மற்றொரு பிடிவாதி. 1971ல் பெங்களூருக்கு வந்து 'உங்க புத்தகங்களைத் தொடர்ந்து போடுகிறேன்' என்று

விரும்பிக் கேட்டார். நாவல்தான் போடுவேன், கதைத் தொகுப்பு கட்டுரை இதெல்லாம் கிடையாது என்று கண்டிஷன் போடவில்லை. புத்தகப்பித்தன் நல்ல ரசிகர். எழுதக் கூடியவர், நல்ல நண்பர், இவரைப் பதிப்பாளராக நான் அடைந்திருப்பது இன்னொரு போன ஜன்மத்து ஆட்டுக்குட்டி!

வீட்டில் யாரும் இல்லாத ஒரு மௌனமான அக்டோபர் 7தினம் 1983.

விமர்சன முன்னுரைகள்

அமுதவனின் 'கங்கையெல்லாம் கோலமிட்டு'

நண்பர் அமுதவனின் 'கங்கையெல்லாம் கோலமிட்டு' என்னும் இந்த நாவலின் தலைப்பில் உள்ளர்த்தம் எனக்குப் புரியவில்லை. ஆனால், கதை மாந்தர்களை என்னால் எளிதில் அடையாளம் கண்டுகொள்ள முடிந்தது.

ராமநாதன் முதல் அத்தியாய இறுதியில் பெண்டாட்டியைத் திட்ட ஆரம்பித்தவன், தொடர்ந்து பத்து பக்கத்துக்கு ஒரு முறை அவளை மொத்துகிறான். சூதாட்டம், மச்சினி சகவாசம், ஃபாக்டரியில் களவாடல் இன்ன பிற கெட்ட காரியங்கள் செய்து அகப்பட்டு ஜெயிலுக்குப் போய் 'முற்றும்' போட்ட பிறகும் திருந்தாத ஜந்து.

சுகுணா, ராமநாதனின் கொடுமைகளை மவுனமாகத் தாங்கிக் கொண்டு 90 சதமானம் கற்புடன் பாலாமணி என்னதான் தைரியம் கொடுத்தாலும், 'விருப்பம் இல்லை'ன்னு ஒதுங்கிப் போறவங் களை எதுக்கு வலுக்கட்டாயமா இழுக்கணும் என்பதற்கு மேல் கணவனைக் காட்டமாகத் திட்டத் தெரியாதவள். ஜனாவின் மேல் சில சமயம் சபலம் ஏற்படும்போது தாயுமானவர் பாடல் சொல்லி விபூதி இட்டுக்கொண்டு மனசைத் திடப்படுத்திக் கொள்கிறவள்.

பாலாமணி தைரியமான பெண்தான். பஸ்ஸில் துடுக்காக ஆண்பிள்ளைகளைச் செருப்பைக் காட்டி சண்டை போட்டாலும் உள்ளுக்குள் இருக்கும் அவஸ்தையை மிகவும் தைரியமாகச் சமாளித்து உற்சாகமாகவே இருந்து, போகும் வரை தமாஷ் பண்ணும் பெண்.

ஜனா - ஜானகிராமன். படிக்கும் அபலை ஸ்திரீகளுக்கு உதவும் ஆதர்ச இளைஞன். மழை நாட்களில் புதுக்கவிதை எழுதுவதைத் தவிர மற்றபடி அப்பழுக்கில்லாதவன்.

மேலோட்டமாகப் பார்த்தால் நால்வரும் தமிழ் சினிமா டைப் என்றுதான் முடிவு கட்டத் தோன்றும். ஆனால், இம்மாதிரி ஆட்கள் நிச்சயம் இருக்கிறார்கள் என்று உத்தரவாதமாகச் சொல்வேன். அமுதவனைப் போல நானும் ஒரு தொழிற் சாலையில் வேலை செய்கிறவன். மூவ்மெண்ட் பாஸ் போட்டுக் கொண்டு புருஷன் அடிக்கும் கதையைப் பத்து நிமிஷத்தில் அழுதுகொண்டே சொல்லும் பெண்கள் என்னிடமும் அவர்கள் வாழ்வுக்கு நிவாரணம் கேட்டிருக்கிறார்கள்.

நிவாரணம் இல்லைதான்! அமுதவன், ஜனா மூலம் தரும் நிவாரணம் ஒன்றுதான் இந்தக் கதையின் அசத்தியமான, அசாத்தியமான அம்சம் என்று சொல்வேன். சுகுணா போன்ற பெண்களுக்கு கைவசம் நாவல்களில் தான் விடிவு காலம் உள்ளது.

அமுதவனின் தமிழ் நடை நீரோடை போலச் செல்கிறது! அங்கங்கே சலசலக்கிறது.

புகையும் சொற்களுமாகப் பேசும் மானேஜரும் நியூட்டனின் ஆரம்பகால முயற்சிகளைத் திரும்பப் படிக்கும் கல்யாணியும் சிலுசிலுவென்று விடிந்த ஈரக்காற்றுடன் பேசிக் கொண்டிருக்கும் பெங்களூர் காலை நேரமும் அமுதவனின் ஆரவாரமுமில்லாத, மெல்லிய நடைக்கு உதாரணங்கள்.

ராமநாதன் போன்றவர்கள் ஃபாக்டரி நாகரிகத்தின் விளைவுகள் என்றுதான் சொல்லவேண்டும். சுகுணா போல் மனசுக்குள் அலறிக் கொண்டு சம்பளத்தைக் கணவனிடம் கொடுத்துவிட்டு அவள் பிள்ளைகளையும் அடிகளையும் பெற்றுச் சாஸ்வதமாக வாழும் பெண்களும் இதே நாகரிகத்தின் அம்சங்கள்தாம்.

அவர்களுக்கு மறு வாழ்வு தரும் ஜனா போன்றவர்கள்தாம் அதிகம் இல்லை.

வெகுஜனப் பத்திரிகைகளில் இலக்கியம் படைக்க முடியாது என்று ஒரு கோஷ்டி அரசாங்க விடுமுறை நாட்களல்லாத எல்லா தினங்களிலும் திட்டிக் கொண்டிருக்கிறது. ஒரு வெகுஜனப் பத்திரிகையில் ஒரு இளம் எழுத்தாளரால் இந்தத் தொடர் கதையை எழுத முடிந்திருப்பதும் அது புத்தகமாக உடனே வெளி வருவதும் தமிழுக்கு ஆரோக்கியமான விஷயங்கள் தாம்.

நினைவில் நிற்கும் முன்னுரை

கீதா பென்னெட்டின் 'அவனும் அவளும்'

கீதா பத்திரிகைகளில் கதை எழுதுவார் என்று தான் தெரியும். அவர் வீட்டிற்குப் போனால் அவருடைய வாழ்வின் மற்ற வடிவங்கள் விரியும் - வீணை வாசிப்பார், போட்டோ பிடிப்பார், அவர் கணவர் திரு. பென்னட் மேற்கத்திய இசையில் குறிப்பாக தாள வாத்தியங்களில் வல்லுநர். அவர் வீட்டில் பியானோ இருக்கிறது. வீணை இருக்கிறது. ஒரு அழகான பூனைக்குட்டி கறுப்பு வெள்ளைக் கட்டைகளின் மேல் சங்கீதம் இல்லாமல் நடக்கிறது. கீதாவின் கீரவாணி காஸட்டில் ஒலிக்கிறது. கீதா, நான் இன்னும் படம் போடுவேன். ஏரோப்பிளேன் ஓட்டுவேன் என்று சொல்லி இருந்தாலும் கேள்வி கேட்காமல் நம்பி இருப்பேன்.

கீதா நவஇந்தியப் பெண் என்றுதான் சொல்ல வேண்டும். சம்பிரதாயமான கர்னாடக சங்கீதம் தோய்ந்த குடும்பத்தில் பிறந்து சாஸ்திரோக்தமாக சங்கீதம் கற்று, பயில வந்த அமெரிக்காவில் போய் அந்த வேக நாகரிகத்திற்கு ஈடு கொடுத்து தன்னுடைய வால்யூஸ் எதையும் இழக்காமல் குடித்தனம் செய்ய முடிகிற விந்தைப் பெண்.

எனவே அமெரிக்க இந்தியப் பிணைப்புகளைப் பற்றி தமிழில் எழுதக்கூடிய தகுதி கீதாவிற்கு நிறையவே இருக்கிறது என்று சொல்லலாம்.

'இருகியது முடிச்சு'வில் இரண்டு பவுண்ட் எடை கூடினால் கூட வேறு ஒருத்தியிடம் போய்விடும்படியான, பய அஸ்திவாரத்தில் ஒரு பெண் ஸ்திரமான உறவிற்கு ஏங்கும் கதையைச் சொல்கிறது.

மயிலாப்பூருக்கும் மன்ஹாட்டனுக்கும் தாவும் கீதாவின் சிறுகதைகள் தொகுப்பாக வருவதால் எனக்கு மகிழ்ச்சி.

கீதா பென்னெட் எழுதி பாரதி பிரசுரம் வெளியிட்ட 'அவனும் அவளும்' புத்தகத்திலிருந்து.

நினைவில் நிற்கும் முன்னுரை

ராமியின் 'புள்ளிகள் கோடுகள் கோணங்கள்'

கல்லூரியில் தமிழ் விரிவுரைக்கும் ராமி அவர்கள் இந்தப் புதுக்கவிதைகளைத் தருவதில் விசேஷம் இருக்கிறது. அகத்திலும் புறத்திலும் சீர், தளைகளிலும் சீறாப்புராணத்திலும், கம்பராமாயணத்திலும் தினம் தினம் திளைக்க வேண்டிய கட்டாயத்திலிருந்து ஒருவிதமான விடுதலை என்று சொல்லலாம். இந்தப் புதுக்கவிதைகளை இதனால் நான் இவருக்குப் பழந்தமிழில் அலுப்பு என்று சொல்லவில்லை. இதை ஒரு விதமான Counter point என்று தான் சொல்கிறேன். புதுக்கவிதைக்கு நோக்கம் இருக்கிறதா என்ன? இருக்குமானால் அது படிப்பவரை வரிகளுக்கு அப்பாலும் சிந்திக்க வைப்பது என்று சொல்லலாம். இந்த வகையில் ராமியின் சில கவிதைகள் என்னைப் பாதித்தன. குடிக்கத் தண்ணீர் கேட்பவன் அவனுடைய தாகம் தணிவதற்கு முன்னே இளநீர் கிடைத்தால் விசேஷம். தின்னக் கிடைத்தால் இன்னும் விசேஷம். மேலும் மேலும் ஆவல் கொள்வதில் ஒரு ஆதார மனித குணத்தை பன்னிரண்டு வார்த்தை களில் காட்டிவிடுகிறார். 'கணிப்பு' என்பதில் காய்ச்சல் வந்து, போர்த்திக்கொண்டு டாக்டர் வந்து, சோதிடர் வந்து எல்லாம் நடப்பது சூரியனுக்கா மனிதனுக்கா என்று இரட்டை சாத்தியங்

களின் ஊடே உண்மையான கவிதை பிறக்கிறது. இவ்வகையில் முணுமுணுப்பு, செல்வாக்கு, பஸ்ஸைப் பிடிக்க, சிதறல், சாம்பல், சலனம் போன்ற கவிதைகளும் படித்த பின்னும் சிந்திக்க வைக்கின்றன. ராமியின் மற்ற கவிதைகளும் சில வெறும் செய்திகளாகும். பல கேள்விகள் கேட்பதாயும் பலவீனப்பட்டிருக்கின்றன. புதிய கவிதைகளில் கேள்விகளே கூடாது என நினைக்கிறேன். கேள்வி கேட்கும்போது வாசகனின் கவனம் ஈர்க்கப்பட்டு கவிதையை முழுமையாக அனுபவிக்கும் சுதந்திரம் குறைந்துவிடுகிறது. 'ஆனால் மனிதன்?' மனிதன் எப்படியோ?' போன்ற கட்டங்களையெல்லாம் நாம் கடந்தாகிவிட்டது என்று நினைத்திருந்தேன். ராமி இல்லை என்கிறார். ஆங்கில மொழி பெயர்ப்பைத் தவிர்த்திருக்கலாம்.

பெங்களூர், பிப்ரவரி 1975

நினைவில் நிற்கும் முன்னுரை

இளைச அருணாவின்

‘ஓர் அப்நார்மலின் முனகல்’

இளைச அருணாவின் இந்தப் புதுக்கவிதைத் தொகுப்பில் நாம் காண முடியாதது அவர் கையெழுத்தின் அழகு. அவர் எனக்கு அனுப்பி வைத்த கையெழுத்துப் பிரதி வளையம் வளையமாகத் தைக்கப்பட்ட ஒரு நோட்டுப் புத்தகத்தில் லேஸ் காகிதம் அமைத்து, போட்டோ ஒட்டி, வண்ண வண்ண எழுத்துக்களில் கண்ணில் ஒத்திக்கொள்ளும் கையெழுத்தில் அதுவே ஒரு கலைப் படைப்பாக என்னை அடைந்தது. கவிதைகளின் தலைப்புகள் நீச்சலடித்தன. சுழன்றன. காற்றில் பறந்தன. கோணல்களாக முடங்கிக் கொண்டன. மெலிதான கோடுகளாக விரிந்து கொண்டன. தலைப்புகளை எழுதியிருந்த விதத்திலேயே என்னால் ஒரு கால வடிவத்தைக் காண முடிந்தது. இம்மாதிரித் தலைப்பு எழுதி அமைப்பிலும், வர்ணங்களிலும் அக்கறை காட்டி சிரத்தை யோடு அழகை தேடும் எவரிடமும் நிச்சயம் கவிதை இருக்க வேண்டும். இருக்கிறது.

அந்தக் கையெழுத்துப் பிரதியை நான் பத்திரமாக வைத்திருக் கிறேன். அதில் தெரியும் திறமையை அச்சடிக்கும் புத்தகத்தில் கொண்டு வரமுடியாது.

சமஸ்கிருத வார்த்தைகளின் சில இன்பமான தொகுதிகளை முழுவதும் பயன்படுத்திக் கொள்ளும் 'தென்திசை யாத்ரீகர்' இளசை அருணாவின் இந்த ஒரு கிலோ கவிதைகளின் தொகுப்பு 'ஒரு அப்நார்மலின் முனகலுடன்' நின்றுவிடாமல் புதுக்கவிதை யின் சர்வ விஸ்தாரங்களையும் எட்டிப் பார்க்கிறது. அதன் வீச்சு தின வாழ்க்கையின், மனவாழ்க்கையின் பலவிதமான வடிவங் களை ஆராய்கிறது. 'கருணை மனு' என்கிற கவிதையை ஒரு தோற்று வாயாகவோ, அல்லது கடவுள் வாழ்த்தாகவோ கொண்டால் புதுக்கவிதை தந்திருக்கும் நவசுதந்திரம் நமக்குச் சுலபமாகப் புரியும். இந்த சுதந்திரம்தான் கவிஞரை சுயம்வரத் தெருக்கள் அமைக்க வைக்கிறது. ஒளியை வான நீலத்தின் மேற்குப் போக்கிற்கும், கடலோர நுரைகளுக்கும், பெண்ணின் கண்களுக்கும் இஷ்டப்படி பங்குதர வைக்கிறது. கண்களைச் செவிடாக்கி காதுகளைக் குருடாக்கி சொர்க்கங்களைத் திருமணங் களில் நிச்சயம் செய்து கவிழ வைக்கிறது. இரவு நிலா இன்ஸ்டால் மென்ட் ஒளி வழங்குகிறது. துப்பாக்கி ரவைகளுக்கு ஒரு வெண் சிறகு நமஸ்காரம் செய்கிறது. ஞாயிற்றுக்கிழமை தபால்களுக்கு நடுவே ஒரு இருபத்துநாலு மணி நேரத் தீவாகிறது. தந்திக் கம்பங்கள் நெட்டைத் துயர்களாகின்றன. சிவப்பு முக்கோணங்கள் சர்க்கார் சிந்தும் விளம்பர ரத்தங்களாகின்றன. தலைப்புகளில் பெண்ணும் பிறவியும் கூடி அச்சுப்பிழையாக முடிகிறது.

முற்றிலும் விடுபட்ட இந்த புதுக்கவிதை இயக்கத்தில் கவிஞனின் எண்ணங்களும் அவைகளின் வார்த்தை ரூபங்களும், இடையே நூற்றாண்டுக் கணக்காகக் குறுக்கிட்டு கொண்டிருந்த சீரும் தளை யும் எதுகையும் மோனையும் விலகி ஏறக்குறைய தொட்டுக் கொண்டு விட்டன. இந்த முத்தத்தைப் புத்திசாலித்தனமாகப் பயன்படுத்திக் கொண்டிருக்கும் பல இளைஞர்களில் இளசை அருணாவும் ஒருவர்.

இவர் கவிதைகள் தொகுப்பாக வருவதில் நான் மிகவும் சந்தோஷப்படுகிறேன்.

பெங்களூர், அக்டோபர் 1974.

நினைவில் நிற்கும் முன்னுரை

ரோகிணியின் 'தேன் முள்ளுகள்'

எத்தனையோ புதுக்கவிஞர்கள் மத்தியில் தார்மீகக் கோபத்துடன் ஒரு திருமதியும் எழுதுவது இந்த நாட்களில் மிகப் பொருத்தமானவிஷயம்.

புலவர் ரோகிணி அவர்களின் கவிதைகளை நண்பர் வேலாயுதம் (விஜயா பதிப்பகம்) அனுப்பிவைத்தார். படித்ததும் எனக்குத் தோன்றியது - பெண்களை உபயோகப்படுத்துவதும் ஏழ்மையும் இவருக்குப் பொறுக்கவில்லை என்பதே. யாருக்குத்தான் பொறுக்கும்?

'சில்வர் ஓக்ஸ்' தேயிலைத் தோட்டம் கவிஞருக்கு இந்தியப் பெண்ணையும் வரதட்சிணைக் கொடுமையையும் சுயநலச் செடிகள் வளர நிழல்தரும் பெண் மரங்களையும் தான் தெரிவிக்கின்றது.

தொழிற்சாலை, மூலதனம், கிளை நிறுவனம் போன்ற வார்த்தைகளில் உள்ள சிலேடைகளில் கூடப் பெண்கள்தான் தவிக்கிறார்கள். ஆண்கள் வியாபாரிகள். ஆலம்பழத்துக்கு அலையும் கிளிகள். தேனில் தொட்டெடுத்த 'முள்ளுகள்' கவிதைகள் பூராவும் தேடிப் பார்த்துவிட்டேன். ம்ஹூம். மருந்துக்குக் கூட ஒரு யோக்கியமான ஆண்பிள்ளையைக் காணோம்.

புலவர் ரோகிணியின் கோபம் சில வேளைகளில் ERICA JONG க்குச் சமமானது.

Seventeen warnings in Search of a Feminist Poem.

நிறைய கோபித்துக் கொள்ளுங்ககள் என்று வாழ்த்துகிறேன்.

நினைவில் நிற்கும் முன்னுரை

இரவிச்சந்திரனின் 'இந்திய பாஸ்போர்ட்'

எனது நண்பர் இரவிச்சந்திரனின் சிறுகதைகள் தொகுப்புப் புத்தகமாக வெளிவருவதில் எனக்கு பிரத்யேகமான மகிழ்ச்சி. எண்ணிப் பார்த்தால் இன்றைய தமிழ்ப் பத்திரிகை அவசரங்களுக்கு ஈடுசெய்ய வாரத்துக்கு நூறு சிறுகதைகள் பிரசுரமாகின்றன. பெரும்பாலானவை வாசிக்கப்பட்டபின் நேசிக்கப்படாமல் அந்த வாரத்திற்குள் நியூஸ் பிரிண்ட் மரணம் அடைந்துவிடுகின்றன. சிறுகதைகளுக்குக் கொஞ்சம் சாஸ்வதம் அளிப்பது புத்தக வடிவமே. சேர்ந்தாற்போல் ஒரு எழுத்தாளனின் கதைகளைப் படிக்கும்போது தான் அவன் கதைகளில் ஆதாரக் கவலை என்ன என்பது பிடிபடும்.

இரவிச்சந்திரன் இளைஞர். எழுதத் துவங்கிய போதே அவரை எனக்குப் பத்து வருடங்களாகப் பரிச்சயம். அப்போதெல்லாம் எழுதிய கவிதைகளை கையெழுத்து வடிவத்தில் எனக்குக் காட்டுவார். அவைகளை அவரிடம் விமர்சித்திருக்கிறேன். அவ்வப் போது அவர் கதைகள் பத்திரிகைகளில் பிரசுரமானபோது படித்திருக்கிறேன். இப்போது புத்தக வடிவில் மறுபடி படிக்கிறேன். படிக்கிறபோது கதைகள் பெரும்பாலனவற்றில் சில பொது அம்சங்கள் இருப்பதைப் பார்க்கிறேன். ஒரு கோபமுள்ள,

புத்திசாலித்தனமான, காதலில் ஏமாற்றப்பட்ட இளைஞன் அடிக்கடி கதைகளில் வருகிறான். வைதேஹி என்கிற பெண்ணும் வெவ்வேறு வடிவத்தில் வருகிறாள். பெண்கள் அழகாக இருக்கிறார்கள். ஆனால், சிலாக்கியமானவர்களாக இல்லை. குற்றங்கள் பலப்பல செய்கிறார்கள். இருந்தும் கதைகளில் அத்தனை அவஸ்தைகளையும் இரவிச்சந்திரனே பட்டிருக்கிறார் என்பதில்லை. கேட்ட, பார்த்த, சில சமயம் அனுபவித்த சம்பவங்களில் கற்பனை, நிஜக் கலவையின் சொந்த ரகசியம் அவருக்கே உரியது. இந்தக் கலவையில்தான் சிறுகதையின் வசீகரம் இருக்கிறது.

இரவிச்சந்திரனின் நடையில் சொல்ல வேண்டியது அத்தனையும் அடுத்த நிமிடத்துக்குள்ளேயே சொல்லிவிடவேண்டும் என்கிற படபடப்பு தெரிகிறது. அங்கங்கே வார்த்தைப் பிரயோகங்கள் பளிச்சிடுகின்றன. 'இன்னொரு தாஜ்மகால்' போன்ற கதைகளில் எதிர்பாராத இறுதி அதிர்ச்சிகள் தருகிறார். 'இந்திய பாஸ்போர்ட்' தனிமனிதனின் வேற்று தேச சோகத்தை வெளிப்படுத்துகிறது.

இரவிச்சந்திரன் இன்னும் நிறைய எழுதி வெற்றி பெற வாழ்த்துகிறேன்.

பெங்களூர், மே 5, 1981.